# ವಿಧಿವಂಚಿತೆ

ಸಾಯಿಸುತೆ

## ಸುಧಾ ಎಂಟರ್‌ಪ್ರೈಸಸ್

ನಂ. 761, 8ನೇ ಮುಖ್ಯರಸ್ತೆ, 3ನೇ ಬ್ಲಾಕ್,
ಕೋರಮಂಗಲ, ಬೆಂಗಳೂರು – 560 034.

**Vidhivanchithe** (Kannada): a social novel written by Smt. Saisuthe; published by Sudha Enterprises, # 761, 8th Main, 3rd Block, Koramangala, Bangalore - 560 034, India.

| | | |
|---|---|---|
| ಹಿಂದೆ ಮುದ್ರಿತವಾದ ವರ್ಷಗಳು | : | 1977, 1980, 1984, 1989, 2003, 2007 |
| ಏಳನೆಯ ಮುದ್ರಣ | : | 2014 |
| ಪುಟಗಳು | : | 130 |
| ಬೆಲೆ | : | ರೂ. 100 |
| ಉಪಯೋಗಿಸಿದ ಕಾಗದ | : | 70 ಜಿ.ಎಸ್.ಎಂ. ಮ್ಯಾಪ್‌ಲಿಥೋ |
| ಮುಖಪುಟ ವಿನ್ಯಾಸ | : | ಶ್ರೀ ಚಂದ್ರನಾಥ ಆಚಾರ್ಯ |
| ಹಕ್ಕುಗಳು | : | ಲೇಖಕಿಯವರದು |
| ISBN | : | 978-93-83053-37-7 |

**ಸಗಟು ಮಾರಾಟಗಾರರು**
ವಸಂತ ಪ್ರಕಾಶನ
# 360, 10ನೇ 'ಬಿ' ಮುಖ್ಯರಸ್ತೆ, 3ನೇ ಬ್ಲಾಕ್,
ಜಯನಗರ, ಬೆಂಗಳೂರು – 560 011
ದೂರವಾಣಿ : 080–22443996
email : info@vasanthaprakashana.com
website: www.vasanthaprakashana.com

**ಅಕ್ಷರ ಜೋಡಣೆ :**
ವಸಂತ ಪ್ರಕಾಶನ

ಮುದ್ರಣ :
ಶ್ರೀವಿದ್ಯಾ ಪ್ರಿಂಟರ್ಸ್

# ಮುನ್ನುಡಿ

ಆತ್ಮೀಯ ಓದುಗರಲ್ಲಿ,

ಹಲವು ಮುದ್ರಣಗಳನ್ನು ಕಂಡ 'ವಿಧಿವಂಚಿತೆ' ಮತ್ತೆ ಅಚ್ಚಾಗಿ ನಿಮ್ಮ ಕೈ ಸೇರುತ್ತಿದೆ. ಹಲವು ವರ್ಷಗಳ ನಂತರವೂ ಕಾದಂಬರಿ ಓದುಗರ ಪ್ರಶ್ನೆ ಹಾಗೇ ಉಳಿದಿದೆ. 'ವಿಧಿವಂಚಿತೆ' ಯಾರು? ಕೆಲವರು ನನ್ನೊಂದಿಗೆ ಚರ್ಚಿಸಿದ್ದಾರೆ. ಶೋಭಾ, ಅನುಪಮ ನಿಮ್ಮಗಳ ನೆನಪಿನಲ್ಲಿ ಉಳಿದಿದ್ದಾರೆ.

"ಸಾಯಿಸದನ"                                          ಸಾಯಿಸುತೆ
# 12, 2ನೇ ಮುಖ್ಯರಸ್ತೆ, 2ನೇ ಅಡ್ಡರಸ್ತೆ,
ಮಾರುತಿನಗರ, ಕೋಗಿಲೆ ಕ್ರಾಸ್,
ಯಲಹಂಕ ಓಲ್ಡ್ ಟೌನ್,
ಬೆಂಗಳೂರು – 560064.

# ನಮ್ಮಲ್ಲಿ ದೊರೆಯುವ ಸಾಯಿಸುತೆಯವರ ಇತರ ಕಾದಂಬರಿಗಳು

ಸಾಯಿಸುತೆಯವರ ಮುಂದಿನ ಕಾದಂಬರಿ
**ನಾತಿ ಚರಾಮಿ**

ಒಲೆಯ ಮುಂದೆ ಕುಳಿತ ಸರಸ್ವತೀಬಾಯಿಯವರ ಕಣ್ಣಲ್ಲಿ ನೀರಿಳಿಯುತ್ತಿತ್ತು. ಬಾಳಿನ ಬವಣೆಯಲ್ಲಿ ನೊಂದ ಅವರ ಹೃದಯ ತಪ್ಪಲೆಯಲ್ಲಿನ ಅನ್ನದ ಹಾಗೆ ಕುದಿಯುತ್ತಿತ್ತು.

ಬಾಗಿಲ ಸಂದಿಯಲ್ಲಿ ತಮ್ಮ ಹರಿದ ಎಕ್ಕಡಗಳನ್ನು ಬಿಟ್ಟು ರಂಗಣ್ಣ "ಹುಸ್ಸಪ್ಪ" ಎನ್ನುತ್ತ ಅಲ್ಲಿದ್ದ ಹರಿದ ಚಾಪೆಯ ಮೇಲೆ ಕುಳಿತು ಹೆಂಡತಿಯನ್ನು ಕರೆದರು.

ಗಂಡನ ಧ್ವನಿ ಕೇಳಿ ಕಣ್ಣೊರೆಸಿಕೊಂಡು ಹೊರಗೆ ಬಂದ ಸರಸ್ವತಮ್ಮ ಪ್ರಶ್ನಾರ್ಥಕವಾಗಿ ಗಂಡನ ಕಡೆ ನೋಡಿದರು.

"ನಿನ್ನ ಕುಮಾರ ಕಂತೀರವ ಬಂದನೇನು? ಇವನು ಇಂಟರ್‌ವ್ಯೂಗಳಿಗೆ ಹೋಗಿ ಬರುವುದಕ್ಕೆ ಸಾಲ ಮಾಡಿ ದುಡ್ಡು ತೆತ್ತು ಹಾಳಾದೆ. ಇವನಿಗೆ ಯಾವ ಕೆಲಸ ಸಿಕ್ಕುತ್ತೋ ಏನೋ, ಅದುವರೆಗೂ ನೀನು ಹಾಕಿಕೊಳ್ಳದೇ ನಾನು ಬದುಕಿರಬೇಕಲ್ಲ" ಎಂದು ಪ್ರತಿದಿನದಂತೆ ಇಂದು ಮಡದಿಯ ಮುಂದೆ ತಮ್ಮ ಅಸಮಾಧಾನವನ್ನು ಕಕ್ಕಿದರು.

"ಸಂಜೆ ಹೊತ್ತು ಎಂತ ಮಾತಾಡುತ್ತೀರಿ? ನಿಮ್ಮ ಕೊಂಕು ಮಾತುಗಳನ್ನು ಕೇಳಿ ಕೇಳಿ ಸತೀಶ ಮಂಕಾಗಿಬಿಟ್ಟಿದ್ದಾನೆ. ಕೆಲಸ ಸಿಕ್ಕದಿದ್ದರೆ ಅವನ ತಪ್ಪೆ? ಬೆಳೆದು ನಿಂತಿರೋ ಹುಡುಗನನ್ನು ಸಿಕ್ಕಾಪಟ್ಟೆ ಅನ್ನಬಾರದು.

ಕೋಪಗೊಂಡಿದ್ದ ರಂಗಣ್ಣನಿಗೆ ಮಡದಿಯ ಮಾತುಗಳನ್ನ ಕೇಳಿ ರೋಷ ಉಕ್ಕೇರಿತು.

"ಸಾಕು ಬಾಯಿ ಮುಚ್ಚಿ. ನಿನಗೆ ಮಗನ ಪರಿಸ್ಥಿತಿ ಗೊತ್ತಾಗುತ್ತೆ ವಿನಃ ನನ್ನ ಕಷ್ಟ ಅರ್ಥವಾಗೋಲ್ಲ. ಅವನ ಓದಿಗೆ ಅಂತ ಇದ್ದ ಹೊಲ ಗದ್ದೆ ಮಾರಿದೆ. ಸ್ವಂತ ಮನೇನ ಭೋಗ್ಯ ಹಾಕಿದೆ. ಊರೆಲ್ಲ ಸಾಲವಾಗಿ ಕೂತಿದೆ. ಹೊರಗಡೆ ತಲೆ ಎತ್ತಿಕೊಂಡು ತಿರುಗೋಹಾಗಿಲ್ಲ. ಪ್ರಾರಬ್ಧ, ಕರ್ಮ, ಮೂರು ಹೆಣ್ಣುಗಳು ಬೆಳೆದು ನಿಂತಿದೆ..." ಮುಂದೆ ಮಾತನಾಡದೆ ಮಂಕಾಗಿ ಕುಳಿತುಬಿಟ್ಟರು. ಕೋಪದ ಸ್ಥಳವನ್ನು ದುಃಖ ಆವರಿಸಿತು.

ಗಂಡನ ಪರಿಸ್ಥಿತಿ ಅರಿತಿದ್ದ ಸರಸ್ವತೀಬಾಯಿ ಮರುಮಾತನಾಡದೇ ಅಡಿಗೆ ಮನೆಗೆ ನಡೆದರು.

ಸರಸ್ವತೀಬಾಯಿಗೆ ಒಬ್ಬನೇ ಮಗನಾದ ಸತೀಶನಲ್ಲಿ ಅತಿಯಾದ ಪ್ರೀತಿ. ಮೊದಲು ರಂಗಣ್ಣನವರು ಸಹ ಮಗನನ್ನು ಅಷ್ಟೇ ವಾತ್ಸಲ್ಯದಿಂದ ಕಾಣುತ್ತಿದ್ದರು. ಮಗನ ಅತಿಯಾದ ಜಾಣತನವನ್ನು ಕಂಡು ಮುಂದಾಲೋಚನೆ ಇಲ್ಲದೇ ಅವನ ಓದಿಗಾಗಿ ಸಮಸ್ತ ಆಸ್ತಿಯನ್ನು ಧಾರೆಯೆರೆದಿದ್ದರು. ತಮ್ಮ ಮಗ ಮುಂದೆ ದೊಡ್ಡ ಆಫೀಸರ್ ಆದಾಗ ತಮ್ಮ ಕಷ್ಟ ಕೊನೆಗೊಳ್ಳುವುದೆಂದು ಅವರ ಉದ್ದೇಶ. ಸತೀಶ ಅವರೆಣಿಕೆಯಂತೆ ಎಂ.ಎ. ಯಲ್ಲಿ ಪ್ರಥಮ ಶ್ರೇಣಿಯಲ್ಲಿ ತೇರ್ಗಡೆ ಹೊಂದಿ ತಾಯಿ ತಂದೆಯರಿಗೆ ಸಂತೋಷವನ್ನುಂಟು ಮಾಡಿದನು. ಆದರೆ ಈ ಸಂತೋಷ ಬಹಳ ಕಾಲ ಉಳಿಯಲಿಲ್ಲ. ವಿದ್ಯಾಭ್ಯಾಸ ಮುಗಿದು ಮೂರು ವರ್ಷವಾದರೂ ಯಾವ ಕೆಲಸವೂ ಸಿಗುವ ಸುಳಿವು ಸಿಗಲಿಲ್ಲ. ಹತ್ತಾರು ಇಂಟರ್‌ವ್ಯೂಗಳಿಗೆ ಹೋಗಿ ಬಂದರೂ ಪ್ರಯೋಜನವಾಗಲಿಲ್ಲ. ಸಂಸಾರದ ಸ್ಥಿತಿ ಆರ್ಥಿಕವಾಗಿ ಬಹಳ ಹೀನಾಯವಾಗತೊಡಗಿತು. ಮನೆಯಲ್ಲಿ ಒಪ್ಪೊತ್ತಿನ ಊಟಕ್ಕಾಗಿ ಪರದಾಡಬೇಕಾದ ಅವಸ್ಥೆ ಬಂತು.

"ಅಮ್ಮ, ಅಣ್ಣ ಬಂದ" ಎಂದು ಕೂಗುತ್ತ ನಳಿನಿ ಅಡಿಗೆಯ ಮನೆ ಬಾಗಿಲಿಗೆ ಬಂದಾಗ, ಆದ ಅನ್ನವನ್ನು ಇಳಿಸಿಟ್ಟು ಸರಸ್ವತಮ್ಮ ಹೊರಗೆ ಬಂದರು.

ಎಂದಿನಂತೆ ಇಂದು ಸಹ ಸತೀಶನ ಮುಖ ಮಂಕಾಗಿತ್ತು.

"ಹೋಗಪ್ಪ ಸತೀಶ, ಕೈ ಕಾಲು ತೊಳೆದುಕೊಂಡು ಬಾ. ತಟ್ಟೆ ಹಾಕುತ್ತೀನಿ" ಎಂದವರೇ ಸರಸ್ವತಮ್ಮ ಅಡಿಗೆಯ ಮನೆ ಸೇರಿದರು.

ವಿದ್ಯಾಭ್ಯಾಸ ಮುಗಿಸಿ ಮನೆಯಲ್ಲಿ ಕುಳಿತ ಮೇಲೆ ಸತೀಶನಲ್ಲಿ ಬಹಳಷ್ಟು ಬದಲಾವಣೆ ಆಗಿತ್ತು. ರಂಗಣ್ಣನವರು ತಮ್ಮ ಸಂಸಾರದ ಕಷ್ಟ ಸುಖಗಳನ್ನು ಮಗನಿಗೆ ತಿಳಿಸುತ್ತಿರಲಿಲ್ಲ. ಅವನ ವಿದ್ಯಾಭ್ಯಾಸಕ್ಕೆ ಯಾವ ತೊಂದರೆಯೂ ಆಗಬಾರದು ಎಂಬುದು ಅವರ ಉದ್ದೇಶ. ಆದರೆ ಸತೀಶ ಹಾಸ್ಟಲ್ ಬಿಟ್ಟು ಮನೆ ಸೇರಿದ ಮೇಲೆ ಪರಿಸ್ಥಿತಿಯ ಅರಿವಾಗತೊಡಗಿತು. ಆದರೂ ತನಗೆ ಕೆಲಸ ಸಿಕ್ಕಿದರೆ ಇವೆಲ್ಲ ವಿಷಯಗಳಲ್ಲಿ ಎಂದುಕೊಂಡಿದ್ದ. ಆದರೆ ಕೆಲಸ ಸಿಕ್ಕುವುದು ಕನಸಾಗಿ ಉಳಿದಾಗ ಹೌಹಾರಿದ. ಅವನ ದುಂಡಗಿದ್ದ ಶರೀರ ಸವೆಯತೊಡಗಿತು. ಸದಾ ತುಂಟನಗೆ ಸೂಸುತ್ತಿದ್ದ ಅವನ ಕಣ್ಣು ತಮ್ಮ ಕಾಂತಿಯನ್ನೇ ಕಳೆದುಕೊಂಡವು.

ಹೊಟ್ಟೆ ಹಸಿದಿದ್ದುದರಿಂದ ಸತೀಶ ಕೈ ಕಾಲು ತೊಳೆದು ಹೋಗಿ ತಟ್ಟೆಯ ಮುಂದೆ ಕುಳಿತ. ಹಸಿದ ಹೊಟ್ಟೆಗೆ ಈರುಳ್ಳಿ ಗೊಜ್ಜು, ದಪ್ಪಕ್ಕಿ ಅನ್ನವೇ ಪರಮಾನ್ನವೆನಿಸಿತು. ಆದರೂ... ಹೊಟ್ಟೆಯ ತುಂಬ ಊಟ ಮಾಡಲಾರದೇ ಅರ್ಧದಲ್ಲೇ ಕೈ ತೊಳೆದು ಎದ್ದ. ಸರಸ್ವತಮ್ಮ ಸಹ ಮಗನಿಗೆ ಬಲವಂತದಿಂದ ಹೊಟ್ಟೆ ತುಂಬ ಬಡಿಸಲಾರದ ಸ್ಥಿತಿಯಲ್ಲಿದ್ದರು.

ಗಂಡನಿಗೆ ಬಡಿಸಿ ಮಿಕ್ಕ ಅನ್ನ, ಗೊಜ್ಜನ್ನು ಕಲಿಸಿ ಮೂರು ಹೆಣ್ಣು ಮಕ್ಕಳನ್ನು ಕೂಡಿಸಿ ಕೈ ತುತ್ತು ಹಾಕಿ ಪಾತ್ರೆಗಳನ್ನು ತೊಳೆಯಲು ಬಚ್ಚಲಿನಲ್ಲಿಟ್ಟು ಹೊರಗೆ ಬಂದರು.

ಮನೆಯವರಿಗೆ ಈ ಪರಿಸ್ಥಿತಿ ಹೊಸದಾಗಿರಲಿಲ್ಲ. ಒಂದೆರಡು ವರ್ಷದಿಂದ ಇದು ನಡೆದು ಬಂದ ಕತೆಯಾಗಿತ್ತು. ರಂಗಣ್ಣ ತುಂಬ ಐಶ್ವರ್ಯವಂತನಲ್ಲದಿದ್ದರೂ ಬಡವನಾಗಿರಲಿಲ್ಲ. ಇದ್ದುದ್ದರಲ್ಲೇ ತೃಪ್ತ ಜೀವನ ನಡೆಸಬಹುದಾಗಿತ್ತು. ಮಗನನ್ನು ಓದಿಸುವ ಹುಚ್ಚಿನಲ್ಲಿ ಎಲ್ಲಾ ಕಳೆದುಕೊಂಡು ನಿರ್ಗತಿಕ ಸ್ಥಿತಿಗೆ ಬಂದಿದ್ದರು.

* * *

ತಾಯಿ ಕೊಟ್ಟ ರಾಗಿ ಹುರಿ ಹಿಟ್ಟು ತಿಂದ ಸತೀಶ ಬೇಸರದಿಂದ ಯಾವುದೋ ಹಳೆ ಪತ್ರಿಕೆಯ ಮೇಲೆ ಕಣ್ಣೋಡಿಸುತ್ತ ಕುಳಿತಿದ್ದ.

"ಅಣ್ಣ, ನಾಳೆ ಇಂಟರ್‌ವ್ಯೂ ಇದೆ. ಹೋಗೋದಿಲ್ವೆ?" ಎಂದಳು ಎಲ್ಲರಿಗಿಂತ ಚಿಕ್ಕವಳಾದ ಹದಿನಾಲ್ಕು ವರ್ಷದ ಕಿಶೋರಿ ನಳಿನಿ.

ಸತೀಶ ನಿರಾಸೆಯ ನಗು ನಕ್ಕು ಬೇರೆಡೆಗೆ ತನ್ನ ನೋಟ ಹರಿಸಿದ.

ನಳಿನಿ ಅಣ್ಣನ ಪಕ್ಕದಲ್ಲಿ ಕುಳಿತು ಅವನ ಸುಂದರ ಕ್ರಾಪಿನಲ್ಲಿ ಕೈಯಾಡಿಸಿದಳು. ಇಂದು ನುಣುಪಾದ ಕೂದಲು ಸರಿಯಾದ ಪಾಲನೆ ಪೋಷಣೆ ಇಲ್ಲದೇ ಒರಟಾಗಿತ್ತು.

"ಅಣ್ಣ" ಎಂದಳು ಮೆಲುಧ್ವನಿಯಲ್ಲಿ.

ಸತೀಶ ಎಲ್ಲರಿಗಿಂತ ಹೆಚ್ಚಾಗಿ ನಳಿನಿಯನ್ನು ಪ್ರೀತಿಸುತ್ತಿದ್ದ. ಆದರೆ ಅಸಹನೆಯಿಂದ "ಯಾಕೆ" ಎಂದು ದೃಷ್ಟಿ ಅವಳ ಕಡೆ ತಿರುಗಿಸದೇ.

ನಳಿನಿ ಅವನ ಮುಖವನ್ನು ತನ್ನ ಕಡೆಗೆ ತಿರುಗಿಸಿಕೊಂಡು, "ಅಣ್ಣ, ಸ್ವಲ್ಪದಕ್ಕೆ ಇಷ್ಟು ನಿರಾಶನಾಗಿಬಿಟ್ಟರೆ ಹೇಗೆ? ಈ ಸಲ ನಿನಗೆ ಖಂಡಿತ ಕೆಲಸ ಸಿಕ್ಕುತ್ತೆ. ಬಸ್ಸು ಛಾರ್ಜುಗೆ ಅಪ್ಪನ ಕೇಳಬೇಡ" ಎಂದು ತನ್ನ ಎಡಗೈನಲ್ಲಿಟ್ಟುಕೊಂಡಿದ್ದ ಹತ್ತು ರೂಪಾಯಿ ನೋಟನ್ನು ಅಣ್ಣನ ಕೈಯಲ್ಲಿಟ್ಟಳು.

ಸತೀಶ ಆಶ್ಚರ್ಯದಿಂದ ತಂಗಿಯ ಕಡೆ ನೋಡಿದ. ಹತ್ತು ಪೈಸೆ ಸಹ ಆ ಮನೆಯಲ್ಲಿ ಯಾರ ಬಳಿಯಲ್ಲೂ ಇರುವುದು ದುಸ್ಸಾಧ್ಯವಾಗಿತ್ತು. ಅಂಥದ್ದರಲ್ಲಿ

ನಳಿನಿ ನಗುತ್ತ "ಅತ್ತೆ, ಮಾವ, ಗುಂಡಣ್ಣ, ಶ್ಯಾಮ ಅವರೆಲ್ಲ ಬಂದಿದ್ದಾಗ ಬಳೆ ತೊಟ್ಟುಕೋ ಅಂತ ಸ್ವಲ್ಪ ಸ್ವಲ್ಪ ಚಿಲ್ಲರೇನ ಕೊಟ್ಟಿದ್ದರು. ನಾನು ಪಾತು ಕೈಯಲ್ಲಿ ಕೊಟ್ಟು ಹತ್ತು ರೂಪಾಯಿ ನೋಟು ಮಾಡಿಸಿ ಇಟ್ಟಿದ್ದೆ."

ಸತೀಶನ ಕಣ್ಣಲ್ಲಿ ನೀರಾಡಿತು. "ಬೇಡ ನಳಿನಿ, ಈ ನೋಟು ನೀನೇ ಇಟ್ಟುಕೊ. ಇಂಟರ್‌ವ್ಯೂಗೆ ಹೋದರೂ ಕೆಲಸ ಸಿಕ್ಕುತ್ತೆ ಅನ್ನೋ ನಂಬಿಕೆ ಇಲ್ಲ. ನೀನು ಕೈ ತುಂಬ ಬಳೆಗಳನ್ನಾದರೂ ತೊಟ್ಟುಕೋ. ಅದನ್ನಾದರೂ ನೋಡಿ ಸಂತೋಷಪಡುತ್ತೀನಿ."

"ಥೂ! ಇದೇನಾ. ನೀನು ಬುದ್ಧಿವಂತ ಅಂದುಕೊಂಡಿದ್ದೆ. ನಿನಗೆ ಖಂಡಿತ ಕೆಲಸ ಸಿಕ್ಕುತ್ತೆ. ಆಗ ನನಗೆ ಬಂಗಾರದ ಬಳೆ ಮಾಡಿಸಿ ಕೊಡುವೆಯಂತೆ" ಎಂದು ನಾಚಿ ಹೇಳಿದಳು.

ತಂಗಿಯ ಮಾತಿನಿಂದ ಉತ್ಸಾಹಿತನಾದ ಸತೀಶ "ಬರೀ ಬಳೆ ಮಾತ್ರ ಏನು ಬಂಗಾರ! ನಿನ್ನ ಮೈಯೆಲ್ಲ ಬಂಗಾರದಿಂದ ತುಂಬಿ ಬಿಡುತ್ತೀನಿ" ಎಂದು ನಳಿನಿಯ ಕೆನ್ನೆ ಜಿಗುಟಿ ಹೇಳಿದ.

ನಳಿನಿ ಹಕ್ಕಿಯಂತೆ ಹೊರಗೆ ಹಾರಿ ಹೋದಳು.

ಸತೀಶ ನೋಟನ್ನು ಜೇಬಿಗೆ ಸೇರಿಸಿ ಮೊನ್ನೆ ಫೋಟೋ ಹಿಂದೆ ಒಗೆದ ಇಂಟರ್‌ವ್ಯೂ ಕಾರ್ಡಿಗಾಗಿ ಹುಡುಕಾಡಿದ.

ಮಗನ ಹುಡುಕಾಟವನ್ನು ನೋಡಿ ಸರಸ್ವತಮ್ಮ ತಾವು ತೆಗೆದಿಟ್ಟಿದ್ದ ಕಾರ್ಡನ್ನು ತಂದು ಮಗನ ಕೈಗೆ ಕೊಟ್ಟರು.

ಕಾರ್ಡನ್ನು ಜೇಬಿಗೆ ಸೇರಿಸಿದ ಸತೀಶ "ಅಮ್ಮ, ನಾನು ಬೆಳಗಿನ ಬಸ್ಸಿಗೆ ಬೆಂಗಳೂರಿಗೆ ಹೋಗುತ್ತೀನಿ. ಇಂಟರ್‌ವ್ಯೂ ಯಾವುದೋ ಪ್ರೈವೇಟ್ ಗ್ಲಾಸ್ ಫ್ಯಾಕ್ಟರಿದು. ಸಿಕ್ಕಿದರೆ..." ಮುಂದೆ ಮಾತನಾಡದೇ ಅರ್ಧಕ್ಕೆ ನಿಲ್ಲಿಸಿದ.

ಮಗನ ಮನಸ್ಥಿತಿಯನ್ನು ಗಮನಿಸಿದ ಸರಸ್ವತಮ್ಮ ಹೇಳಲಾರದೇ ಹೇಳಿದರು "ಸತೀಶ, ದುಡ್ಡು ಒಂದು ನಯಾಪೈಸಾನೂ ಇಲ್ಲ."

"ನನ್ನ ಹತ್ತಿರ ಇದೆ: ನೀನೇನು ಅದಕ್ಕೆ ಯೋಚನೆ ಮಾಡಬೇಡ" ಎಂದವನೇ ಹೊರಗೆ ಹೊರಟುಬಿಟ್ಟ.

ತಾಯಿ ಹೃದಯ ಮಿಲಿಮಿಲಿ ಒದ್ದಾಡಿತು, ಅಸಹಾಯಕ ಸ್ಥಿತಿಯಿಂದ.

ಸತೀಶ ಹಳ್ಳಿಯನ್ನು ದಾಟಿ ಹೊಲ ಗದ್ದೆಗಳ ಕಡೆ ನಡೆದ. ವಾಡಿಕೆಯಂತೆ ಹಿಂದೆ ತಮ್ಮದೇ ಆಗಿದ್ದ ಗದ್ದೆಯ ಮುಂದೆ ನಿಂತುಬಿಟ್ಟ. ತೆನೆಗಳು ಸೊಂಪಾಗಿ ಬೆಳೆದು ಕುಯಿಲಿಗೆ ಬಂದಿತ್ತು.

ಅವನ ಕಣ್ಣಲ್ಲಿ ನೀರಾಡಿತು. ತಮ್ಮ ತಾತ, ಮುತ್ತಾತರ ಕಾಲದಿಂದ ತಮಗೆ ಅನ್ನವಿಟ್ಟು ಸಲಹಿದ ಈ ಬಂಗಾರ ಭೂಮಿಯನ್ನು ತಾನು ಎರಡಕ್ಷರ ಪದವಿ ಗಳಿಸುವುದಕ್ಕಾಗಿ ಕಳೆದುಕೊಳ್ಳಬೇಕಾಯಿತಲ್ಲ ಎಂದು ಮರುಗಿದ.

ಪ್ರೀತಿಯಿಂದ ತೆನೆಗಳ ಮೇಲೆ ಕೈಯಾಡಿಸಿದ. ಅವನ ಹೃದಯ ಸಂತೋಷದಿಂದ ನಲಿಯಿತು.

"ಏನು ಚಿಕ್ಕಜಮಾನರೇ, ಭೂಮಿ ನೋಡೋಕೆ ಬಂದ್ರಾ?" ಎಂದ ಕೆಂಚ.

ಸತೀಶ ಬೆಚ್ಚಿಬಿದ್ದ.

ಸತೀಶನಿಗೆ ಬುದ್ಧಿ ಬಂದಾಗಿನಿಂದ ಕೆಂಚನೇ ಇವರ ಗದ್ದೆಯನ್ನು ಮಾಡುತ್ತಿದ್ದ. ಆದರೆ ಇಂದು ಜಮೀನಿನ ಒಡೆಯನೂ ಅವನೇ ಆಗಿದ್ದ.

"ಏನೋ ಸುಮ್ಮನೇ ಬಂದೆ" ಎಂದ ಎತ್ತಲೋ ನೋಡುತ್ತ.

"ನೋಡಿ ಯಜಮಾನ್ರೇ, ಇವತ್ತು ಬೇಕಾದರೂ ನಿಮ್ಮ ಗದ್ದೇನ ನೀವು ಸ್ವಾಧೀನಕ್ಕೆ ತೆಗೆದುಕೊಳ್ಳಿ. ದೊಡ್ಡೆಜಮಾನರು ಬೇರೆಯವರಿಗಾದರೂ ಮಾರಿ ಬಿಡುತೀನಿ ಅಂದರು. ಅದಕ್ಕೆ..."

ಸತೀಶ ಕೆಂಚನ ಭುಜದ ಮೇಲೆ ಕೈ ಹಾಕಿ "ಛೇ, ಛೆ, ನಮಗೆ ಯಾಕೆ? ನಿನ್ನಂಥ ಕಷ್ಟ ಪಟ್ಟು ಭೂತಾಯಿ ಸೇವೆ ಮಾಡೋವರಿಗೆ ಜಮೀನು. ನಾಲ್ಕು ಅಕ್ಷರ ಕಲ್ತು ಕೆಲಸದ ವ್ಯಾಮೋಹಕ್ಕೆ ಬಿದ್ದವರು ನಾವು" ಎಂದವನೇ ಸರ ಸರ ಹೆಜ್ಜೆ ಹಾಕುತ್ತ ಹಳ್ಳಿಯ ಕಡೆ ನಡೆದ.

ಕೆಂಚ ಸತೀಶ ಹೋಗುತ್ತಿದ್ದ ದಾರಿಯನ್ನ ನೋಡುತ್ತ ನಿಟ್ಟುಸಿರು ಬಿಟ್ಟ.

* * *

ಸತೀಶ ಏಳುವ ಹೊತ್ತಿಗೆ ಸರಸ್ವತಮ್ಮ ಪುರಳೆಗಳಿಂದ ನೀರನ್ನು ಬೆಚ್ಚಗೆ ಮಾಡಿಬಿಟ್ಟಿದ್ದರು. ದಿನ ಪ್ರತಿಯೊಬ್ಬರಿಗೂ ತಣ್ಣೀರಿನ ಸ್ನಾನವೇ ಅಭ್ಯಾಸವಾಗಿತ್ತು. ಆದರೆ ಹಾಸ್ಟಲ್‌ನಲ್ಲಿದ್ದು ಬಂದಿದ್ದ ಮಗ ತಣ್ಣೀರಿನ ಸ್ನಾನ ಮಾಡಲು ಅವಕಾಶ ಮಾಡಿ ಕೊಡುತ್ತಿರಲಿಲ್ಲ. ಹೇಗೋ ಅವನೊಬ್ಬನಿಗೆ ನೀರು ಕಾಯಿಸಿ ಸ್ನಾನಕ್ಕೆ ಅಣಿಮಾಡಿ ಕೊಡುತ್ತಿದ್ದರು.

ಸ್ನಾನ ಮಾಡಿದ ಸತೀಶ ಬಟ್ಟೆ ಧರಿಸಿ ಅಡಿಗೆಯ ಮನೆಗೆ ಬಂದ. ಅವನಿಗಾಗಿ ಬೆಲ್ಲದ ಕಾಫಿ, ರಾಗಿ ರೊಟ್ಟಿ ಅಣಿಯಾಗಿತ್ತು. ಅವನಿರುವ ಸ್ಥಿತಿಯಲ್ಲಿ ಅದೇ ಅವನಿಗೆ ಮೃಷ್ಟಾನ್ನವಾಗಿತ್ತು. ತಿಂದು ಮೇಲಕ್ಕೆದ್ದಾಗ ಡಬ್ಬಿಗಳಲ್ಲಿ ಕೈಯಾಡಿಸುತ್ತಿದ್ದ ಸರಸ್ವತಮ್ಮ ಹತ್ತಾರು ಪೈಸೆಗಳನ್ನು ತಂದು ಅವನ ಕೈಯಲ್ಲಿಟ್ಟರು.

ಕಣ್ಣಿಂದ ಹರಿದ ನೀರನ್ನು ಸೆರಗಿನಿಂದ ಒರೆಸಿಕೊಳ್ಳುತ್ತ "ಸತೀಶ, ನಿನ್ನ ಬಸ್ಸು ಛಾರ್ಜುಗಾಗೋ ಅಷ್ಟು ದುಡ್ಡು ಸಹ - ಇಲ್ಲವಲ್ಲೋ!" ಎಂದರು.

ಸತೀಶ ತಾಯಿಯ ಕೈ ಹಿಡಿದುಕೊಂಡು "ನೀನೇನು ಯೋಚನೆ ಮಾಡಬೇಡಮ್ಮ, ನನ್ನ ಹತ್ತಿರ ಇದೆ" ಎಂದು ಜೇಬಿನಿಂದ ನೋಟನ್ನು ತೆಗೆದು ತಾಯಿಯ ಮುಂದೆ ಹಿಡಿದು ಮತ್ತೆ ಜೇಬಿಗೆ ಸೇರಿಸಿದ.

ಸರಸ್ವತಮ್ಮನವರಿಗೆ ಸ್ವಲ್ಪ ನೆಮ್ಮದಿಯಾಯಿತು. ತಾವು ಎಲೆಯಲ್ಲಿ ಸುತ್ತಿಟ್ಟಿದ್ದ ರಾಗಿಯ ರೊಟ್ಟಿಯನ್ನು ಮಗನಿಗೆ ಕೊಟ್ಟರು.

ಸತೀಶ ಬೆಂಗಳೂರನ್ನು ತಲುಪಿದಾಗ ಎಂಟುಕಾಲು ಗಂಟೆಯಾಗಿತ್ತು. ತಾನು

ಇಂಟರ್‌ವ್ಯೂಗೆ ಹೋಗಬೇಕಾಗಿರುವ 'ಶೋಭಾ ಗ್ಲಾಸ್ ಫ್ಯಾಕ್ಟರಿ' ಬೇಗ ತಲುಪಬೇಕಾದರೆ ಆಟೋದಲ್ಲಿ ಹೋಗುವುದೇ ಕ್ಷೇಮವೆಂದುಕೊಂಡು ಆಟೋಗಾಗಿ ಕಾದು ನಿಂತ.

ಬೆಳಗಿನ ಸಮಯವಾದುದರಿಂದ ಆಟೋಗಳು ಖಾಲಿ ಬರುತ್ತಲೇ ಇರಲಿಲ್ಲ. ಆಫೀಸಿಗೆ, ಕಾಲೇಜಿಗೆ ಇತರೇ ಕೆಲಸಗಳಿಗೆ ಹೋಗುವ ಜನ ಭರ್ತಿಯಾಗೇ ಬರುತ್ತಿದ್ದರು.

ಸತೀಶನಿಗೇನು ಇದು ಹೊಸದಾಗಿರಲಿಲ್ಲ. ತನ್ನ ಕಾಲೇಜು ಜೀವನವನ್ನೆಲ್ಲ ಬೆಂಗಳೂರಿನಲ್ಲೇ ಕಳೆದಿದ್ದ. ಅವನ ಸ್ವಂತ ಊರಾದ ಹೊನ್ನೇನಹಳ್ಳಿಯಲ್ಲಿ ಮಿಡಲ್ ಸ್ಕೂಲ್‌ವರೆಗೆ ಮಾತ್ರ ಇತ್ತು. ಹೈಸ್ಕೂಲ್ ವಿದ್ಯಾಭ್ಯಾಸವನ್ನು ಚಲವಪಟ್ಟಣದಲ್ಲಿ ಮುಗಿಸಿ ಕಾಲೇಜು ವಿದ್ಯಾಭ್ಯಾಸಕ್ಕೆ ಬೆಂಗಳೂರು ಸೇರಿದ್ದ.

ಇವನ ಹಾಗೆ ನಿಂತ ಮತ್ತೊಬ್ಬ ತರುಣ ಖಾಲಿ ಬಂದ ಆಟೋವನ್ನು ನಿಲ್ಲಿಸಿದ. ಆಗಲೇ ಎಂಟೂಮುಕ್ಕಾಲು ಗಂಟೆಯಾದುದರಿಂದ ಸತೀಶನು ನಿಂತ ಆಟೋ ಬಳಿ ಧಾವಿಸಿ ಬಂದ.

ಆಗಲೇ ಹತ್ತುವ ಅವಸರದಲ್ಲಿದ್ದ ತರುಣ "ನೀವೇನೋ ಬಹಳ ಅರ್ಜೆಂಟಿನಲ್ಲಿದ್ದ ಹಾಗೆ ಕಾಣುತ್ತೆ. ನೀವು ಹತ್ತಿ" ಎಂದ.

ಯೋಚಿಸದೇ ಸತೀಶ ಹತ್ತಿ ಕುಳಿತ. ಇಂಟರ್‌ವ್ಯೂ ಹೊತ್ತಿಗೆ ಅಲ್ಲಿ ತಲುಪಬೇಕೆನ್ನುವ ಧಾವಂತ ಅವನಲ್ಲಿತ್ತು.

ಆಟೋ ಹೊರಟ ಮೇಲೆ ಜೊತೆಯಲ್ಲಿದ್ದ ತರುಣನೇ ಪ್ರಸ್ತಾಪಿಸಿದ.

"ನೀವು ಎಲ್ಲಿಗೆ ಸಾರ್?"

"ಶೋಭಾ ಗ್ಲಾಸ್ ಫ್ಯಾಕ್ಟರಿ."

ಸತೀಶನ ಮಾತಿನಿಂದ ತರುಣ ಚಕಿತನಾದ.

"ನಾನು ಅಲ್ಲಿಗೆ ಸಾರ್. ನೀವು ಇಂಟರ್‌ವ್ಯೂಗೆ..." ಅವನು ಮಾತು ಪೂರ್ತಿ ಮಾಡುವ ಮೊದಲೇ ಹೌದೆನ್ನುವಂತೆ ಸತೀಶ ತಲೆಯಾಡಿಸಿದ.

"ಹಾಗಾದರೆ ನಾವಿಬ್ಬರು ಒಂದೇ ನಾವೆಯ ಪ್ರಯಾಣಿಕರು ಎಂದ ಹಾಗಾಯಿತು" ಎಂದ ಪ್ರತಾಪ ತನ್ನ ಇಂಟರ್‌ವ್ಯೂಗಳ ಅನುಭವವನ್ನೆಲ್ಲ ವಿವರಿಸಿ ಅಲ್ಲಿ ನಡೆಯಬಹುದಾದ ಅನ್ಯಾಯಗಳನ್ನೆಲ್ಲ ಹೇಳಿದ.

ಅಷ್ಟರಲ್ಲಿ ಶೋಭಾ ಗ್ಲಾಸ್ ಫ್ಯಾಕ್ಟರಿ ಸಮೀಪಿಸಿದ್ದರಿಂದ ಮಾತನ್ನು ನಿಲ್ಲಿಸಿ ಕೆಳಗಿಳಿದರು. ಸತೀಶನನ್ನು ತಡೆದು ಪ್ರತಾಪ ಆಟೋಗೆ ದುಡ್ಡು ಕೊಟ್ಟ.

ಮೊದಲೇ ಬಂದು ಇಂಟರ್‌ವ್ಯೂಗಾಗಿ ಕಾದು ನಿಂತಿದ್ದ ಸಂಖ್ಯೆಯನ್ನು ನೋಡಿ ಹೌಹಾರಿದರು. ಅವರಿಬ್ಬರ ನಿರೀಕ್ಷೆಗೂ ಮೀರಿ ಸಂದರ್ಶಕರು ಬಂದು ಸೇರಿದ್ದರು.

"ನೋಡಿದ್ರ! ನನ್ನ ಇಂಟರ್‌ವ್ಯೂನಲ್ಲಿ..." ಮುಂದಕ್ಕೆ ಹೇಳಲಾರದೆ ಪ್ರತಾಪ ತಲೆಯಾಡಿಸಿದ.

ಸತೀಶ ನಿರಾಸೆಯ ನಗು ನಕ್ಕ.

"ಬನ್ನಿ, ಒಂದು ಡೋಸ್ ಕಾಫಿ ಹಾಕಿಕೊಂಡು ಬರೋಣ" ಎಂದು ಸತೀಶನನ್ನು ಬಲವಂತದಿಂದ ಎಳೆದೊಯ್ದನೆಂದರೂ ತಪ್ಪಿಲ್ಲ.

ಸ್ವಲ್ಪ ಹೊತ್ತಿನ ಮುಂಚೆ ಪರಿಚಿತನಾದ ಪ್ರತಾಪ ಎಷ್ಟೋ ದಿನದ ಆತ್ಮೀಯ ಗೆಳೆಯನಂತೆ ವರ್ತಿಸುತ್ತಿದ್ದ. ಅಷ್ಟೆ ಅಲ್ಲದೆ ಸತೀಶನ ವಿಷಯವನ್ನೆಲ್ಲ ಕೇಳಿ ತಿಳಿದುಕೊಂಡ.

"ನನಗಿಂತ ಹೆಚ್ಚಾಗಿ ನಿನಗೆ ಕೆಲಸದ ಅವಶ್ಯಕತೆ ಇದೆ ಎಂದ ಹಾಗಾಯಿತು" ಎಂದ ಪ್ರತಾಪ ಸಿಗರೇಟು ತೆಗೆದು ಹಚ್ಚಿ ಸತೀಶನ ಕಡೆ ನೋಡಿದ.

"ಸಾರಿ" ಎಂದ ಸತೀಶ.

"ನನಗೆ ಗೊತ್ತಾಯಿತು. ನಡೀ ಹೋಗೋಣ."

ಇಬ್ಬರು ಫ್ಯಾಕ್ಟರಿ ಕಡೆ ಹೆಜ್ಜೆ ಹಾಕಿದರು.

ಮೊದಲೇ ಪ್ರತಾಪನ ಇಂಟರ್‌ವ್ಯೂ ಮುಗಿದಿದ್ದುದರಿಂದ ಸಂಜೆ ಅಲಂಕಾರ್ ಟಾಕೀಸಿನ ಬಳಿ ಕಾಣುವುದಾಗಿ ಹೇಳಿ ಹೊರಟ.

ವೇಳೆ ಒಂದು ಗಂಟೆಯಾದುದ್ದರಿಂದ ಸಂದರ್ಶಕರು ಊಟಕ್ಕೆ ಮನೆಗೆ ತೆರಳಿದರು. ಸಪ್ಪೆ ಮುಖ ಹಾಕಿಕೊಂಡಿದ್ದ ಸತೀಶ ಫ್ಯಾಕ್ಟರಿ ಕಾಂಪೌಂಡ್‌ನೊಳಗಿನಿಂದ ಹೊರಕ್ಕೆ ಬಂದ. ಇಂಟರ್‌ವ್ಯೂಗಾಗಿ ಕಾದು ನಿಂತಿದ್ದ ಯುವಕರ ತಂಡ ಹೋಟಲುಗಳನ್ನು ಅರಸುತ್ತ ಹೊರಟಿತು. ಯಾರನ್ನೂ ಗಮನಿಸುವ ಮನಸ್ಥಿತಿ ಅವನಿಗಿರಲಿಲ್ಲ. ತನ್ನ ಬುತ್ತಿ ರಾಗಿ ಎಲ್ಲಿ ತಿನ್ನುವುದು ಎನ್ನುವುದೇ ಅವನಿಗೆ ಯೋಚನೆಯಾಗಿತ್ತು.

ಸತೀಶ ಬ್ಯಾಗ್‌ನಲ್ಲಿದ್ದ ರೊಟ್ಟಿಯನ್ನು ತೆಗೆದು ಅಲ್ಲೇ ಸರ್ಕಲ್‌ನಲ್ಲಿ ಕುಳಿತಿದ್ದ ಭಿಕ್ಷುಕನ ಮುಂದೆ ಹಾಕಿ ಸರಸರನೇ ಹಿಂದಿರುಗಿ ನೋಡದೇ ಹೊರಟುಬಿಟ್ಟ.

ಭಿಕ್ಷುಕನಿಂದ ಬಹಳ ದೂರ ಹೋದ ಮೇಲೆ ನಿಂತು ಉಸಿರಾಡಿದ. ಆಟೋಗೆ ಕೊಡಬೇಕಾಗಿದ್ದ ಒಂದು ರೂಪಾಯಿ ಮಿಕ್ಕಿದ್ದರಿಂದ ಧೈರ್ಯವಾಗಿ ಹೋಟಲಿನಲ್ಲಿ ಕುಳಿತು ಜನತಾ ಊಟ ಮಾಡಿ ಬೇರೆ ದಾರಿಯಿಂದ ಶೋಭಾ ಗ್ಲಾಸ್ ಫ್ಯಾಕ್ಟರಿಗೆ ಬಂದ.

ಇನ್ನು ಇಂಟರ್‌ವ್ಯೂ ಶುರುವಾಗಿರಲಿಲ್ಲವಾದ್ದರಿಂದ ನಾಲ್ಕಾರು ಜನ ಹರಟೆ ಕೊಚ್ಚುತ್ತ ತಮ್ಮ ಇಂಟರ್‌ವ್ಯೂಗಳ ವಿಷಯವನ್ನು ಬಣ್ಣ ಬಣ್ಣವಾಗಿ ಬಣ್ಣಿಸುತ್ತ ಮಾತನಾಡುತ್ತಿದ್ದರು.

ಸತೀಶ ಸುಮ್ಮನೇ ಅವರ ಮಾತುಗಳಲ್ಲಿ ಬೆರೆಯದೇ 'ಮೈ ಡೇಸ್' ಪುಸ್ತಕವನ್ನು ಹೊರತೆಗೆದು ಕಣ್ಣಾಡಿಸತೊಡಗಿದ. ಆರ್.ಕೆ. ನಾರಾಯಣ್‌ರವರ ಆ ಪುಸ್ತಕವನ್ನು ಎಂದೋ ಗೆಳೆಯನಿಂದ ಎರವಲು ತಂದಿದ್ದು ತನ್ನಲ್ಲೇ ಉಳಿಸಿಕೊಂಡಿದ್ದ.

"ದೇರ್ ವರ್ ಫಾರ್ಮಾಲಿಟೀಸ್ ಟು ಬಿ ಅಬ್ಸರ್ವ್ಡ್ ಎನಿ ಟಾಕ್ ಫಾರ್ ಎ ಮ್ಯಾರೇಜ್ ಪ್ರಪೋಝಲ್ ಕುಡ್ ಪ್ರೊಸೀಡ್ ಓನ್‌ಲೀ ಬಿಟ್ವೀನ್ ದಿ ಎಲ್ಡರ್ಸ್ ಆಫ್ ದಿ ಫ್ಯಾಮಿಲಿ ವಾಟ್ ಐ ಹ್ಯಾವ್ ಡನ್ ವಾಸ್ ಅನ್‌ಹರ್ಡ್."

ಆ ಸಾಲುಗಳನ್ನು ಗಮನವಿಟ್ಟು ಓದುತ್ತಿದ್ದಾಗಲೇ ಕಾರಿನ ಶಬ್ದದಿಂದ ಎಚ್ಚೆತ್ತು ಪುಸ್ತಕ ಮುಚ್ಚಿ ಮೇಲಕ್ಕೆದ್ದ. ಯುವಕರೆಲ್ಲ ಪಿಸುಗುಟ್ಟತೊಡಗಿದರು. ಎಲ್ಲರ ಗಮನವೂ ಕಾರಿನಿಂದ ಇಳಿದ ಸುಂದರಿಯ ಮೇಲಿತ್ತು. ಎಲ್ಲರೂ ಕಳ್ಳನೋಟ ಹರಿಸುತ್ತ ಇದ್ದರೇ ವಿನಃ ಯಾರೂ ತಲೆಯೆತ್ತಿ ಧೈರ್ಯವಾಗಿ ನೋಡುವ ಸಾಹಸ ಮಾಡಲಿಲ್ಲ.

ಕಾರಿನಿಂದ ಇಳಿದವರು ಒಳಗೆ ಹೋದ ಮೇಲೆ ಸತೀಶನ ಪಕ್ಕದಲ್ಲಿದ್ದವನೊಬ್ಬ ಪಿಸುಗುಟ್ಟಿದ.

"ಆ ಯುವತಿನೇ ಶೋಭ. ಆ ಫ್ಯಾಕ್ಟರಿ ಮಾಲೀಕರ ಮಗಳು."

ಸತೀಶ ನಿರಾಸಕ್ತಿಯಿಂದಲೇ ಕೇಳಿಕೊಂಡ. ಕೆಲಸವಿಲ್ಲದ ತಮ್ಮಂಥವರು ಹುಡುಗಿಯರ, ಮದುವೆಯ ವಿಷಯ ಯೋಚಿಸುವುದೇ ತಪ್ಪು ಎಂಬ ಭಾವನೆ ಕೆಲವು ದಿನಗಳಿಂದ ಹೃದಯದಲ್ಲಿ ಮೂಡಿ ನಿಂತಿತ್ತು.

ಇವನ ಸರದಿ ಬರುವ ವೇಳೆಗೆ ಮೂರು ಗಂಟೆಯಾಗಿತ್ತು. ಕೆಲಸ ಸಿಗುತ್ತೆ ಎನ್ನುವ ಭರವಸೆ ಇಲ್ಲದಿದ್ದುದರಿಂದ ನಿರಾಸಕ್ತಿಯಿಂದಲೇ ಒಳಗೆ ಹೋದ. ಅವರು ಕೇಳಿದ್ದಕ್ಕೆಲ್ಲ ಚುಟುಕಾಗಿ ಉತ್ತರಿಸಿ ಹೊರಗೆ ಬಂದ.

ಅವನ ಹಿಂದೆಯೇ ಬಂದ ಜವಾನ ಸಂಜೆ ಅವನನ್ನು ಜಯನಗರದಲ್ಲಿದ್ದ 'ಶೋಭಾ ವಿಲ್ಲಾ' ಹತ್ತಿರ ಬರಬೇಕೆಂದು ಹೇಳಿ ಹೋದ.

ಸತೀಶನ ಹೃದಯದಲ್ಲಿ ಆಶಾಕಿರಣ ಮೂಡಿತು. ಇಷ್ಟು ಜನರನ್ನು ಬಿಟ್ಟು ನನ್ನನ್ನೇ ಬರಹೇಳಬೇಕಾದರೆ ಏನೋ ಪ್ರಬಲವಾದ ಕಾರಣವಿದೆ ಎಂದುಕೊಂಡ.

ಆರು ಗಂಟೆಯವರೆಗೂ ಅಲ್ಲಿ ಇಲ್ಲಿ ಸುತ್ತಾಡಿ "ಶೋಭಾ ವಿಲ್ಲಾ" ಕಡೆ ನಡೆದ. ಸುತ್ತಮುತ್ತಲಿನ ಪರಿಸರದಲ್ಲೇ ಅಷ್ಟು ಆಧುನಿಕ, ಭವ್ಯವಾದ ಮನೆ ಇರಲಿಲ್ಲ.

ಹೆದರುತ್ತಲೇ ಸತೀಶ ಗೇಟಿನ ಬಳಿ ಹೋದ. ವಾಚ್‌ಮನ್ ಇವನ ಹೆಸರು ಕೇಳಿದ ಕೂಡಲೇ ಸೆಲ್ಯೂಟ್ ಹೊಡೆದು ಒಳಗೆ ಬಿಟ್ಟ.

ಇವನನ್ನು ನೋಡಿದ ಜವಾನ ಒಳಗೆ ಕರೆದೊಯ್ದು ಒಂದು ಕೋಣೆಯಲ್ಲಿ ಕೂಡಿಸಿ ಹೋದ.

ಸತೀಶ ಮೆತ್ತನೆ ಸೋಫಾದ ಮೇಲೆ ಕುಳಿತು ಮೆಲ್ಲನೆ ತಲೆ ಎತ್ತಿ ನೋಡಲೋ ಬೇಡವೋ ಎನ್ನುವಂತೆ ನೋಡಿದ. ಅಂಥ ಸುಸಜ್ಜಿತ ಕೋಣೆಯನ್ನು ಚಲನಚಿತ್ರದಲ್ಲಿ ನೋಡಿದ್ದನೇ ವಿನಃ ನಿಜಜೀವನದಲ್ಲಿ ನೋಡಿರಲಿಲ್ಲ.

ಅರ್ಧ ಗಂಟೆ ಕಾದ ಮೇಲೆ ರಘುಪತಿಯವರ ಸವಾರಿ ಸತೀಶನ ಕೋಣೆಗೆ

ಚಿತ್ತೈಸಿತು.

ಇಂಟರ್ವ್ಯೂನಲ್ಲಿ ಅವರನ್ನ ಕಂಡಿದ್ದರೂ ಯಾಕೋ ಒಂದು ಕ್ಷಣ ಅವನ ಮೈ ನಡುಗಿತು. ಮೆಲ್ಲನೆ ಎದ್ದು ನಿಂತು ನಮಸ್ಕರಿಸಿದ.

ರಘುಪತಿಯವರು ತಾವು ಕುಳಿತು ಅವನನ್ನು ಕೂಡುವಂತೆ ಸನ್ನೆ ಮಾಡಿದರು.

ಅವರ ಮುಖದಲ್ಲಿ ಸರಿಯಾದ ವ್ಯಕ್ತಿಯನ್ನು ಆಯ್ಕೆ ಮಾಡಿದ ಬಗೆ ತೃಪ್ತಿ ಇತ್ತು. ಸತೀಶನ ಮನೆಯ ವಿಷಯವನ್ನೆಲ್ಲ ಕೂಲಂಕುಷವಾಗಿ ಕೇಳಿ ತಿಳಿದರು.

"ನೋಡಿ ಸತೀಶ, ಒಬ್ಬ ವ್ಯಕ್ತಿನ ಒಂದು ಸಲ ನೋಡಿದ ಕೂಡಲೇ ಒಂದು ತರಹ ಅಭಿಮಾನ ಮೂಡುತ್ತೆ. ಅದೂ ಅಲ್ಲದೆ ಆ ವ್ಯಕ್ತಿ ತಾವು ನಿರ್ವಹಿಸುವ ಕೆಲಸವನ್ನು ಪ್ರಾಮಾಣಿಕವಾಗಿ ನಡೆಸಬಲ್ಲ ಅನ್ನೋ ನಂಬಿಕೇನೂ ಮೂಡುತ್ತೆ. ನಿನ್ನ ನೋಡಿದ ಕೂಡಲೇ ನನಗೆ ಅಂಥ ನಂಬಿಕೆ ಮೂಡಿದೆ."

ಸತೀಶನ ಮುಖದಲ್ಲಿ ಬೆವರೊಡೆಯತೊಡಗಿತು ರಘುಪತಿಯವರ ಮಾತುಗಳನ್ನು ಕೇಳಿ. ದೇಶದಲ್ಲಿ ದೊಡ್ಡ ಪಿಡುಗಾಗಿರುವ ಕಳ್ಳ ಸಾಗಾಣಿಕೆಯನ್ನು ದೊಡ್ಡ ದೊಡ್ಡ ವ್ಯಾಪಾರಿಗಳು ಪಾಲುಗೊಂಡಿದ್ದ ವಿಷಯ ಮತ್ತು ಅಂಥ ಕೆಲಸಗಳಿಗೆ ನಿರುದ್ಯೋಗಿ ವಿದ್ಯಾವಂತ ಯುವಕರನ್ನು ಬಳಸಿಕೊಂಡು ಸುಗಮವಾಗಿ ತಮ್ಮ ಕೆಲಸ ನಡೆಸುತ್ತಿದ್ದ ಕಳ್ಳ ಕದೀಮರ ವಿಷಯ ಬಲ್ಲವನಾಗಿದ್ದ.

ಏನೇ ಆಗಲಿ ನಾನು ಹೀಗೆ ನಿರುದ್ಯೋಗಿಯಾಗಿ ಪ್ರಾಣ ಕಳೆದುಕೊಂಡರೂ ಪರವಾಗಿಲ್ಲ. ದೇಶಕ್ಕೆ ಮಾರಕವಾಗಿರುವ ಇಂಥ ಅನೀತಿ ಕೆಲಸದಲ್ಲಿ ತೊಡಗಲಾರೆ ಎಂದು ನಿರ್ಧರಿಸಿಕೊಂಡ.

"ನೋಡಿ..." ಎಂದು ತಡವರಿಸುತ್ತ ಪ್ರಾರಂಭಿಸಿದ "ನನ್ನಿಂದ ನೀವು ಒಳ್ಳೆ ಕೆಲಸದಲ್ಲಿ ಪ್ರಾಮಾಣಿಕತೆಯನ್ನು ನಿರೀಕ್ಷಿಸಿದ್ದರೆ ಖಂಡಿತ ನಿಮ್ಮ ನಿರೀಕ್ಷೆ ನಿಜವಾಗುತ್ತೆ. ಇನ್ನೇನಾದರೂ..."

ಅವನ ಮಾತು ಪೂರ್ತಿ ಮಾಡುವ ಮೊದಲೇ ರಘುಪತಿಯವರ ನಗು ಬಂಗಲೆಯಲ್ಲಿ ಪ್ರತಿಧ್ವನಿಸಿತು.

ಅವರ ನಗು ಕೇಳಿ ಅವಾಕ್ಕಾದ ಸತೀಶ ಸುಮ್ಮನೆ ಕುಳಿತ.

ನಗುವನ್ನು ನಿಲ್ಲಿಸಿದ ಅವರೇ ಮಾತನಾಡಿದರು.

"ನಿನ್ನ ಮಾತಿನಲ್ಲಿ ಅಡಗಿದ್ದ ಗೂಢಾರ್ಥ ನನಗೆ ಚೆನ್ನಾಗಿ ಅರ್ಥವಾಯಿತು. ನಿನಗೆ ಅಂಥ ಭಯ ಬೇಡ. ನಾನು ನಿನ್ನ ಹಾಗೆ ದೇಶದ ಹಿತವನ್ನು ಬಯಸುವ ಪ್ರಾಮಾಣಿಕ ಪ್ರಜೆ. ನನ್ನ ಸೋದರಳಿಯ ವಿದೇಶಕ್ಕೆ ಹೆಚ್ಚಿನ ವ್ಯಾಸಂಗಕ್ಕಾಗಿ ಹೋಗಿದ್ದಾನೆ. ಅವನು ಬಂದ ಮೇಲೆ ಈ ಫ್ಯಾಕ್ಟರಿ, ನನ್ನ ಮಗಳು ಅವನಿಗೆ ಸೇರುತ್ತಾರೆ. ಅದುವರೆಗೂ ಈ..." ಅರ್ಧದಲ್ಲೇ ನಿಲ್ಲಿಸಿ ಪುನಃ ಹೇಳತೊಡಗಿದರು. "ನನ್ನ ಮಗಳು ಶೋಭನ ಅತಿ

ಪ್ರೀತಿಯಿಂದ ಬೆಳೆಸಿದ್ದೇನೆ. ವಯಸ್ಸಿಗೆ ಬಂದ ಮಗಳಿಗೆ ಏನೇನು ಒದಗಿಸಬೇಕೋ ಅದು ತಂದೆಯಾದ ನನ್ನ ಕರ್ತವ್ಯ. ಇಲ್ಲದಿದ್ದರೆ ವಯಸ್ಸಿಗನುಗುಣವಾಗಿ... ಏನಾದರೂ ಹೆಚ್ಚು ಕಮ್ಮಿಯಾದರೆ ನನಗೆ ಸಮಾಜದಲ್ಲಿ ಅಪ್ರತಿಷ್ಠೆ. ಇದನ್ನು ನಿರ್ವಹಿಸಬಲ್ಲೆ ಎನ್ನುವ ನಂಬಿಕೆ ಇದೆ."

ಸತೀಶ ಮೈಯೆಲ್ಲ ಕೋಪದಿಂದ ಹತ್ತುರಿಯತೊಡಗಿತು. ಎದ್ದವನೆ ಅವರಿಗೆ ಹೋಗಿ ಬರುವುದಾಗಿ ಸಹ ಹೇಳದೆ ದಢದಢನೆ ಹೊರಗೆ ಹೊರಟು ಬಿಟ್ಟ.

ಇಷ್ಟು ದಿನ ಅವನ ಕನಸಿನ ರಾಜ್ಯವಾದ ಬೆಂಗಳೂರು ಇಂದು ಅವನಿಗೆ ಅನೀತಿಯ ಆವಾಸಸ್ಥಾನವಾಗಿ ಕಾಣಿಸಿತು. ನೇರವಾಗಿ ಬಸ್‌ಸ್ಟಾಂಡಿಗೆ ಬಂದ. ಅವನ ಹಳ್ಳಿಗೆ ಹೋಗುವ ಕಡೆ ಬಸ್ಸು ಪ್ರಯಾಣಿಕರನ್ನು ತುಂಬಿಕೊಂಡು ಹೊರಟು ನಿಂತಿತ್ತು. ಓಡಿ ಹೋಗಿ ಅದರೊಳಕ್ಕೆ ನುಸುಳಿಕೊಂಡ. ಸರಿಯಾಗಿ ಉಸಿರಾಡಲು ಸಾಧ್ಯವಿಲ್ಲದಷ್ಟು ಜನರಿಂದ ಭರ್ತಿಯಾಗಿತ್ತು.

ಇಂದು ಅವನಿಗೇನು ಅಂಥ ದೊಡ್ಡ ತಪ್ಪಾಗಿ ಕಾಣಲಿಲ್ಲ. ಇಷ್ಟು ಜನರ ಮಧ್ಯೆ ಕಂಡಕ್ಟರ್ ತನಗೆ ಹತ್ತಲು ಅಕಾಶ ಕೊಡದಿದ್ದರೆ ಇಂದಿನ ರಾತ್ರಿ ತಾನು ಪಡಬೇಕಾಗಿದ್ದ ಅವಸ್ಥೆಯನ್ನು ನೆನೆದು ನಿಟ್ಟುಸಿರು ಬಿಟ್ಟ.

ಸತೀಶನ ಜೊತೆಯಲ್ಲಿ ವ್ಯಾಸಂಗ ಮಾಡಿದ ಎಷ್ಟೋ ಜನ ಈಗಾಗಲೇ ಉದ್ಯೋಗಿಗಳಾಗಿ ಗೃಹಸ್ಥರಾಗಿದ್ದರು. ಅವನಷ್ಟು ಉತ್ತಮ ದರ್ಜೆಯಲ್ಲಿ ಅವರು ತೇರ್ಗಡೆಯಾಗದಿದ್ದರೂ ಅವನಿಗಿಂತ ಮೊದಲೇ ಉದ್ಯೋಗಸ್ಥರಾಗಿ ಆರಾಮಾಗಿದ್ದರು.

ಸತೀಶ ಉದ್ಯೋಗದ ಯೋಚನೆ ಬಿಟ್ಟು ಬ್ಯಾಂಕಿನಿಂದ ಸಾಲ ಪಡೆದು ಯಾವುದಾದರೂ ಸ್ವಂತ ಉದ್ಯೋಗ ಆರಂಭಿಸಬೇಕೆಂದುಕೊಂಡು ತನ್ನ ನಿರ್ಣಯವನ್ನು ತಂದೆಯ ಮುಂದಿಟ್ಟ.

"ಸಾಕೋ ಮಾರಾಯ, ಊರಿನಲ್ಲಾಗಿರುವ ಸಾಲವೇ ಸಾಕು. ಇನ್ನು ನೀನು ಬ್ಯಾಂಕ್‌ನಲ್ಲಿ ಸಾಲ ಮಾಡಿಬಿಟ್ಟು ಬದುಕಿದ್ದಾಗಲೇ ನೇಣು ಹಾಕಿ ಬಿಡಬೇಡ. ಏನೋ ನನ್ನ ಕೈಯಲ್ಲಾದದ್ದು ತಂದು ಹಾಕ್ತೀನಿ, ತಿಂದುಕೊಂಡು ಆರಾಮಾಗಿರು" ಎಂದವರೆ ತಮ್ಮ ಹರಿದ ಉತ್ತರೀಯವನ್ನು ಹೆಗಲ ಮೇಲೆ ಹಾಕಿಕೊಂಡು ಹೊರಟರು.

ತಂದೆಯ ಮಾತಿನಿಂದ ಆಗ ತಾನೇ ಚಿಗುರೊಡೆಯುತ್ತಿದ್ದ ಅವನ ಯೋಜನೆ ತಣ್ಣಗಾಯಿತು.

ಮಂಕಾದ ಮಗನ ಮುಖ ನೋಡಿ ಸರಸ್ವತಮ್ಮನವರ ಕರುಳು ಕಿತ್ತು ಬಂದ ಹಾಗೆ ಆಯಿತು.

"ಬಿಡು ಸತೀಶ, ಅವರ ಸ್ವಭಾವದ ಪರಿಚಯ ನಿನಗೆ ಮೊದಲಿನಿಂದ ಇದೆ. ಅವರು ಯಾವಾಗಲೂ ಹೇಳೋ ಮಾತನ್ನು ಮೃದುವಾಗಿ ಹೇಳೋದಿಲ್ಲ. ಆದರೆ... ಅವರು

ಹೇಳೋದರಲ್ಲಿ ಸತ್ಯಾಂಶವಿದೆ. ಹಳ್ಳಿಯವರಾದರೆ ಸಾಲ ಕೇಳೋವಾಗ ದಯಾ ದಾಕ್ಷಿಣ್ಯ ತೋರಿಸುತ್ತಾರೆ. ಅದನ್ನು ಸರಕಾರದವರು ತೋರಿಸುತ್ತಾರಾ? ನೀನು ಆರಂಭಿಸೋ ಉದ್ಯೋಗದಲ್ಲಿ ನಷ್ಟವಾದರೆ...."

ಸತೀಶನಿಗೆ ತಾಯಿಯ ಮಾತುಗಳನ್ನು ಪೂರ್ತಿ ಕೇಳುವ ಮನಸ್ಸಾಗಲಿಲ್ಲ. ಎದ್ದು ಹೊರಗೆ ಬಂದ.

ಸರಕಾರದವರು ಎಷ್ಟೋ ಬಗೆಗೆ ಸಹಕಾರ ತೋರಿಸಲು ತಯಾರಾಗಿದ್ದರು. ಮಕ್ಕಳಲ್ಲಿ ಧೈರ್ಯ ತುಂಬಿ ಹುರಿದುಂಬಿಸೋ ತಂದೆ ತಾಯಿಗಳ ಕೊರತೆಯಿಂದಲೇ ನಿರುದ್ಯೋಗದ ಸಮಸ್ಯೆ ಇಷ್ಟು ಜಟಿಲವಾಗಿದೆ. ಓದಿದ ತಮ್ಮ ಮಕ್ಕಳು ದೊಡ್ಡ ಆಫೀಸರ್ ಆಗಬೇಕು ಎನ್ನುವ ಬದಲು ಪ್ರತಿಯೊಂದು ಕೆಲಸವೂ ಪ್ರಾಮುಖ್ಯವೇ. ಯಾವ ಉದ್ಯೋಗವಾದರೂ ಪರವಾಗಿಲ್ಲ ಎನ್ನುವ ವಾಂಛೆ ಈ ಜನರಲ್ಲಿ ಮೂಡುವುದೆಂದಿಗೋ...

ಅವನ ಯೋಚನೆಗೆ ಕಡಿವಾಣ ಹಾಕುವಂತೆ ನರ್ಮದ ಅಳುತ್ತ ಮನೆಯೊಳಗೆ ಬಂದಳು. ಅವಳ ಕೈಯಲ್ಲಿ ಕೊಡವಿರಲಿಲ್ಲ. ಸ್ವಲ್ಪ ಹೊತ್ತಿಗೆ ಮುಂಚೆ ನೀರಿಗೆ ಹೋದುದನ್ನು ಸತೀಶನೇ ಕಂಡಿದ್ದ.

"ನಮ್ಮಿ, ಏನಾಯಿತೆ?" ಎಂದು ಆತುರದಿಂದ ಬಂದು ತಂಗಿಯನ್ನು ಪ್ರಶ್ನಿಸಿದ.

ಕುಕ್ಕುರುಗಾಲಿನಲ್ಲಿ ಕುಳಿತ ನರ್ಮದ ಮಾತನಾಡುವುದಕ್ಕೆ ಬದಲಾಗಿ ಕಾಲುಗಳ ಮೇಲೆ ತಲೆ ಇಟ್ಟು ಜೋರಾಗಿ ಅಳತೊಡಗಿದಳು.

ಅಡಿಗೆ ಮನೆಯಲ್ಲಿದ್ದ ಸರಸ್ವತಮ್ಮ, ಕೋಣೆಯಲ್ಲಿದ್ದ ಭಾರತಿ ಎಲ್ಲರೂ ಒಟ್ಟಿಗೆ ಧಾವಿಸಿ ಬಂದರು.

ಎಲ್ಲರ ಪ್ರಶ್ನೆಗಳಿಗೂ ಅಳುವೇ ಉತ್ತರವಾಯಿತು. ಸತೀಶನ ತಾಳ್ಮೆ ಕುಸಿಯಿತು.

"ಯಾರೋ ಸತ್ತ ಹಾಗೆ ಹೊಡೆದುಕೊಳ್ಳುತ್ತ ಇದ್ದೀಯಲ್ಲ, ಅದೇನು ವಿಷಯ ಬೊಗಳೇ" ಎಂದು ಅರಚಿದ.

ನರ್ಮದ ನಡು ನಡುವೇ ಬಿಕ್ಕಳಿಸುತ್ತ "ಅದೇ ಗೌಡರ ಮಗ ಕೃಷ್ಣ, 'ನಿಮ್ಮಪ್ಪ ಈಗ ಸದ್ಯ ನಿನ್ನ ಮದುವೆ ಮಾಡೋ ಹಾಗೆ ಇಲ್ಲ. ಅದುವರೆಗೂ ನಿನ್ನ ಯೌವನ ಯಾಕೆ ಹಾಳುಮಾಡಿಕೊಳ್ಳುತ್ತೀಯಾ ಬಾ' ಎಂದು ಕೈ ಹಿಡಿದು ಎಳೆದ. ಬಿಂದಿಗೆ ಅಲ್ಲೇ ಕುಕ್ಕಿ ಬಿಡಿಸಿಕೊಂಡು ಓಡಿ ಬಂದೆ" ಎಂದು ಹೇಳಿದಳು.

ಸತೀಶನ ಮುಖ ಕೋಪದಿಂದ ಕೆಂಪಾಯಿತು.

"ಆ ಬದ್ಮಾಶ್ ನನ್ಮಗನಿಗೆ ಇಷ್ಟು ಪೊಗರು ಬಂದುಬಿಡ್ತಾ? ಇವತ್ತು ಬುದ್ಧಿ ಕಲಿಸಿದರೆ ಇನ್ನೊಂದು ದಿನ ಹೆಣ್ಣು ಮಕ್ಕಳ ತಂಟೆಗೆ ಬರೋದಿಲ್ಲ" ಎಂದು ಬಾಗಿಲ ಕಡೆ ಧಾವಿಸಿದ ಮಗನನ್ನು ಸರಸ್ವತಮ್ಮ ತಡೆದರು.

"ಬೇಡಪ್ಪ ಸತೀಶ, ಅವರು ಹಾವಿನಂಥ ಜನರು. ದುಡ್ಡಿದ್ದವರು. ಏನು ಬೇಕಾದರೂ ಮಾಡಬಲ್ಲರು. 'ಬಡವನ ಕೋಪ ದವಡೆಗೆ ಮೂಲ' ಅಂತ ಇದರಿಂದ ನಮಗೆ ಕೆಡುಕೆ ವಿನಃ ಒಳಿತಲ್ಲ. ಒಟ್ಟಿನಲ್ಲಿ ನಮ್ಮ ಅದೃಷ್ಟ ಚೆನ್ನಾಗಿಲ್ಲ."

ತಾಯಿಯ ಕಣ್ಣೀರನ್ನು ನೋಡಿ ಸತೀಶ ಕರಗಿಹೋದ. ಯಾವುದೋ ನಿರ್ಧಾರಕ್ಕೆ ಬಂದವನಂತೆ ತಾಯಿಗೆ ಸಮಾಧಾನ ಹೇಳಿ ಅಂದೇ ಬೆಂಗಳೂರಿನ ಬಸ್ಸು ಹಿಡಿದ.

ಸತೀಶನನ್ನು ನೋಡಿ ರಘುಪತಿಗಳಿಗೇನು ಆಶ್ಚರ್ಯವಾಗಲಿಲ್ಲ. ಅವರು ಮೊದಲೇ ನಿರೀಕ್ಷಿಸಿದ್ದರು.

ಸತೀಶ 'ಶೋಭ ಗ್ಲಾಸ್ ಫ್ಯಾಕ್ಟರಿ' ಮ್ಯಾನೇಜರ್ ಆದ. ಅವನ ಸೌಕರ್ಯಕ್ಕಾಗಿ ವಿಲ್ಸನ್‌ಗಾರ್ಡನ್‌ನಲ್ಲಿ ಒಂದು ಭವ್ಯ ಬಂಗಲೆ, ಓಡಾಟಕ್ಕಾಗಿ ಕಾರು. ಅವನು ಹೊಸ ಮೊದಲನೇ ದರ್ಜೆ ಮನುಷ್ಯನಾಗಿದ್ದ.

ಅವನ ಊಟ, ಉಪಚಾರ, ಮಲಗುವುದು ಎಲ್ಲಾ 'ಶೋಭ ವಿಲ್ಲಾ'ದಲ್ಲಾದರೂ ಅವನ ಹೆಸರಿನ ನಾಮಫಲಕವನ್ನೊಳಗೊಂಡ ಮನೆ ವಿಲ್ಸನ್‌ಗಾರ್ಡನ್‌ನಲ್ಲಿತ್ತು. ಮನೆಯಲ್ಲಿ ಅವನು ಒಬ್ಬನಾಗಿದ್ದರೂ ಫ್ಯಾಕ್ಟರಿಯಲ್ಲಿ ಬರೀ ಮ್ಯಾನೇಜರ್ ಮಾತ್ರವಾಗಿದ್ದ. ಇದು ರಘುಪತಿಯವರ ಬುದ್ಧಿವಂತಿಕೆ ಸಾರುತ್ತಿತ್ತು.

ಸತೀಶನ ಮನಸ್ಸು ಕೆಲವು ದಿನ ವ್ಯಾಕುಲಗೊಂಡರೂ ಯೌವನದ ಚಿಗುರೆ ಶೋಭಾಳ ಒಡನಾಟ, ಶ್ರೀಮಂತಿಕೆಯ ಮೋಜಿನಿಂದ ಅವನ ಮನಸ್ಸು ಮುದಗೊಂಡಿತು.

ವಿಲ್ಸನ್‌ಗಾರ್ಡನ್‌ನ ತನ್ನ ಮನೆ ಕಡೆ ಸತೀಶ ಹೋಗುತ್ತಿದ್ದುದೇ ಅಪರೂಪ. ಶೋಭ ಅವನನ್ನು ಅಗಲಿರಲು ಇಷ್ಟಪಡುತ್ತಿರಲಿಲ್ಲ.

ಫ್ಯಾಕ್ಟರಿಯಿಂದ ಬಂದ ಸತೀಶನ ಮನಸ್ಸು, ತಾಯಿ, ತಂದೆಯವರ ಕಡೆ ಹರಿದಿತ್ತು. ಅವರಿಗೆ ಬೇಕಾದ ಎಲ್ಲಾ ವಿಧವಾದ ಹಣದ ಅಡಚಣೆಗಳನ್ನೆಲ್ಲ ನಿವಾರಿಸಿದ್ದ. ತಮ್ಮ ಮಾರಿದ ಜಮೀನನ್ನು ಹಿಂದಕ್ಕೆ ಪಡೆದುಕೊಂಡು ಸ್ವತಃ ಬೇಸಾಯ ಮಾಡಿಸಲು ಏರ್ಪಾಟು ಮಾಡಿದ್ದ. ಆದರೂ ಏನೋ ಒಂದು ದೊಡ್ಡ ಕೊರತೆ ಅವನಿಗೆ ಕಾಡುತ್ತಿತ್ತು.

ಶೋಭಳ ಮೃದುವಾದ ಕೆನ್ನೆಯ ಮೇಲೆ ಕೈಯಾಡಿಸುತ್ತ "ಶೋಭಾ, ಯಾಕೋ ಅಮ್ಮನ ನೋಡಬೇಕು ಅನ್ನಿಸ್ತ ಇದೆ, ಹೋಗಿ ಬರಲಾ?" ಎಂದ.

ಅವನ ಎದೆಯ ಮೇಲೆ ತಲೆಯಿಟ್ಟು ಮಲಗಿದ್ದ ಶೋಭ ದಢಾರನೆ ಮೇಲಕ್ಕೆದ್ದು "ಅದು ಮಾತ್ರ ಸಾಧ್ಯವಿಲ್ಲ" ಎಂದಳು ಕೋಪದಿಂದ.

ಅವಳನ್ನ ದೂರ ತಳ್ಳಿ 'ನಾನೇನು ನಿನ್ನ ಗಂಡ ಅಲ್ಲ' ಅಂತ ಚೀರುವ ಮನಸ್ಸು ಸತೀಶನಿಗಾದರೂ ಬಾಯಿಂದ ಮಾತೇ ಹೊರಡಲಿಲ್ಲ.

"ಒಂದು ದಿನದ ಮಟ್ಟಿಗೆ ಹೋಗಿ ಬಂದುಬಿಡುತ್ತೀನಿ ಚಿನ್ನ" ಎಂದು ಗೋಗರೆದ.

ಶೋಭ ಒಂದು ದಿನದಲ್ಲಿ ಹಿಂದಿರುಗಿಬಿಡಬೇಕು ಎಂಬ ಕರಾರಿನೊಂದಿಗೆ ಅವನಿಗೆ

ಅಪ್ಪಣೆ ಕೊಟ್ಟಳು.

ಏಕಾಂತದಲ್ಲಿ ಅವಳ ಮೃದು ಮೈ ಮೇಲೆ ಓಡಾಡುವ ಅವನ ಕೈಗಳು ಯಾರಾದರೂ ಎದುರಿಗಿದ್ದಾಗ ಅವು ಕೈ ಕಟ್ಟಿ ಯಜಮಾನಿಗೆ ಗೌರವ ತೋರಿಸುತ್ತಿದ್ದವು.

* * *

ರಂಗಣ್ಣನವರಿಗೆ ಮಗನನ್ನು ನೋಡಿ ಅತೀವ ಆನಂದವಾಯಿತು. ತಾವು ಹಿಂದೆ ಮಾತು ಮಾತಿಗೆ ಹೀಯಾಳಿಸುತ್ತಿದ್ದ ಮಗನ ಮುಂದೆ ಕೈ ಕಟ್ಟಿ ನಿಂತು ತಾವು ತಂದೆ ಎಂಬುದನ್ನೇ ಮರೆತು ಗೌರವ ತೋರಿಸುತ್ತಿದ್ದರು.

ಮೊದಲೇ ಚೆಲುವ ಚನ್ನಿಗನಾಗಿದ್ದ ತಮ್ಮ ಮಗ ಅಷ್ಟು ಬೆಲೆ ಬಾಳುವ ಬಟ್ಟೆಗಳನ್ನು ತೊಟ್ಟು ಕಾರಿನಿಂದ ಇಳಿದಾಗ ಸರಸ್ವತಮ್ಮನವರ ಹೃದಯ ಸಂತೋಷದಿಂದ ಮೂಕವಾಯಿತು.

"ಯಾಕಮ್ಮ ಹಾಗೆ ನಿಂತೆ?." ಎಂದು ಸತೀಶನೇ ಮಾತನಾಡಿದಾಗ ಸರಸ್ವತಮ್ಮ ಎಚ್ಚೆತ್ತರು.

"ಬಾಪ್ಪ ಒಳಗೆ, ನಿನ್ನ ನೋಡಿ ಹಿಡಿಸಲಾರದಷ್ಟು ಸಂತೋಷವಾಗಿದೆ" ಎನ್ನುತ್ತ ಸಡಗರದಿಂದ ಒಳಗೆ ಹೋದರು.

ಸತೀಶ ವಿಷಾದದ ನಗೆಯೊಂದನ್ನು ನಕ್ಕ.

ಹುಡುಗಿಯರೆಲ್ಲ ಸತೀಶನ ಸುತ್ತಲೂ ನೆರೆದರು. ಅಣ್ಣ ತಮಗಾಗಿ ತಂದಿದ್ದ ಬೆಲೆಬಾಳುವ ಬಟ್ಟೆಗಳಿಗಾಗಿ ಸತೀಶ ಎಲ್ಲ ಅವರುಗಳ ಮುಂದೆ ತೆರೆದಿಟ್ಟು ಬಟ್ಟೆ ಬದಲಾಯಿಸಲು ಹಿಂದೆ ತನಗಾಗಿ ಮೀಸಲಾಗಿದ್ದ ಕೋಣೆಗೆ ನಡೆದ. ಅವನಿಗೆ ಅಲ್ಲೊಂದು ಆಶ್ಚರ್ಯವೇ. ಮುರಿದ ಹಗ್ಗದ ಮಂಚದ ಸ್ಥಾನವನ್ನು ನೂತನ ಕರೀ ಮಂಚ ಆಕ್ರಮಿಸಿತ್ತು. ಅದರ ಮೇಲೆ ಹೊಚ್ಚ ಹೊಸ ಹಾಸಿಗೆ ಕಂಗೊಳಿಸುತ್ತಿತ್ತು. ಧೂಳು, ಇಲ್ಲಣಗಳಿಂದ ತುಂಬಿರುತ್ತಿದ್ದ ಕೋಣೆ ಸುಣ್ಣ ಬಣ್ಣಗಳಿಂದ ನೂತಹ ಗೃಹದಂತೆ ಶೋಭಿಸುತ್ತಿತ್ತು.

ತಾನು ಕಳುಹಿಸುತ್ತಿದ್ದ ದುಡ್ಡನ್ನು ತಂದೆ ಸರಿಯಾದ ರೀತಿಯಲ್ಲಿ ವಿನಿಯೋಗ ಮಾಡುತ್ತಿದ್ದಾರೆ ಎಂದುಕೊಂಡ.

"ಸತೀಶ, ಗೌಡರು, ಪಟೇಲರು, ಮೇಷ್ಟರು ಎಲ್ಲಾ ನಿನ್ನ ನೋಡುವ ಸಲುವಾಗಿ ಬಂದಿದ್ದಾರೆ, ನೋಡೋ" ಎಂದಾಗ ತಂದೆ ಲುಂಗಿ ಸುತ್ತಿಕೊಂಡು ಸತೀಶ ಹೊರಗೆ ಬಂದ.

ತನ್ನನ್ನು ಅಷ್ಟು ಹೀನಾಯವಾಗಿ ಕಾಣುತ್ತಿದ್ದ ಜನರೇ ಎದ್ದು ನಿಂತು ಗೌರವ ತೋರಿಸಬೇಕಾದರೆ ಶ್ರೀಮಂತಿಕೆಯಲ್ಲಿ ಎಂತಹ ಪ್ರಬಲವಾದ ಶಕ್ತಿ ಇದೆ ಎಂದುಕೊಂಡ.

ಬೇಕಾದಷ್ಟನ್ನೇ ಮಾತನಾಡಿದ ಸತೀಶ ಅಡಿಗೆಯ ಮನೆಗೆ ನಡೆದ.

ಸರಸ್ವತಮ್ಮ ಹಪ್ಪಳ, ಸಂಡಿಗೆ ಕರೆಯುವ ತಯಾರಿಯಲ್ಲಿದ್ದರು.

ಅಲ್ಲೇ ಗೋಡೆಗೊರಗಿಸಿದ್ದ ಮಣೆಯೆಳೆದುಕೊಂಡು ಕೂತ ಸತೀಶ ತಾಯಿಯ ಮುಖವನ್ನು ದಿಟ್ಟಿಸಿ ನೋಡಿದ. ಹಿಂದೆ ದುಃಖ, ಅಶಾಂತಿಗಳಿಂದ ತೊಳಲಾಡುತ್ತಿದ್ದ ಮುಖ ಇಂದು ಶಾಂತಿಯ ನಸುನಗೆ ಬೀರುತ್ತಿತ್ತು.

ಸಮಾಧಾನದ ಉಸಿರನ್ನು ಬಿಟ್ಟ.

"ನಿನಗೆ ಕಾಗದ ಬರೆದು ಸಾಕಾಯಿತು, ನೀನು ಬರಲೇ ಇಲ್ಲ. ನಿಮ್ಮಪ್ಪ ನಾನು ನಾಳೆ ಬರೋಣ ಅಂದುಕೊಂಡಿದ್ವಿ. ಅಷ್ಟರಲ್ಲಿ ನೀನೇ ಬಂದೆ" ಸಂಡಿಗೆಯನ್ನು ಕರೆದು ಬಾಣಲೆಯನ್ನು ಇಳಿಸುತ್ತ ಸರಸ್ವತಮ್ಮ ನುಡಿದರು.

"ನನಗೆ ಸ್ವಲ್ಪಾನೂ ಪುರಸತ್ತು ಇಲ್ಲಮ್ಮ. ಬಹಳ ಜವಾಬ್ದಾರಿ ಕೆಲಸ. ಹಗಲಲ್ಲ ಹೇಗೆ ಬರಲಿ?" ಎಂದ ಸತೀಶ ತಲೆಯಾನಿಸಿ ಸೂರಿನ ಕಡೆ ನೋಡಿದ.

'ಆಮೇಲೆ ನಿಧಾನವಾಗಿ ಮಾತನಾಡಿಸಿದರೆ ಆಯಿತು.' "ನರ್ಮದಾ, ತಟ್ಟೆ ಹಾಕು ಬಾರೇ" ಎನ್ನುತ್ತ ತಪ್ಪಲೆಯಲ್ಲಿದ್ದ ಅನ್ನವನ್ನು ತಟ್ಟೆಗೆ ತೋಡ ತೊಡಗಿದರು.

ನರ್ಮದ ಉತ್ಸಾಹದಿಂದ ಸೆರಗು ಸಿಕ್ಕಿಸಿ ಬಂದು ತಟ್ಟೆ ಹಾಕಿದಳು.

ತಟ್ಟೆಗಳಿಗೆ ಉಪ್ಪಿನಕಾಯಿ ಬಡಿಸುತ್ತ ಸರಸ್ವತಮ್ಮ "ನಿಮ್ಮಣ್ಣನಿಗೆ ಎಷ್ಟು ಹೇಳಿದರೂ ಊಟ ಮಾಡಲಿಲ್ಲ. ನೀನು ಬರೋದೆಲ್ಲೋ ಅವರ ಮನಸ್ಸಿಗೆ ಹೊಳೆದಿರಬೇಕು" ಎಂದು ಆಗತಾನೇ ಊಟದ ಮನೆ ಬಾಗಿಲಿಗೆ ಬಂದ ಗಂಡನ ಮುಖ ನೋಡಿ ನಕ್ಕರು.

ರಂಗಣ್ಣನವರು ತಮ್ಮ ನಗುವನ್ನು ಹೆಂಡತಿಯ ನಗುವಿನೊಂದಿಗೆ ಬೆರೆಸಿದರು.

ಊಟ ಮಾಡುತ್ತಿದ್ದ ಸತೀಶ ತಂದೆಯ ಕಡೆ ನೋಡಿ "ಅಣ್ಣ, ನರ್ಮದ ಮದುವೆ ವಿಷಯ ಏನು ಮಾಡಿದ್ದೀರಿ?" ಎಂದ.

"ಸ್ವಲ್ಪ ಹಣಕಾಸು ಹೊಂಚಿಕೊಂಡು ಗಂಡನ್ನ ಹುಡುಕೋ ಪ್ರಯತ್ನ ಮಾಡೋಣಾಂತ."

"ಅಣ್ಣ, ದುಡ್ಡಿನ ಬಗ್ಗೆ ಯೋಚನೆ ಮಾಡಬೇಡಿ. ನಮ್ಮ ಫ್ಯಾಕ್ಟರಿ ಓನರ್ ಬಹಳ ಒಳ್ಳೆಯವರು. ಅವರತ್ರ ಸಾಲ ತಗೊಂಡು ನಿಧಾನವಾಗಿ ಸಂಬಳದಲ್ಲಿ ತೀರಿಸಬಹುದು. ಭಾರತಿಗೂ ಸರಿಯಾದ ಗಂಡು ಸಿಕ್ಕಿದರೆ ನರ್ಮದೆ, ಭಾರತಿಯ ಮದುವೇನೂ ಒಟ್ಟಿಗೆ ಮಾಡಿ ಮುಗಿಸಿಬಿಡೋಣ."

ಸರಸ್ವತಮ್ಮ, ರಂಗಣ್ಣ ಒಟ್ಟಿಗೆ ಕಣ್ಣರಳಿಸಿ ಮಗನ ಕಡೆ ನೋಡಿದರು.

ಸತೀಶ ಸುಮ್ಮನೆ ತಲೆ ತಗ್ಗಿಸಿಕೊಂಡು ಊಟ ಮಾಡುತ್ತಿದ್ದ.

ಸರಸ್ವತಮ್ಮ ತಮ್ಮೆಲ್ಲ ಕಷ್ಟಗಳನ್ನು ಕೊನೆಗಾಣಿಸಿದ ಕುಮಾರ ಕಂಠೀರವನಿಗೆ

ಪ್ರೀತಿಯಿಂದ ಉಪಚಾರ ಮಾಡಿ ಬಡಿಸಿದರು.

ಊಟ ಮಾಡಿ ಎದ್ದ ಸತೀಶ ತಂಗಿಯರೊಡನೆ ಕೂತು ಹರಟೆ ಹೊಡೆದ. ಮಧ್ಯೆ ಆಕ್ಷೇಪವೆತ್ತಿದ ತಾಯಿಗೆ ತಾನು ಸಂಜೆ ಹಿಂದಿರುಗುವ ವಿಷಯ ತಿಳಿಸಿದ.

"ಅದೇನೊ! ಅಪರೂಪಕ್ಕೆ ಬಂದು ಒಂದು ದಿನಾನು ಉಳಿಯದೇ ಹೊರಡಬೇಕು ಅನ್ನುತ್ತೀಯಲ್ಲ" ಎಂದು ಸರಸ್ವತಮ್ಮ ತಮ್ಮ ಅಸಮಾಧಾನ ವ್ಯಕ್ತಪಡಿಸಿದರು.

"ಇಲ್ಲಮ್ಮ, ನಾನು ಬರೋ ಪರಿಸ್ಥಿತಿಯಲ್ಲೇ ಇರಲಿಲ್ಲ..."

ಅವನು ಮಾತು ಪೂರ್ತಿಮಾಡುವ ಮೊದಲೇ ಸರಸ್ವತಮ್ಮ ಸಿಡುಕಿದರು.

"ನೀನು ಹೋಗೋ ಹೊತ್ತಿಗೆ ರಾತ್ರಿಯಾಗಿರುತ್ತದೆ. ಅಷ್ಟೊತ್ತಿನಲ್ಲಿ ನೀನು ಮಾಡೋ ಕಾರುಬಾರು ಏನಿದೆ? ಬೆಳಿಗ್ಗೆ ಹೋಗೀವಂತೆ."

ತಾಯಿಯ ಮಾತಿಗೆ ಸತೀಶ ಜೋರಾಗಿ ನಕ್ಕ. ಏನೋ ನೆನಸಿಕೊಂಡು.

"ಸರಸು, ನಿನಗೆ ಸ್ವಲ್ಪನೂ ಗೊತ್ತಾಗೋದಿಲ್ಲ. ಅವನ ಕೆಲಸ ಕಾರ್ಯದ ಬಗ್ಗೆ ನಿನಗೇನು ಗೊತ್ತು, ಅವನ್ನ ಸುಮ್ಮನೆ ಅಡ್ಡಿಪಡಿಸುವುದಕ್ಕೆ ಹೋಗಬೇಡ" ಎಂದು ಇಷ್ಟೊತ್ತು ಇವರ ಮಾತುಗಳನ್ನು ಮೌನದಿಂದ ಕೇಳುತ್ತ ಕುಳಿತಿದ್ದ ರಂಗಣ್ಣನವರು ಹೇಳಿದರು.

"ಸತೀಶಣ್ಣ, ಹೋಗಲಿ, ನಾನೂ ಅಲ್ಲಿಗೆ ಬರುತ್ತೀನೋ! ಈ ಹಳ್ಳಿಯಲ್ಲಿದ್ದು ಬೇಸರವಾಗಿಬಿಟ್ಟಿದೆ" ಎಂದಳು.

ಸತೀಶನ ಮುಖ ಚಿಂತೆಯಿಂದ ಭಾರವಾಯಿತು.

"ನನಗೆ ಕೆಲಸ ಜಾಸ್ತಿ. ನಾನು ಬೆಳಿಗ್ಗೆ ಹೋದರೆ ಫ್ಯಾಕ್ಟರಿಗೆ ಸಂಜೆಗೇ ಹಿಂದಿರುಗೋದು. ನೀನು ಬೇಸರಪಟ್ಟುಕೊಳ್ಳುತ್ತೀಯ" ಎಂದು ತಂಗಿಗೆ ಸಮಾಧಾನ ಹೇಳಿ ಅವಳು ಬರುವ ಪ್ರಯತ್ನ ತಡೆಯಲು ಪ್ರಯತ್ನಪಟ್ಟ.

"ಬೇಸರನೂ ಇಲ್ಲ ಏನೂ ಇಲ್ಲ. ನರ್ಮದಾ, ಭಾರತಿ ಎಲ್ಲಾ ಅಲ್ಲೇ ಇರಲಿ. ನಾಳೆ ಪಟ್ಟಣದ ಹುಡುಗನಿಗೆ ಕೊಟ್ಟು ಮದುವೆ ಮಾಡಿದರೆ ಮೊದಲೇ ಅಲ್ಲಿನ ರೀತಿ ನೀತಿಗಳನ್ನು ಕಲಿತಿರುತ್ತಾರೆ" ಎಂದರು ಸರಸ್ವತಮ್ಮ.

ಸತೀಶನ ಗಂಟಲಿನಲ್ಲಿ ಏನೋ ಸಿಕ್ಕಿಹಾಕಿಕೊಂಡ ಹಾಗಾಯಿತು.

ಮಗನ ಮುಖ ನೋಡೇ ಅವನಿಗೆ ತಂಗಿಯರನ್ನು ಕರೆದೊಯ್ಯಲು ಇಷ್ಟವಿಲ್ಲವೆಂದು ರಂಗಣ್ಣನವರು ಊಹಿಸಿಕೊಂಡರು.

"ಸರಸು, ನಾವು ಯಾವುದನ್ನೂ ಅವನಿಗೆ ಬಲವಂತ ಮಾಡಬಾರದು. ಅವನಿಗೇನು ತಂಗಿಯರ ಮೇಲೆ ಆಸೆ ಅಕರಾಸ್ತೆ ಇಲ್ಲವೇ? ಅಲ್ಲಿನ ಸಂದರ್ಭ ಹೇಗಿದೆಯೋ ಏನೋ" ಎಂದು ಹೇಳಿ ಹೆಂಡತಿಯ ಕಡೆ ನೋಡಿ ಮೇಲಕ್ಕೆ ಎದ್ದರು.

ಮೊದಲೇ ಗಂಡನ ಸ್ವಭಾವ ಅರಿತಿದ್ದ ಸರಸ್ವತಮ್ಮ ಮರುಮಾತನಾಡದೇ ಒಳಗೆ ಹೋದರು.

ನರ್ಮದಾ, ಭಾರತಿ ಒಬ್ಬೊಬ್ಬರಾಗಿ ಎದ್ದು ಒಳಗೆ ಹೋದರು.

ಸತೀಶನಿಗೂ ಸಹ ತಂಗಿಯರನ್ನು ಕರೆದೊಯ್ಯಬೇಕೆಂಬ ಆಸೆಯೇನೋ ಇತ್ತು. ಆದರೆ ತಾನು ಮನೆಗೆ ಬರುವುದೇ ಅಪರೂಪ. ಅವರೆಲ್ಲ ಏನೆಲ್ಲ ಊಹಿಸಿ ತನ್ನ ಬಗ್ಗೆ ಕೆಟ್ಟ ಭಾವನೆ ಬೆಳೆಸಿಕೊಳ್ಳುವುದು ಅವನಿಗೆ ಇಷ್ಟವಿರಲಿಲ್ಲ.

ಸತೀಶ ತಾನು ಹೊರಡುವುದಕ್ಕೆ ಮೊದಲು ತಂಗಿಯರನ್ನೆಲ್ಲ ಕರೆದು ಸಮಾಧಾನ ಮಾಡಿ ಇನ್ನೊಂದು ಸಲ ಬಂದಾಗ ಖಂಡಿತ ಕರೆದೊಯ್ಯುವುದಾಗಿ ಆಶ್ವಾಸನೆ ಕೊಟ್ಟು ತೆರಳಿದ.

* * *

ಸತೀಶ ಬಂದಾಗ ಶೋಭ ಯಾವುದೋ ಪತ್ರವನ್ನು ಓದಿ ತುಟಿಗೊತ್ತಿಕೊಳ್ಳುತ್ತಿದ್ದಳು.

ಸೋಫಾದ ಮೇಲೆ ಕುಳಿತು ತನ್ನೆರಡು ಕೈಗಳನ್ನು ತಲೆಯ ಹಿಂಭಾಗಕ್ಕೆ ಜೋಡಿಸಿ ಕಣ್ಣು ಮುಚ್ಚಿದ. ತಾನೊಂದು ಶೋಭ ಆಡುವ ಸಾಮಾನ್ಯ ಆಟಿಗೆ ಎನ್ನುವ ವಿಷಯ ಎಂದೋ ತಿಳಿದಿದ್ದರೂ ಇಂದು ಸಂಪೂರ್ಣ ಅರಿವಿಗೆ ಬಂತು. ತಾನೆಲ್ಲ ಸ್ವತಂತ್ರವನ್ನು ಶೋಭಳ ಪಾದತಲದಲ್ಲಿ ಹೂಡಿ ತಾನು ಪಡೆದಿರುವ ವಿಲಾಸ ಜೀವನ ಅವನಿಗೆ ಜಿಗುಪ್ಸೆ ಮೂಡಿಸಿತು. ಇಲ್ಲಿಂದ ಓಡಿ ಬಿಡಬೇಕು ಎನ್ನುವ ಆಸೆ ಅವನಲ್ಲಿ ಮೊಳೆತರೂ, ಪುನಃ ನಿರುದ್ಯೋಗಿಯಾಗಿ ಬಡತನಕ್ಕೆ ತಲೆಯೊಡ್ಡಿ ತಂದೆಯ ಕಟುನುಡಿಗಳಿಗೆ ಒಳಗಾಗುವುದು ಅವನಿಗೆ ಇಷ್ಟವಿರಲಿಲ್ಲ.

"ಹಲೋ ಸತೀಶ" ಎಂದು ಅವನ ಹತ್ತಿರ ಬಂದ ಶೋಭ "ಇವತ್ತು ಕ್ಲಬ್‌ನಲ್ಲಿ ಪಾರ್ಟಿ ಇದೆ. ನನ್ನ ಸ್ವಲ್ಪ ಕ್ಲಬ್ ಹತ್ತಿರ ಬಿಟ್ಟುಬಿಡು" ಎಂದಳು.

ಆಯಾಸಗೊಂಡಿದ್ದ ಸತೀಶ ತನ್ನ ಮನಸ್ಸಿನ ವಿರುದ್ಧವಾಗಿ ಶೋಭಳನ್ನ ಹಿಂಬಾಲಿಸಿದ.

ಕಾರಿನಲ್ಲಿ ಶೋಭ ಏನೇ ಹರಟಿದರೂ ಸತೀಶ ಮೌನವಾಗಿ ಕುಳಿತಿದ್ದ.

ಶೋಭಳನ್ನು ಕ್ಲಬ್ ಬಳಿ ಇಳಿಸಿ ವಿಲ್ಸನ್‌ಗಾರ್ಡನಿನ ತನ್ನ ಮನೆಯ ಕಡೆ ವೇಗವಾಗಿ ಕಾರನ್ನು ಓಡಿಸಿದ.

ಇವನು ಆ ಮನೆಯಲ್ಲಿ ವಾಸವಾಗಿಲ್ಲದಿದ್ದರೂ ಅದು ಸ್ವಚ್ಛವಾಗೇ ಇತ್ತು. ಅಲ್ಲಿ ಅಡಿಗೆಯವರು ಮಾಮೂಲಿನಂತೆ ಇದ್ದರೂ ಅವರು ಯಾಕೆ ಇದ್ದಾರೆ ಎನ್ನುವ ವಿಷಯ ಸತೀಶನಿಗೆ ಬಗೆಹರಿಯಲಿಲ್ಲ. ಆದರೂ ಅವನ ಜಾಣ್ಮೆಯ ಮನೆ ರಘುಪತಿಯವರ ದೂರದೃಷ್ಟಿಗೆ ತಲೆದೂಗಿತು.

ಸತೀಶ ಬಂದ ಕೂಡಲೇ ಅಡಿಗೆಯವನು ಕಾಫಿ ತಂದಿರಿಸಿ ತಿಂಡಿ ಏನಾದರೂ ಮಾಡಬೇಕಾ ಎಂದು ವಿಚಾರಿಸಿದ.

ತಲೆ ಎತ್ತಿ ಸತೀಶನ ಅಡಿಗೆಯವನ ಕಡೆ ನೋಡಿದ. ಅವನ ನೋಟದಲ್ಲಾಗಲಿ ಮಾತಿನಲ್ಲಾಗಲಿ ಯಾವ ವಿಧವಾದ ವ್ಯಂಗ್ಯವೂ ಇಲ್ಲದಿದ್ದುದರಿಂದ ಸತೀಶ ಮನಸ್ಸಿಗೆ ಸಮಾಧಾನವಾಯಿತು.

"ನೀನು ದಿನ ಇಲ್ಲಿ ಏನು ಮಾಡುತ್ತೀಯಾ?" ಎಂದು ಪ್ರಶ್ನಿಸಿದ ಸತೀಶ.

"ಅಡಿಗೆ ಮಾಡುತ್ತೀನಿ, ಊಟ ಮಾಡುತ್ತೀನಿ. ಕೆಲವೊಂದು ಸಲ ಸಾಹೇಬರು ಬರುತ್ತಾರೆ. ಅವರು ಹೇಳಿದ ಕೆಲಸಾನ ಮಾಡುತ್ತೀನಿ."

ಅಡಿಗೆಯವನ ಮಾತಿನಿಂದ ಸತೀಶನಿಗೆ ನಗು ಬಂದರೂ, ರಘುಪತಿಯವರು ಇಲ್ಲಿಗೆ ಬರಲು ಕಾರಣವೇನಿರಬಹುದು ಎಂದುಕೊಂಡ.

"ನೀವು ಹೋಗಿ ಅಡಿಗೆ ಮಾಡಿ ನಾನು ರಾತ್ರಿಗೆ ಇಲ್ಲೇ ಊಟ ಮಾಡುತ್ತೀನಿ" ಎಂದ ಸತೀಶ ಕಾಫಿ ಕುಡಿದು ಕಪ್ಪನ್ನು ಟೀಪಾಯಿಯ ಮೇಲಿಟ್ಟು ಮಹಡಿ ಮೇಲಿನ ಕೋಣೆಗೆ ನಡೆದ. ಅದು ಸ್ವಚ್ಛವಾಗೇ ಇತ್ತು. ಡ್ರಾಯರ್‌ನಲ್ಲಿದ್ದ ಕೀಯಿಂದ ಬೀರು ಬೀಗ ತೆಗೆದ. ಸತೀಶನ ಹಳೆ ಹೊಸ ಬಟ್ಟೆಗಳೆಲ್ಲ ಹ್ಯಾಂಗರ್‌ನಲ್ಲಿ ನೇತಾಡುತ್ತಿತ್ತು. ಬಟ್ಟೆ ಬದಲಾಯಿಸಿ ಯೋಚಿಸಿ ತಲೆ ಕೆಡಿಸಿಕೊಳ್ಳದೇ ಮಂಚದ ಮೇಲೆ ಉರುಳಿದ. ಅಡಿಗೆಯವನು ಬಂದು ಕೂಗಿದಾಗಲೇ ಅವನಿಗೆ ಎಚ್ಚರ.

"ಫೋನ್ ಬಂದಿದೆ" ಎಂದವನೇ ಅಡಿಗೆಯ ಆಚಾರಿ ಕೆಳಗಿಳಿದು ಹೋದ.

ಫೋನ್ ಕೆಳಗಡೆ ಇದ್ದುದರಿಂದ ಸತೀಶ ಬೇಸರದಿಂದಲೇ ಕೆಳಗಿಳಿದು ಹೋದ.

ಸೋಭ ಕೂಡಲೇ ಬರುವಂತೆ ಹೇಳಿದಳು.

ಸತೀಶನಿಗೆ ಹೋಗಲು ಮನಸ್ಸಿಲ್ಲದಿದ್ದರೂ ಶೋಭಳ ಮಾತನ್ನು ಮೀರಿ ಅವಳ ಅನುಗ್ರಹದಿಂದ ವಂಚಿತನಾಗಲು ಅವನಿಗೆ ಇಷ್ಟವಿರಲಿಲ್ಲ.

* * *

ರಘುಪತಿಯವರ ಯೋಚನೆ ತಲೆಕೆಳಗಾಗಿತ್ತು. ಶೋಭ, ಸತೀಶರ ಸಂಬಂಧ ಹೆಚ್ಚು ಕಮ್ಮಿ ಎಲ್ಲರಿಗೂ ತಿಳಿದ ವಿಷಯವಾಗಿತ್ತು. ಮುದ್ದಿನ ಮಗಳನ್ನು ಗದರಿ ಹದ್ದುಬಸ್ತಿ ನಲ್ಲಿಡುವುದು ಅವರ ಕೈಯಲ್ಲಾಗದ ಕೆಲಸವಾಗಿತ್ತು. ಹಾಗೆಂದು ತಮ್ಮ ಒಡನಾಡಿಗಳ ಕುಹಕ ಮಾತುಗಳಿಗೆ ಬಲಿಯಾಗಲು ಅವರು ಸಿದ್ಧರಿರಲಿಲ್ಲ. ಆದಷ್ಟು ತಮ್ಮ ಮಾನ ಮರ್ಯಾದೆಗಳನ್ನು ಸೋದರಳಿಯ ಹಿಂದಿರುಗುವವರೆಗೂ ಕಾಪಾಡಿಕೊಳ್ಳಬೇಕಾದರೆ ಆದಷ್ಟು ಬೇಗ ಸತೀಶನಿಗೆ ಮದುವೆ ಮಾಡಿ ಸಮಾಜದ ಬಾಯನ್ನು ಮುಚ್ಚುವುದು.

ಅವರ ಮನಸ್ಸಿಗೆ ಬಂದ ವಿಷಯ ಕೂಡಲೇ ಕಾರ್ಯಗತ ಮಾಡುವಂಥ

ಹಟವಾದಿಗಳು ರಘುಪತಿಗಳು.

ಆಗಲೇ ಫ್ಯಾಕ್ಟರಿಗೆ ಫೋನ್ ಮಾಡಿ ಕೂಡಲೇ ಸತೀಶನಿಗೆ ಅವನ ತಂದೆಯನ್ನು ಕರೆಸುವಂತೆ ತಿಳಿಸಿದರು.

ಸತೀಶ ಯೋಚನೆಗೊಳಗಾದ. ತಾನು ಕೆಲಸಕ್ಕೆ ಇಲ್ಲಿಗೆ ಬಂದಾಗ ಮಾತ್ರ ತಾಯಿ, ತಂದೆ ತನ್ನ ಕುಟುಂಬದ ಬಗ್ಗೆ ವಿಚಾರಿಸಿದ್ದರು ಅಷ್ಟೆ. ಪುನಃ ಅದರ ಸುದ್ದಿಯೇ ಎತ್ತಿರಲಿಲ್ಲ. ಇಬ್ಬರ ತಂಗಿಯರ ಮದುವೆ ಮಾಡಿದಾಗಲೂ ಬರೀ ಶುಭಾಶಯದ ಟೆಲಿಗ್ರಾಮನ್ನು ಕಳುಹಿಸಿ ತಮ್ಮ ಹರ್ಷವನ್ನು ವ್ಯಕ್ತಪಡಿಸಿದ್ದರು. ಅಂಥದ್ದರಲ್ಲಿ ಈಗ ತನ್ನ ತಂದೆಯನ್ನು ಕರೆಸುವುದರಲ್ಲಿ ಯಾವುದೋ ಪ್ರಬಲವಾದ ಕಾರಣವಿದೆ ಎಂದುಕೊಂಡ. ಅವರ ಮಾತನ್ನು ಮೀರದೆ ಕೂಡಲೇ ತಂದೆಯನ್ನು ಬರುವಂತೆ ಟೆಲಿಗ್ರಾಮ್ ಮಾಡಿ ಮುಂದಿನ ರಘುಪತಿಯವರ ಚಾಣಾಕ್ಷತನಕ್ಕಾಗಿ ಕಾದು ಕುಳಿತ.

ರಂಗಣ್ಣನವರು ಕೂಡಲೇ ಹೊರಟು ಬಂದರು.

ಸತೀಶನೆ ಸ್ವತಃ ಬಸ್‌ಸ್ಟಾಂಡಿಗೆ ಹೋಗಿ ತಂದೆಯನ್ನು ಕರೆತಂದು ಶೋಭಾ ವಿಲ್ಲಾ ತಲುಪಿದ.

ರಂಗಣ್ಣನವರು ಶೋಭಾ ವಿಲ್ಲಾದ ಭವ್ಯತೆಯನ್ನು ನೋಡಿ ಆಶ್ಚರ್ಯ ಚಕಿತರಾದರು, ಅಷ್ಟೇ ಅಲ್ಲದೆ ಗಾಬರಿಗೊಂಡರು. ತಮ್ಮನ್ನು ಇಂತಹ ಶ್ರೀಮಂತರು ಕರೆಸಬೇಕಾದರೆ ಕಾರಣವೇನು? ಮಗನಿಂದಲೂ ಸಹ ಸರಿಯಾದ ಉತ್ತರ ದೊರೆಯದಿದ್ದುದೇ ಅವರ ಗಾಬರಿಗೆ ಕಾರಣವಾಯಿತು.

ರಘುಪತಿಯವರು ರಂಗಣ್ಣನವರಿಗೆ ಆದರ ತೋರದಿದ್ದರೂ ನಿರ್ಲಕ್ಷಿಸಲಿಲ್ಲ.

"ನೋಡಿ, ನಿಮ್ಮನ್ನು ಕರೆಸಿದ ಕಾರಣ ಇಷ್ಟೆ - ಆದಷ್ಟು ಬೇಗ ಸತೀಶನಿಗೆ ಮದುವೆ ಮಾಡಿಬಿಡಿ. ಅವನಿಗೆ ಈಗ ಸರಿಯಾದ ವಯಸ್ಸು. ಅದೂ ಅಲ್ಲದೆ ಕೈಯಲ್ಲಿ ದುಡ್ಡು ಓಡಾಡುತ್ತ ಇರುತ್ತೆ. ಆದ್ದರಿಂದ ಅವನು ಕೆಟ್ಟ ಚಾಳಿಗೆ ಬೀಳುವ ಅವಕಾಶ ಬಹಳ ಮಟ್ಟಿಗೆ ಇದೆ. ನಾಳೆ ನಮ್ಮ ಫ್ಯಾಕ್ಟರಿಗೆ ಅವನಿಂದ ಕೆಟ್ಟ ಹೆಸರು ಬರುವುದು ನಾನೆಷ್ಟು ಮಾತ್ರಕ್ಕೂ ಸಹಿಸಲಾರೆ."

ರಘುಪತಿಯವರ ನೇರವಾದ ಮಾತಿಗೆ ಹೇಗೆ ಉತ್ತರಿಸಬೇಕೋ ರಂಗಣ್ಣನವರಿಗೆ ತಿಳಿಯಲಿಲ್ಲ.

ತಾವು ಹೇಳಿದ್ದು ಮುಗಿಯಿತು ಎನ್ನುವಂತೆ ಮೇಲಕ್ಕೆದ್ದ ರಘುಪತಿಯವರು "ಈ ತಿಂಗಳು ಒಳ್ಳೇ ಲಗ್ನಗಳಿವೆ. ಅಷ್ಟರಲ್ಲಿ ಅವನ ಮದುವೆ ಮುಗಿಸಿ ಜಯನಗರದಲ್ಲಿರುವ ಕಾಶೀಪತಿ ಶಾಸ್ತ್ರಿಗಳನ್ನು ವಿಚಾರಿಸಿದರೆ ನಿಮಗೆ ಬೇಕಾದ ವಧುಗಳ ಪಟ್ಟಿಯನ್ನೇ ಒದಗಿಸುತ್ತಾರೆ" ಎಂದು ಹೇಳಿದವರೆ ಹೊರಗಡೆ ತಮಗಾಗಿ ಕಾದು ನಿಂತಿದ್ದ ಕಾರಿನಲ್ಲಿ ಕುಳಿತರು.

ಮಿಕಿಮಿಕಿ ನೋಡುತ್ತ ಕುಳಿತಿದ್ದ ರಂಗಣ್ಣ ನಿಟ್ಟುಸಿರು ಬಿಟ್ಟು ಹೊರಗೆ ಬಂದರು. ಕೈಯಲ್ಲಿ ದುಡ್ಡಿದ್ದುದರಿಂದ ಯೋಚಿಸಬೇಕಾದ ಪ್ರಮೇಯವಿರಲಿಲ್ಲ. ಬಾಡಿಗೆ ಟ್ಯಾಕ್ಸಿಯಲ್ಲಿ ಕುಳಿತು ವಿಲ್ಸನ್‌ಗಾರ್ಡನ್‌ನಲ್ಲಿದ್ದ ಮಗನ ಮನೆಗೆ ಬಂದರು.

ಅಡಿಗೆಯವನು ಆದರದಿಂದ ಸತ್ಕರಿಸಿ ಬಡಿಸಿದ ಮೇಲೆ ರಘುಪತಿ ಮನೆಯಿಂದ ತಂದ ಬೇಸರ ಕರಗಿ ಅದರ ಸ್ಥಳದಲ್ಲಿ ಹರ್ಷ ಮೂಡಿತು.

ಕೋಣೆಯಲ್ಲಿ ಕುಳಿತು ಬೇಸರಗೊಂಡು ಸೋಫಾದ ಮೇಲೆ ಉರುಳಿದರು. ಮಗ ಬಂದಾಗಲೇ ಅವರಿಗೆ ಎಚ್ಚರ.

ವಿಷಯ ತಿಳಿದ ಸತೀಶ ಆಶ್ಚರ್ಯಗೊಳ್ಳಲಿಲ್ಲ. ಪ್ರತಿದಿನವು ರಘುಪತಿಯವರು ತೋರಿಸುವ ಚಾಣಾಕ್ಷತನದ ಅರಿವು ಅವನಿಗಿತ್ತು.

ಸುಮ್ಮನೆ ಕುಳಿತ ಮಗನನ್ನು ರಂಗಣ್ಣನವರು ತಾವೇ ಪ್ರಶ್ನಿಸಿದರು.

"ಈಗ ಏನು ಮಾಡೋಣಾಂತ?"

ಸತೀಶನ ಮನಸ್ಸು ಮೊದಲೇ ಚಿಂತೆಯಿಂದ ಘಾಸಿಗೊಂಡಿತ್ತು. ಶೋಭ ಅವನನ್ನು ಏಕಾಂತದಲ್ಲಿ ಪ್ರೇಮಿಯಂತೆ ಆದರಿಸಿದರೂ ಬೇರೆಯವರ ಮುಂದೆ ತಮ್ಮ ಫ್ಯಾಕ್ಟರಿಯ ಮ್ಯಾನೇಜರ್‌ನಂತೆ ಮಾತ್ರ ಕಾಣುತ್ತಿದ್ದಳು. ರಘುಪತಿಯವರು ಫ್ಯಾಕ್ಟರಿಯಲ್ಲಿ ಹೇಗೆ ಕಾಣುತ್ತಿದ್ದರೋ ಮನೆಯಲ್ಲೂ ಸಹ ಹಾಗೇ ಕಾಣುತ್ತಿದ್ದರು. ಹೆಚ್ಚಿಗೆ ಸಲಿಗೆಯಿಂದೇನೂ ವರ್ತಿಸುತ್ತಿರಲಿಲ್ಲ.

"ಸತೀಶ, ಅವರು ನಿನ್ನ ಮದುವೆ ವಿಷಯದಲ್ಲಿ ಇಷ್ಟೊಂದು ಕಾಳಜಿ ವಹಿಸುವುದನ್ನು ನೋಡಿದರೆ ಆಶ್ಚರ್ಯವಾಗುತ್ತೆ. ನೀನೇನಾದರೂ ಕೆಟ್ಟರೆ ಅವರ ಫ್ಯಾಕ್ಟರಿ ಹೆಸರಿಗೆ ಕಳಂಕ ಬರುತ್ತಂತೆ" ಎಂದು ಪುನಃ ಹೇಳಿದರು ರಂಗಣ್ಣನವರು.

ರಘುಪತಿಯವರ ಕತ್ತು ಹಿಸುಕುವಷ್ಟು ಕೋಪ ಬಂತು ಸತೀಶನಿಗೆ. ಆದರೆ...

"ನಿನ್ನಿಷ್ಟ ಅಣ್ಣ..." ಎಂದವನೇ ಮೆಟ್ಟಲು ಹತ್ತಿ ಮೇಲಕ್ಕೆ ನಡೆದು ಬಿಟ್ಟ.

ಒಂದು ನಿಮಿಷ ಸುಮ್ಮನೆ ಕುಳಿತ ರಂಗಣ್ಣನವರು ಮೆಟ್ಟಲು ಹತ್ತಿ ಮಗನ ಕೋಣೆಗೆ ನಡೆದರು. ಮಗ ಬಟ್ಟೆ ಸಹ ಬದಲಾಯಿಸದೆ ಬೇಸರದಿಂದ ಛಾವಣಿ ನೋಡುತ್ತ ಮಲಗಿರುವುದನ್ನು ನೋಡಿ ರಘುಪತಿಯವರು ಹೇಳಿದ ಹಾಗೆ ಆದಷ್ಟು ಬೇಗ ಮದುವೆ ಮಾಡುವುದೆ ಒಳ್ಳೆಯದೆಂದುಕೊಂಡರು.

ಅಲ್ಲೇ ಇದ್ದ ಸೋಫಾದ ಮೇಲೆ ಕುಳಿತರು ರಂಗಣ್ಣನವರು.

ತಂದೆಯನ್ನು ನೋಡಿ ಮೇಲಕ್ಕೆದ್ದ ಸತೀಶ ಕಿಟಕಿಯ ಕಡೆ ನೋಡುತ್ತ ಕುಳಿತುಬಿಟ್ಟ.

"ನಾವು ಕೂಡ ನಿನ್ನ ಮದುವೆಯ ಪ್ರಯತ್ನದಲ್ಲೇ ಇದ್ದೆವು. ನಿಮ್ಮ ತಾಯಿಯಂತೂ ಆದಷ್ಟು ಬೇಗ ಸೊಸೆನ ತಂದುಕೊಳ್ಳುವ ಆತುರದಲ್ಲಿದ್ದಾಳೆ. ಶಿವಮೊಗ್ಗದಲ್ಲಿ ಒಂದು

ಹೆಣ್ಣಿದೆ. ಹುಡುಗಿ ಕೈ ತೊಳೆದು ಮುಟ್ಟಬೇಕು ಹಾಗೆ ಇದ್ದಾಳೆ. ಅವರೇನು ಅಂತಹ ಶ್ರೀಮಂತರಲ್ಲ. ಮರ್ಯಾದೆಯಿಂದ ಮದುವೆ ಮಾಡಿಕೊಡಬಲ್ಲರು. ನಿಮ್ಮಮ್ಮನಿಗಂತೂ ಹುಡುಗಿ ಬಹಳ ಮೆಚ್ಚಿಕೆಯಾಗಿದ್ದಾಳೆ. ನೀನು ಹುಡುಗೀನ ನೋಡಿ ಒಪ್ಪಿದರೆ..."

ಅವರು ಮಾತು ಪೂರ್ತಿ ಮಾಡುವ ಮೊದಲೇ ಹೇಳಿದ ಸತೀಶ.

"ನೀನು, ಅಮ್ಮ ಒಪ್ಪಿಕೊಂಡರೆ ಆಯಿತು. ನನ್ನದೇನೂ ಇಲ್ಲ."

"ಹೇಗೆ ಆಗಲಿ ನೀನು ಒಂದು ಸಲ ನೋಡಿ ಒಪ್ಪಿಗೆ ಕೊಡೋದು ಒಳ್ಳೆಯದು. ಭಾನುವಾರ ಹುಡುಗೀನ ನಮ್ಮ ಹಳ್ಳಿಗೆ ಕರೆಸುತ್ತೀನಿ, ನೀನೂ ಬಾ. ಅಷ್ಟರಲ್ಲಿ ಜಾತಕಾನುಕೂಲ ಹೇಗಿದೆಯೋ ನೋಡಿಸಿರುತ್ತೀನಿ. ಎಲ್ಲಾ ಸರಿ ಹೋದರೆ ಅಂದೇ ಲಗ್ನಪತ್ರಿಕೆ ಶಾಸ್ತ್ರ ಮುಗಿಸಿಬಿಡೋಣ."

ತಂದೆಯ ಮಾತಿಗೆ ಸತೀಶ ಬೇಸರದಿಂದಲೇ ತನ್ನ ಒಪ್ಪಿಗೆ ಕೊಟ್ಟ.

ತಂದೆಯನ್ನು ಬಸ್ಸಿಗೆ ಹತ್ತಿಸಿ ಬಂದ ಸತೀಶ ಬೇಸರದಿಂದ ಕಾರಿನಲ್ಲೇ ಬೆಂಗಳೂರೆಲ್ಲ ತಿರುಗಾಡಿದ. ಅವನಿಗರಿಯದಂತೆ ಕಾರು 'ಶೋಭ ವಿಲ್ಲಾ' ಮುಂದೆ ಬಂದು ನಿಂತಿತ್ತು.

ಸತೀಶ ಕಾರು ಲಾಕ್ ಮಾಡಿ ಕೀಯನ್ನು ತಿರುಗಿಸುತ್ತ ಒಳ ನಡೆದ. ಅವನ ಕಾಲುಗಳು ವಾಡಿಕೆಯಂತೆ ಮೆಟ್ಟಲು ಹತ್ತಿ ಶೋಭಾಳ ಕೋಣೆಗೆ ನಡೆದವು.

ಶೋಭಾ ಯಾವುದೋ ಇಂಗ್ಲಿಷ್ ಮ್ಯಾಗಜೀನ್ ಹಿಡಿದು ಮಂಚದ ಮೇಲೆ ಬೋರಲಾಗಿ ಮಲಗಿದ್ದಳು. ರೇಡಿಯೋದಲ್ಲಿ ಬರುತ್ತಿದ್ದ ಇಂಗ್ಲಿಷ್ ಸಂಗೀತಕ್ಕೆ ಅನುಗುಣವಾಗಿ ಅವಳ ಕಾಲುಗಳು ತಾಳ ಹಾಕುತ್ತಿದ್ದವು. ಅವಳ ದಷ್ಟಪುಷ್ಟವಾದ ಕೆಂಪು ಕಾಲುಗಳು ಕಣ್ಣಿಗೆ ಒಂದು ಬಗೆಯ ಹಬ್ಬದಂತಿತ್ತು.

ಸತೀಶ ಹಿಂದಿನಿಂದ ಹೋಗಿ "ಡಾರ್ಲಿಂಗ್" ಎನ್ನುತ್ತ ಎರಡು ಕೈಗಳಿಂದಲೂ ಅವಳನ್ನು ತಬ್ಬಿ ಹಿಡಿದ.

ಮ್ಯಾಗ್‌ಜೀನ್ ಪಕ್ಕಕ್ಕೆಸೆದು ಪಕ್ಕಕ್ಕೆ ತಿರುಗಿದ ಶೋಭಾ "ನಿಮ್ಮ ಫಾದರ್ ಬಂದಿದ್ದಾರೆ. ಇವತ್ತು ಅವರು ಇಲ್ಲಿಗೆ ಬರುವ ಸಾಧ್ಯತೆ ಇಲ್ಲ ಅಂತ ಡ್ಯಾಡಿ ಹೇಳಿದರು."

ಸತೀಶನ ಮುಖ ಕಳಾಹೀನವಾಯಿತು. ಅವಳನ್ನು ತಬ್ಬಿ ಹಿಡಿದಿದ್ದ ಅವನ ಕೈಗಳು ಸಡಿಲವಾದವು. ಅವನ ದೇಹ ಅವಳಿಂದ ದೂರ ಸರಿಯಿತು. ಯೌವನದ ಅಂಗಾಂಗಗಳ ಚೆಲುವನ್ನು ಹೀರುತ್ತಿದ್ದ ಅವನ ಕಂಗಳು ಕಿಟಕಿಯ ಆಚೆ ದಿಗಂತವನ್ನು ನೋಡಿತು.

"ಯಾಕೆ ಒಂದು ತರಹ ಆಗಿಬಿಟ್ಟಿರಿ" ಎಂದು ಎದ್ದು ಕುಳಿತು ಪ್ರಶ್ನಿಸಿದಳು ಶೋಭಾ.

ಕಿಟಕಿಯ ಸರಳು ಹಿಡಿದು ಹೇಳಿದ ಸತೀಶ "ಶೋಭಾ, ನಿಮ್ಮ ತಂದೆ ಆದಷ್ಟು ಬೇಗ ನನಗೆ ಮದುವೆ ಮಾಡುವ ತರಾತುರಿಯಲ್ಲಿದ್ದಾರೆ."

ಶೋಭಳ ಮುಖದಿಂದ ನಗು ಹೊರಬಿತ್ತು.

"ಅದಕ್ಕೆ ನೀವೇಕೆ ಚಿಂತಿಸಬೇಕು? ಡ್ಯಾಡಿ ರಾತ್ರಿ ನನಗೆ ವಿಷಯ ತಿಳಿಸಿದರು."

ಶೋಭಳ ಮಾತು ಕೇಳಿ ಸತೀಶನ ಮುಖದಿಂದ ನಿಟ್ಟುಸಿರು ಹೊರಬಿತ್ತು.

"ಅನಿಲ್ ಬರೋದಿಕ್ಕೆ ಇನ್ನು ಕೇವಲ ಎರಡು ವರ್ಷ ಮಾತ್ರ ಉಳಿದುಕೊಂಡಿದೆ. ಅವನು ಬಂದ ಮೇಲೆ ನಿಮಗೆ ಸಂಪೂರ್ಣ ಬಿಡುಗಡೆ. ಅನಿಲ್ ನನಗೆ ಸರಿಯಾದ ಜೊತೆಗಾರ" ಎಂದು ಶೋಭಳ ಮುಖ ಅನಿಲ್‌ನ ನೆನಪಿನಿಂದ ಅರಳಿತು.

ಸತೀಶ್ ಬಂದು ಶೋಭಳ ಪಕ್ಕದಲ್ಲಿ ಕುಳಿತು ಅವಳ ಮುಖವನ್ನು ತನ್ನ ಬೊಗಸೆಯಲ್ಲಿ ಹಿಡಿದು ಕೇಳಿದ.

"ಅನಿಲ್ ಬಂದ ಮೇಲೆ ನನ್ನ ಸಂಪೂರ್ಣವಾಗಿ ಮರೆತುಬಿಡಬಲ್ಲೆಯ?"

"ಅಯ್ಯೋ ಖಈಈಘೌಟಿಫ ಸತೀಶ್, ನಾನು, ಅನಿಲ್ ಗಂಡ ಹೆಂಡಿರಂತೆ ಹುಟ್ಟಿದಾಗಿನಿಂದ ಬೆಳೆದಿದ್ದೇವೆ. ಅನಿಲನ ತಾಯಿ ಅಂದರೆ ನನ್ನ ಸತೋದರತ್ತೆಯದು ಈ ಫ್ಯಾಕ್ಟರಿ, ಆಸ್ತಿ ಎಲ್ಲಾ. ಅನಿಲನೆ ನನ್ನ ಮೇಲಿನ ಪ್ರೀತಿಗಾಗಿ ಈ ಫ್ಯಾಕ್ಟರಿಗೆ ಹೊಸದಾಗಿ 'ಶೋಭಾ ಗ್ಲಾಸ್ ಫ್ಯಾಕ್ಟರಿ' ಎಂದು ಹೆಸರಿಟ್ಟಿದ್ದಾನೆ. ಅಂತಹ ಅನಿಲನನ್ನು ನೋಡಿದ ತಕ್ಷಣ ನಿನ್ನ ಮರೆಯೋದೇನು ಕಷ್ಟವಲ್ಲ. ಈಗಲಿಂದ ಅದನ್ನೆಲ್ಲ ಯೋಚಿಸಿ ಯಾಕೆ ತಲೆ ಕೆಡಿಸಿಕೊಳ್ಳುತ್ತೀಯಾ?"

ಶೋಭಾಳ ಮಾತುಗಳೇನು ಸತೀಶನಿಗೆ ಅನಿರೀಕ್ಷಿತವಾಗಿರಲಿಲ್ಲ. ಮೊದಲೇ ರಘುಪತಿಗಳು ಸೂಕ್ಷ್ಮವಾಗಿ ವಿವರಿಸಿದ್ದರು. ಪೂರ್ಣ ವ್ಯಕ್ತಿತ್ವವನ್ನೇ ಕಳೆದುಕೊಂಡು ನಿರ್ವೀರ್ಯನಂತೆ ಮಂಚದ ಮೇಲೆ ಉರುಳಿದ.

* * *

ರಂಗಣ್ಣನವರು ಗಳಿಗೆಗೊಂದು ಸಲ ಬಂದು ಬಾಗಿಲಿನಲ್ಲಿ ನಿಂತು ದಿಟ್ಟಿಸುತ್ತಿದ್ದರು. ಹನ್ನೆರಡು ಗಂಟೆಯಾದರೂ ಸತೀಶನ ಸುಳಿವೇ ಇರಲಿಲ್ಲ.

ಅವರೇ ಹೋಗಿ ಶಿವಮೊಗ್ಗದ ಹುಡುಗಿಯನ್ನು ಕರೆದುಕೊಂಡು ಬರುವ ವಿಷಯ ತಿಳಿಸಿ, ಖಂಡಿತ ಬರುವಂತೆ ಹೇಳಿ ಬಂದಿದ್ದರು. ಆದರೆ ಇದುವರೆಗೂ ಮಗ ಬರೋ ಸೂಚನೆ ಕಾಣದಾಗ ಚಿಂತೆಗೀಡಾದರು.

ಭಾವೀ ಬೀಗರಾಗಬೇಕಾದವರು ಮಗಳ ಸಹಿತ ಬಂದಿಳಿದಿದ್ದರು.

"ಸರಸು, ಅವನು ಬರೋ ಸೂಚನೆ ಕಾಣಲಿಲ್ಲವಲ್ಲೇ. ಅವರೇನು ತಿಳಿದಾರು" ಎಂದು ಹೆಂಡತಿಯ ಬಳಿ ಮೆಲ್ಲನೆ ಪಿಸುಗುಟ್ಟಿದರು ರಂಗಣ್ಣ.

"ಅದರಲ್ಲೇನು! ಅವನು ಅಂತಿಂಥ ಕೆಲಸದಲ್ಲಿಲ್ಲ. ಅಂಥ ಗಂಡು ಸಿಗಬೇಕಾದರೆ ಹೆಣ್ಣು ಹೆತ್ತವರು ಎಷ್ಟು ಸಲ ತಿರುಗಿದರೂ ಕಡಿಮೆಯೇ. ಎಷ್ಟು ದಿನ ಕಾದರೂ ಕಡಿಮೆಯೇ."

ತಾವು ಹಿಂದೆ ಹೆಣ್ಣು ಮಕ್ಕಳ ಮದುವೆ ಮಾಡುವಾಗ ಪಟ್ಟ ಪಾಡನ್ನು ಮರೆತು ಹೇಳಿದರು ಸರಸ್ವತಮ್ಮ.

"ಅಮ್ಮ, ಅಣ್ಣ ಬಂದ" ಎಂದು ಬೀದಿ ಬಾಗಿಲಿನಿಂದ ನಳಿನಿ ಕೂಗಿದಾಗ ಗಂಡ, ಹೆಂಡತಿ ಇಬ್ಬರು ಬಾಗಿಲಿಗೆ ಧಾವಿಸಿದರು. ಅಳಿಯಂದಿರು ಬಂದಾಗಲೂ ಸಹ ಅವರಷ್ಟು ಧಾವಂತಪಟ್ಟುಕೊಳ್ಳುತ್ತಿರಲಿಲ್ಲ.

ಕಡು ನೀಲಿ ಬಣ್ಣದ ಸೂಟು ಧರಿಸಿದ್ದ ಸತೀಶ ಸಾವಕಾಶವಾಗಿ ಇಳಿದು ಹಿಂದಿನ ಸೀಟಿನಲ್ಲಿದ್ದ ಹಣ್ಣು, ಹೂವಿನ ಬುಟ್ಟಿ ತೆಗೆಯಲು ಮುಂದಾದ.

"ನೀನು ಪ್ರಯಾಣದಿಂದ ದಣಿದಿದ್ದೀಯಾ. ನೀನು ಒಳಗೆ ಹೋಗು. ನಿಂಗನ ಕೈಯಲ್ಲಿ ನಾನು ಅವನ್ನು ತರಿಸಿ ಒಳಗಿಡಿಸುತ್ತೇನೆ" ಎಂದು ಮಗನನ್ನು ತಡೆದರು ರಂಗಣ್ಣ.

ಸತೀಶನ ಮುಖದ ಮೇಲೆ ಮುಗುಳುನಗೆಯೊಂದು ತೇಲಿ ಹೋಯಿತು. ತಾನು ನಿರುದ್ಯೋಗಿಯಾಗಿ ಮನೆಯಲ್ಲಿ ಕುಳಿತಿದ್ದಾಗಿನ ತಂದೆಯ ನಡವಳಿಕೆಗೂ ಈಗಿನ ನಡವಳಿಕೆಗೂ ಅಜಗಜಾಂತರ ವ್ಯತ್ಯಾಸ ಕಾಣಿಸಿತು.

ಸರಸ್ವತಮ್ಮ ಸಡಗರದಿಂದ ಮಗನೊಟ್ಟಿಗೆ ಒಳಗೆ ಹೋದರು.

ತನ್ನನ್ನು ನೋಡಿ ಕೋಣೆಯಿಂದ ಹೊರಬಂದ ದಂಪತಿಗಳನ್ನು ನೋಡೇ ಸತೀಶ ಊಹಿಸಿಕೊಂಡ. ಅಷ್ಟೇ ಅಲ್ಲದೆ ಅವರ ನೋಟದಲ್ಲಿದ್ದ ಮೆಚ್ಚುಗೆಯನ್ನು ನೋಡೇ ಅವರಿಗೆ ಮಗಳನ್ನು ಕೊಡಲು ಯಾವೊಂದು ಅಭ್ಯಂತರವು ಇಲ್ಲವೆಂದುಕೊಂಡ.

ತಂದೆ ಬಂದು ಅವರ ಪರಿಚಯ ಮಾಡಿಕೊಟ್ಟಾಗ ವಿನಯದಿಂದ ಕೈ ಮುಗಿದು ಸತೀಶ ತನ್ನ ಕೋಣೆಗೆ ನಡೆದ.

ಅವನ ಹಿಂದೆಯೇ ಬಂದ ನಳಿನಿ "ಅಣ್ಣ, ಅತ್ತಿಗೆ ಹೇಗಿದ್ದಾರೆ ಗೊತ್ತಾ. ನೀನು ಬೆಂಗಳೂರಿಗೆ ಕರೆದುಕೊಂಡು ಹೋದಾಗ ಷೋಕೇಸ್‌ನಲ್ಲಿ ನಿಲ್ಲಿಸಿದ್ದರಲ್ಲ, ಆ ಬೊಂಬೆ ತರ ಇದ್ದಾರೆ. ನಿನ್ನ ಉದ್ದಕ್ಕೆ ಅವರು ಸರಿಯಾದ ಜೋಡಿ. ಹೆಸರು ಎಷ್ಟು ಚೆನ್ನಾಗಿದೆ ಗೊತ್ತಾ? ಅನುಪಮ ಅಂತ."

ಬಟ್ಟೆ ಬದಲಾಯಿಸಿದ ಸತೀಶ ನಳಿನಿಯ ಕಿವಿ ಹಿಂಡಿತ್ತ "ನಾನಿನ್ನು ಹುಡುಗೀನ ನೋಡಲೇ ಇಲ್ಲ. ಒಪ್ಪಲೇ ಇಲ್ಲ. ಮದುವೆ ಮಾಡಿಕೊಳ್ಳಲೇ ಇಲ್ಲ. ಆಗಲೇ ನಿನಗೆ ಅತ್ತಿಗೆ ಆಗಿಬಿಟ್ಟಳಾ?" ಎಂದ.

"ಅಯ್ಯೋ ಬಿಡೋ ಮಹರಾಯ! ಜೋರಾಗಿ ಕೂಗಿಕೊಂಡರೆ ಅವರುಗಳು ಪರಾರಿಯಾಗಿಬಿಟ್ಟಾರು" ಎಂದು ಅಣ್ಣನಿಂದ ಕಿವಿ ಬಿಡಿಸಿಕೊಂಡು ಟವಲು ತೆಗೆದು ಸತೀಶನ ಹೆಗಲ ಮೇಲೆ ಹಾಕಿ ಆಚೆಗೆ ಹೊರಟಳು.

ಕೈಕಾಲು ಮುಖ ತೊಳೆದುಕೊಂಡು ಬಂದ ಮಗನನ್ನು ಬಂದವರಿಗಿಂತ ಹೆಚ್ಚಾಗಿ ಉಪಚರಿಸಿದರು.

ಮೂರು ಗಂಟೆಯವರೆಗೂ ರಾಹುಕಾಲವಿದ್ದುದರಿಂದ ಸತೀಶ ಕೋಣೆಗೆ ಹೋಗಿ ಮೈಚಾಚಿದ. ತಾನು ನೋಡಲು ಬಂದ ಹುಡುಗಿಯ ಬಗ್ಗೆ ಯಾವ ವಿಧವಾದ ಕನಸುಗಳನ್ನು ಹೆಣೆಯಲು ಅವನ ಮನಸ್ಸು ಸಿದ್ಧವಾಗಿರಲಿಲ್ಲ. ಕುಳಿತ ಹೆಣ್ಣಿನಂತೆ ಶೋಭ ಅವನ ಮೈ, ಮನದಲ್ಲಿ ತುಂಬಿದ್ದಳು. ಮದುವೆಯಾಗಲು ಒಪ್ಪಿದ್ದು ರಘುಪತಿಯವರ ಮಾತಿಗಾಗೇ.

ನಳಿನಿ ಅಣ್ಣ ತಂದ ಕನಕಾಂಬರದ ಹೂವನ್ನು ಕೊಯ್ದು ಅನುಪಮಳ ಮುಂದೆ ಇಟ್ಟು ಸುಮ್ಮನೇ ಕುಳಿತಳು.

"ಏನು ನಳಿನಿ, ಹೂ ನಿನಗೆ ಮುಡಿಸಬೇಕಾ?" ಎಂದಳು ನಸುನಗೆ ಬೀರುತ್ತ ಅನುಪಮ.

"ನನಗೆ ಇದೆ. ನೀವು ಮುಡಿದುಕೊಳ್ಳಿ. ನಿಮ್ಮ ಬಿಳುಪಾದ ಮುಖಕ್ಕೆ, ನೀಳ ಜಡೆಗೆ ಈ ಹೂ ಬಹಳ ಅಂದವಾಗಿರುತ್ತೆ."

ಅನುಪಮ ಮೆಲ್ಲಗೆ ನಕ್ಕುಬಿಟ್ಟಳು.

ಕಾರಿನಿಂದ ಇಳಿದ ಕೂಡಲೇ ಸತೀಶನನ್ನು ನೋಡಿ ಅನುಪಮಳ ತಾಯಿ ಅವನ ಸುಂದರ ರೂಪು, ಎತ್ತರವಾದ ನಿಲುವಿನ ಬಗ್ಗೆ ವರ್ಣಿಸಿ ಮೆಲ್ಲನೆ ಮಗಳ ಕಿವಿಯ ಬಳಿ ಪಿಸುಗುಟ್ಟಿದ್ದರು. ಆದರೆ...ಪೂರ್ತಿ ಆ ವಸ್ತು ತನ್ನದಾಗುವವರೆಗೂ ಕನಸು ಕಾಣುವ ದುರ್ಬಲ ಮನಸಿನ ಹುಡುಗಿಯಾಗಿರಲಿಲ್ಲ ಅನುಪಮ.

"ಅಮ್ಮ ಹೇಳಿದರು, ನೀವು ಹೋಗಿ ಮುಖ ತೊಳೆದುಕೊಳ್ಳಬೇಕಂತೆ" ಎಂದು ಹೇಳಿದ ನಳಿನಿ ಟವಲು ಅವನ ಕೈಗಿತ್ತು ಹೊರಗೆ ಹೋದಳು.

ಅನುಪಮ ಕನಕಾಂಬರ ದಂಡೆಯನ್ನು ಕೈಯಲ್ಲಿ ಹಿಡಿದು ನೋಡಿದಳು. ಅದು ಎಲ್ಲಾ ಹೂಗಳಿಗಿಂತ ಹೆಚ್ಚು ಕಾಲ ತನ್ನ ಸೌಂದರ್ಯವನ್ನು ಕಾಯ್ದುಕೊಂಡಿರುತ್ತದೆ. ಆದರೆ ಯಾವೊಂದು ಸುವಾಸನೇನು ಇಲ್ಲದೇ ಬಾಳುತ್ತದೆ. ಅದಕ್ಕಿಂತ ಬೆಳಿಗ್ಗೆ ಅರಳಿ ಸಂಜೆ ಒಣಗುವ ಮಲ್ಲಿಗೆ ಹೂವಿನಲ್ಲಿ ಸಾರ್ಥಕತೆ ಇದೆಯೆನಿಸಿತು.

ರುಕ್ಮಿಣಮ್ಮ ಸುಮ್ಮನೆ ಹೂವನ್ನೇ ನೋಡುತ್ತ ಕುಳಿತ ಮಗಳನ್ನು ನೋಡಿ "ಏಳು ಅನು, ಮುಖ ತೊಳೆಯುವೆಯಂತೆ" ಎಂದರು.

ಅವರ ಹಿಂದೇನೇ ಬಂದ ನಳಿನಿ "ಬನ್ನಿ" ಎಂದು ಅನುಪಮಳ ಕೈ ಹಿಡಿದು ಎಳೆದಳು.

ಸತೀಶ ಎಷ್ಟು ಹೊತ್ತಿಗೆ ಬರುತ್ತಾನೋ ಎಂದು ತಿಳಿಯದ ರಂಗಣ್ಣನವರು ಭಾವಿ ಬೀಗರನ್ನು ಮುನ್ನಾ ದಿನವೇ ಕರೆಸಿಕೊಂಡಿದ್ದರು. ಜಾತಕಾನುಕೂಲ, ಎರಡು ಮನೆತನಗಳ ಒಪ್ಪಿಗೆ ಎಲ್ಲಾ ಮುಗಿದಿತ್ತು. ಅದೂ ಅಲ್ಲದೆ ಭಾವಚಿತ್ರದ ಮೂಲಕ ಹೆಣ್ಣು, ಗಂಡುಗಳ ಒಪ್ಪಿಗೆಯೂ ಸಿಕ್ಕಿತ್ತು. ಹೇಗಾದರೂ ಆಗಲಿ ಹೆಣ್ಣು, ಗಂಡು ಪರಸ್ಪರ ನೋಡಿಬಿಡಲಿ

ಎಂಬುದು ಅವರ ಉದ್ದೇಶವಾಗಿತ್ತು.

ನಳಿನಿಯ ಜೊತೆ ಬಚ್ಚಲ ಮನೆಗೆ ಹೋಗಲು ಬಂದ ಅನುಪಮ ಪನ್ನೀರು ಪತ್ರೆಯ ಸುವಾಸನೆಗೆ ಆಕರ್ಷಿತಳಾದಳು.

"ನಳಿನೀ, ಹಿತ್ತಲಲ್ಲಿ ಪನ್ನೀರು ಪತ್ರೆ ಗಿಡ ಇರಬೇಕಲ್ಲ. ಎಷ್ಟು ಸುವಾಸನೆ ಬರುತ್ತ ಇದೆ" ಎಂದಳು.

"ಹೌದು ಇದೆ, ನೋಡ್ಬನ್ನಿ. ಇದು ಅಂತಿಂಥ ಪನ್ನೀರು ಪತ್ರೆಯಲ್ಲ. ದೇವಪನ್ನೀರು ಪತ್ರೆ ಅಂತ, ಅದಕ್ಕೇ ಇಷ್ಟು ಸುವಾಸನೆ" ಎಂದು ಕಣ್ಣರಳಿಸಿ ಹೇಳಿದಳು.

ಹಿತ್ತಲಿಗೆ ಹೋದ ಅನುಪಮ ಕಣ್ಣರಳಿಸಿ ನೋಡಿದಳು. ಬೆಳೆದು ನಿಂತ ಕಣಗಲೇ ಗಿಡಗಳು, ಅದರ ಪಕ್ಕದಲ್ಲಿ ದೇವರ ಪೂಜೆಗಾಗಿ ಅರಳಿ ನಿಂತ ದಾಸವಾಳ. ಇವೆಲ್ಲಕ್ಕಿಂತ ತಾನೇ ಶ್ರೇಷ್ಠ ಎಂದು ಹೆಮ್ಮೆಯಿಂದ ಬೀಗುತ್ತಿರುವ ಪುಟ್ಟ ಮಲ್ಲಿಗೆಯ ಗಿಡ. ನಿನ್ನ ಪಕ್ಕದಲ್ಲಿರುವುದೆ ನನಗೆ ಹೆಮ್ಮೆ ಎಂದು ತಲೆಯೆತ್ತಿ ಪೊದರುಪೊದರಾಗಿ ಬೆಳೆದು ನಿಂತ ಪನ್ನೀರು ಪತ್ರೆ.

ಗಿಡಗಳ ಆಕರ್ಷಣೆಯಿಂದ ವಿಮುಖಳಾಗುವ ಹೊತ್ತಿಗೆ ನಳಿನಿ ಅಲ್ಲಿ ಇರಲೇ ಇಲ್ಲ. ದಾಳಿಂಬೆಯ ಕೊಂಬೆ ಹಿಡಿದು ಸತೀಶ ನಿಂತಿದ್ದ.

ಫೋಟೋದಲ್ಲಿ ಮೊದಲೆ ನೋಡಿದ್ದರಿಂದ ಸತೀಶನನ್ನು ತಟ್ಟನೆ ಗುರುತಿಸಿ ತಲೆ ತಗ್ಗಿಸಿಬಿಟ್ಟಳು.

ಸತೀಶ ಅನುಪಮಳನ್ನು ದಿಟ್ಟಿಸಿ ನೋಡಿದ. ಈಗಿನ ಹುಡುಗಿಯರಲ್ಲಿ ಇರುತ್ತಿದ್ದ ಚೆಲ್ಲುತನ ಅವಳಲ್ಲಿ ಕಾಣಲಿಲ್ಲ. ಸೊಬಗಿನಿಂದ ಕೂಡಿದ ಗಾಂಭೀರ್ಯ ಅವಳ ಮುಖದಲ್ಲಿ ಮನೆ ಮಾಡಿತ್ತು. ಒಂದೇ ಕ್ಷಣ ಅವಳ ಕಣ್ಣುಗಳಲ್ಲಿ ಕಂಡರೂ ಅವಳ ನಿಷ್ಕಲ್ಮಶ ಭಾವ ಎದ್ದು ಕಾಣುತ್ತಿತ್ತು.

ಇದೇ ಮುಖವನ್ನು ಎಲ್ಲೋ ನೋಡಿದ ಹಾಗಿದೆಯಲ್ಲ ಎಂದು ಜ್ಞಾಪಿಸಿಕೊಳ್ಳ ತೊಡಗಿದ. ಮೈಸೂರು ರಾಮಲಿಂಗೇಶ್ವರಸ್ವಾಮಿ ದೇವಸ್ಥಾನದಲ್ಲಿ ರಾಮನ ಪಕ್ಕ ತಲೆ ತಗ್ಗಿಸಿ ನಿಂತ ಸೀತೆಯ ನೆನಪು ನುಗ್ಗಿ ಬಂತು. ಅದೇ ಗಾಂಭೀರ್ಯ ಇವಳ ಮುಖದಲ್ಲಿ ಮನೆ ಮಾಡಿದೆ ಎಂದುಕೊಂಡ.

ನಿಂತಿದ್ದ ಅನುಪಮ ಮೆಲ್ಲನೆ ಒಳಗೆ ನಡೆದುಬಿಟ್ಟಳು.

ಮೊದಲೇ ಎಲ್ಲಾ ಸಿದ್ಧತೆಗಳು ಮುಗಿದಿದ್ದುದರಿಂದ ವಧೂ ವರರ ಅಪ್ಪಣೆ ದೊರೆತ ಕೂಡಲೇ ಲಗ್ನಪತ್ರಿಕೆ ಮುಗಿಸಿಬಿಡಲು ಹಿರಿಯರು ಸನ್ನದ್ಧರಾದರು.

ಸತೀಶ ಯಾವ ವರದಕ್ಷಿಣೆ, ವರೋಪಚಾರಗಳನ್ನು ಇಷ್ಟಪಡದಿದ್ದುದರಿಂದ ಮಾತೇ ಉಳಿದಿರಲಿಲ್ಲ.

ಪುರೋಹಿತರು ಬಂದು ಮುಂದಿನ ತಿಂಗಳ ಒಂದು ಶುಭ ಮುಹೂರ್ತದಲ್ಲಿ

ಲಗ್ನವನ್ನು ನಿಶ್ಚಯಿಸಿದರು. ಅಂದು ಹೋಳಿಗೆ, ಪಾಯಸದ ಊಟವಾಯಿತು.

ಅಡಿಕೆ ಪುಡಿಯನ್ನು ಬಾಯಿಗೆ ಹಾಕಿಕೊಳ್ಳುತ್ತಾ ಮೆಲ್ಲನೆ ಮಾತು ತೆಗೆದರು ಅನುಪಮಳ ತಂದೆ.

"ನೋಡಿ, ಲೆಕ್ಕಾಚಾರವಾಗಿ ಹೆಣ್ಣಿನ ಮನೆಯಲ್ಲಿ ಲಗ್ನಪತ್ರಿಕೆ ಶಾಸ್ತ್ರ ನಡೆಯ ಬೇಕಾಗಿತ್ತು."

ಸುಣ್ಣ ಹಚ್ಚಿದ ಎರಡು ಮೈಸೂರು ಚಿಗುರು ವಿಳೇದೆಲೆಯನ್ನು ಒಂದೇ ಸಲ ಬಾಯಿಗೆ ತುರುಕಿಕೊಳ್ಳುತ್ತ "ಛೇ, ಛೆ, ನೀವು ಸಂಕೋಚಪಟ್ಟುಕೊಳ್ಳಲೇ ಬೇಡಿ. ನಿಮ್ಮ ಹುಡುಗಿ ಈ ಮನೆಗೆ ಬರುವವಳಿದ್ದ ಮೇಲೆ ಈ ಮನೆ ಸಹ ನಿಮ್ಮದಾಯಿತಲ್ಲ" ಎಂದು ಮತ್ತಷ್ಟು ಅಡಿಕೆ ಪುಡಿಯನ್ನು ಎತ್ತಿ ಬಾಯಿಗೆ ಹಾಕಿಕೊಂಡರು ರಂಗಣ್ಣ.

"ಎಲ್ಲಾ ನಿಮ್ಮ ಔದಾರ್ಯ" ಎಂದ ಅನುಪಮಳ ತಂದೆ ಮೌನವಾಗಿ ಎಲೆಯಡಿಕೆ ಮೆಲ್ಲತೊಡಗಿದರು.

ಹಾಸಿಗೆಯ ಮೇಲೆ ಮಲಗಿದ್ದ ಸತೀಶನನ್ನು ಮುತ್ತಿಕೊಂಡಿದ್ದ ಯೋಚನೆಗಳಿಗೆ ಪರಿಹಾರವೇ ಸಿಗಲಿಲ್ಲ.

ತಾನೀಗ ಅನುಪಮಳಿಗೆ ಮಾಡುತ್ತಿರುವುದು ದ್ರೋಹ. ತಾನು ಮದುವೆಯಾಗದಿದ್ದರೂ ಬ್ರಹ್ಮಚಾರಿಯಾಗಿ ಉಳಿದಿಲ್ಲ. ಸ್ವಾರ್ಥಕ್ಕಾಗಿ ಶೋಭಳಿಗೆ ದಾಸನಾಗಿದ್ದೇನೆ. ಅವಳ ಆಸೆಗಳನ್ನು ಪೂರೈಸುವ ಯಂತ್ರವಾಗಿದ್ದೇನೆ. ರಘುಪತಿ ತನ್ನ ಶ್ರೀಮಂತಿಕೆಯ ಬಲೆಯಲ್ಲಿ ತನ್ನನ್ನು ಕೊಡವಿಕೊಂಡು ಮಗಳ ಲಾಲಸೆಗಳನ್ನು ಪೂರ್ಣಗೊಳಿಸುತ್ತಿದ್ದಾನೆ.

ತಟ್ಟನೆ ಮೇಲಕ್ಕೆದ್ದ ಸತೀಶ "ಬೇಡ, ಈ ಸುಳಿಯಲ್ಲಿ ಸಿಲುಕಿಸಿ ನಿನ್ನನ್ನು ನರಳಿಸಲಾರೆ ಅನುಪಮ" ಎಂದು ಚೀರಿಬಿಡುವ ಮನಸ್ಸಾದರೂ, ಮಾತುಗಳು ಬಾಯಿಂದ ಹೊರಬರಲಿಲ್ಲ.

ಹರಕು ಬಟ್ಟೆ ಧರಿಸಿದ ಸತೀಶ ಅವನ ಮುಂದೆ ನಿಂತಂತಾಯಿತು. ರೇಗಾಡುವ ತಂದೆ, ಕಣ್ಣೀರಿಡುವ ತಾಯಿ, ಮೂಕವೇದನೆ ಅನುಭವಿಸುವ ನರ್ಮದ ಅವನ ಪಕ್ಕ ನಿಂತಂತಾಯಿತು.

ಸತೀಶನ ಉಸಿರು ಕಟ್ಟಿತು. ಎಂದಿಗೂ ತಾಯಿ, ತಂದೆಯರನ್ನು ಅಂತಹ ಹೀನ ಸ್ಥಿತಿಗೆ ತರಬಾರದೆಂದು ನಿಶ್ಚಯಿಸಿಕೊಂಡ.

ಐಶ್ವರ್ಯ, ಒಡವೆ, ಸೀರೆಗೆ ಆಸೆಪಡದ ಯಾವ ಹೆಣ್ಣೂ ಇಲ್ಲ. ಅದಕ್ಕೆ ಅನುಪಮ ಹೊರತಾಗಲಾರಳು. ಮೊದಲು ಧಿಕ್ಕರಿಸಿದರೂ ಕೊನೆಗೆ ತಾನೇ ಪರಿಸ್ಥಿತಿಗೆ ಹೊಂದುಕೊಳ್ಳುತ್ತಾಳೆಂದು ಸತೀಶ ಸಮಾಧಾನಗೊಂಡ.

ಅನುಪಮ ಅವನಿಗಿಂತ ಭಿನ್ನವಾಗಿ ಯೋಚಿಸುತ್ತಿದ್ದಳು. ಇಂತಹ ಚೆಲುವ,

ವಿದ್ಯಾವಂತ, ಉದ್ಯೋಗಸ್ಥ ಯುವಕನಿಂದ ತಾನು ನಿರ್ಮಲವಾದ ಪ್ರೀತಿ ಪಡೆಯಬಲ್ಲೆನೆ? ಇಂದಿನ ಯುವಜನಾಂಗ ಆಧುನಿಕತೆಗೆ ಮಾರು ಹೋಗಿ ಸಂಪ್ರದಾಯಗಳನ್ನು ಧಿಕ್ಕರಿಸಿ ಕಣ್ಣು ಮುಚ್ಚಿಕೊಂಡು ನಡೆಯುತ್ತಿದ್ದಾರೆ. ಹೆಣ್ಣು ಬರೀ ಲೈಂಗಿಕ ತೃಷೆಯನ್ನು ತೀರಿಸಬಲ್ಲ ವಿಲಾಸ ವಸ್ತುವೆಂದು ತಿಳಿದಿದ್ದಾರೆ. ಇದಕ್ಕೆ ಸತೀಶನು ಹೊರತೆ!?

ಅವಳ ಆಲೋಚನೆಗಳಿಗೆ ಅವಳಿಗೇ ನಗು ಬಂತು. ಯಾರೋ ಕೆಲವಾರು ಜನ ಮಾಡುವ ತಪ್ಪುಗಳಿಗಾಗಿ ಯುವ ಜನಾಂಗವನ್ನು ಅನುಮಾನಿಸುವುದು ತಪ್ಪು. ಅದೂ ಅಲ್ಲದೆ ಅವರ ನಡವಳಿಕೆಯನ್ನು ಅರಿಯದೆ ಅವರನ್ನು ದೂಷಿಸುವುದು ಎರಡನೆ ತಪ್ಪು ಎಂದುಕೊಂಡ ಅನುಪಮ ತನ್ನ ಯೋಚನಾ ಸರಣಿಯನ್ನು ಬದಲಿಸಿಕೊಂಡು ಸುಂದರ ಕನಸಿನ ಲೋಕದಲ್ಲಿ ವಿಹರಿಸತೊಡಗಿದಳು.

* * *

ಸತೀಶ ಮದುವೆಯನ್ನು ಸರಳವಾಗಿ ನಡೆಸುವಂತೆ ಹಿರಿಯರಿಗೆ ಆದೇಶ ನೀಡಿದ್ದ. ಅದೇ ಆದರ್ಶದ ಗುಂಗಿನಲ್ಲಿದ್ದ ಅನುಪಮ ತನ್ನ ಮದುವೆಯ ಖರ್ಚಿಗಾಗಿ ಇಟ್ಟಿದ್ದ ಹಣದಲ್ಲಿ ಅರ್ಧಭಾಗವನ್ನು ಅಬಲಾಶ್ರಮಕ್ಕೆ ನೀಡಬೇಕೆಂದು ತಾಯಿ, ತಂದೆಯರನ್ನು ಒತ್ತಾಯಪಡಿಸಿದಳು. ಮೊದಲು ಮಗಳ ಮಾತಿಗೆ ಅಸಮಾಧಾನ ತೋರಿದ್ದರೂ. ಅವಳ ಒಳ್ಳೆಯ ಬೇಡಿಕೆಯನ್ನು ನಿರಾಕರಿಸಲಾರದಾದರು.

ಸತೀಶ, ಅನುಪಮರ ಮದುವೆ ಕಳಸದ ಅನ್ನಪೂರ್ಣೇಶ್ವರಿಯಲ್ಲಿ ಶಾಸ್ತ್ರೋಕ್ತವಾಗಿ ನಡೆಯಿತು. ಫ್ಯಾಕ್ಟರಿಯಲ್ಲಿ ಬಹಳ ಜನಪ್ರಿಯ ವ್ಯಕ್ತಿಯಾದುದರಿಂದ ಸತೀಶನ ಗೆಳೆಯರ, ಕೆಲಸಗಾರರ ದೊಡ್ಡ ತಂಡವೇ ಬಂದಿತ್ತು. ಅಲ್ಪಸ್ವಲ್ಪ ವಿಷಯ ಮೊದಲೇ ಅರಿತಿದ್ದ ಸತೀಶನ ಸಹೋದ್ಯೋಗಿಗಳು ಅನುಪಮಳ ಮುಂದಿನ ಭವಿಷ್ಯತ್ ಯೋಚಿಸಿ ಕಳವಳಗೊಂಡರು. ಅನಿಲ್ ಆದಷ್ಟು ಬೇಗ ಹಿಂದಿರುಗುವುದಿಲ್ಲ, ಸತೀಶನ ಸಮಸ್ಯೆ ಪರಿಹಾರವಾಗುವಂತಹುದಲ್ಲ ಎನ್ನುವ ವಿಷಯ ಅವರಿಗೆಲ್ಲ ಗೊತ್ತಿತ್ತು.

ಕಳಸದಲ್ಲಿ ಮದುವೆ ಮುಗಿಸಿದರು. ಶಿವಮೊಗ್ಗದಲ್ಲಿ ತಮ್ಮ ಶಕ್ತಿ ಮೀರಿ ಆರತಕ್ಷತೆಯನ್ನು ಏರ್ಪಾಡು ಮಾಡಿದ್ದರು ಅನುಪಮಳ ತಂದೆ.

ಮೊದಲ ರಾತ್ರಿಯ ಪೂರ್ಣ ಗುಂಗಿನಿಂದ ಇನ್ನು ಎಚ್ಚೆತ್ತುಕೊಳ್ಳುವುದಕ್ಕೆ ಮೊದಲೇ ರಘುಪತಿಯವರ ಟೆಲಿಗ್ರಾಮ್ ಅವನನ್ನು ಬಡಿದೆಬ್ಬಿಸಿತು.

ಟೆಲಿಗ್ರಾಮ್ ಕೈಯಲ್ಲಿಡಿದೇ ಸತೀಶ ಅಲ್ಲಿಂದಿಲ್ಲಿಗೆ ಇಲ್ಲಿಂದಲ್ಲಿಗೆ ಓಡಾಡಿದ. ಅವನ ಹೃದಯ ಮಡದಿಯನ್ನು ಬಿಟ್ಟು ಹೋಗಲಾರದೆ ಚಡಪಡಿಸುತ್ತಿತ್ತು.

ತಾಯಿ, ತಂದೆಗೆ ವಿಷಯ ತಿಳಿಸಿ ಹಜಾರದಲ್ಲಿದ್ದ ನಳಿನಿಯನ್ನು ಕೂಗಿ ಹೇಳಿದ ಸತೀಶ.

"ನಳಿನಿ, ನಿಮ್ಮ ಅತ್ತಿಗೇನ ಕರೆದುಕೊಂಡು ಬಾ. ನಾನು ಈಗಿಂದೀಗಲೇ

ಬೆಂಗಳೂರಿಗೆ ಹೋಗಬೇಕು."

"ಅದೇನು ಕೆಲಸನೋ ಏನೋ! ಇನ್ನು ಹಳ್ಳಿಗೆ ಕರೆದುಕೊಂಡು ಹೋಗಿ ದೊಡ್ಡದಾಗಿ ಆರತಕ್ಷತೆ ಮಾಡಬೇಕು ಅಂತ ಅಮ್ಮ ಹಂಬಲಿಸುತ್ತ ಇದ್ದರು" ಎಂದು ಮೆಲ್ಲಗೆ ರಾಗ ಎಳೆದಳು ನಳಿನಿ.

"ಅಲ್ಲಿ ಈಗಾಗಲೇ ಎರಡು ಮದುವೆ ಮಾಡಿದ್ದಾರೆ. ಈಗೇನು ಅಲ್ಲಿ ಆರತಕ್ಷತೆ ಮಾಡುವ ಪ್ರಮೇಯವಿಲ್ಲ. ಮುಂದೆ ನಿನ್ನ ಮದುವೆ ಅಲ್ಲೇ ಮಾಡುತ್ತೀವಲ್ಲ! ಮೊದಲು ಹೋಗಿ ಅನುಪಮಳನ್ನು ಕರೀ" ಎಂದು ಸತೀಶ ಬೇಸರದಿಂದ ಕುರ್ಚಿಯ ಮೇಲೆ ಕುಕ್ಕರಿಸಿದ.

ಬಳೆಗಳ ಸದ್ದು ಅವನನ್ನು ಎಚ್ಚರಿಸಿತು. ಅನುಮಪ ಕೋಣೆಯ ಬಳಿಗೆ ಬಂದಿದ್ದಳು.

"ಅನು, ನನ್ನ ಕೆಲಸವೇ ಇಂಥದ್ದು. ಫ್ಯಾಕ್ಟರಿ ಓನರ್ ಟೆಲಿಗ್ರಾಮ್ ಮಾಡಿದ್ದಾರೆ, ಈಗಿಂದೀಗಲೆ ಹೊರಟು ಬರುವಂತೆ" ಎಂದು ಮಡದಿಯನ್ನೆಳೆದು ತನ್ನ ಪಕ್ಕದಲ್ಲಿ ಕೂಡಿಸಿಕೊಂಡ.

"ಈಗ ಹೊರಟುಬಿಡುತ್ತೀರಾ?" ಎಂದಳು.

"ಹೋಗಲೇಬೇಕು ಚಿನ್ನಾ, ಈ ಜನಕ್ಕೆ ಅರ್ಥವೇ ಆಗೋಲ್ಲ. ಈ ಮಧುಚಂದ್ರ ಸಮಯದಲ್ಲಿ ಗಂಡ, ಹೆಂಡತೀನ ಅಗಲಿಸಬಾರದು ಅನ್ನುವ ತಿಳುವಳಿಕೇನೆ ಇಲ್ಲ" ಎಂದು ಮಡದಿಯ ಕೆನ್ನೆಗೆ ತನ್ನ ತುಟಿಯನ್ನೊತ್ತಿದ.

ಸತೀಶನಿಗೆ ಮಡದಿಯನ್ನು ಬೆಂಗಳೂರಿಗೆ ಕರೆದೊಯ್ಯುವ ಆಸೆ ಇದ್ದರೂ ಅಲ್ಲಿನ ಪರಿಸ್ಥಿತಿಗಳನ್ನು ನೆನೆದು ಭಯಪಟ್ಟ. ತನ್ನದಾಗಿದ್ದ ಮನೆಯಲ್ಲಿ ಅವನೆಂದೂ ಮಲಗಿದ್ದೇ ಇಲ್ಲ. ಅಂಥದ್ದರಲ್ಲಿ ಅನುಪಮಳನ್ನು ಕರೆದೊಯ್ದು ಇಬ್ಬಗೆಯ ಸಂಕಟಕ್ಕೆ ಸಿಕ್ಕಿಬೀಳುವ ಬದಲು ತಾಯಿಯ ಇಚ್ಛೆಯಂತೆ ಸ್ವಲ್ಪ ದಿನ ಅವಳು ಹಳ್ಳಿಯಲ್ಲಿರುವುದೇ ಉತ್ತಮವೆಂದುಕೊಂಡ.

ಅನುಪಮ ಏನೋ ಹೇಳಲಿದ್ದಾಳೆಂದು ಕೂಡಲೇ ಊಹಿಸಿಕೊಂಡ ಸತೀಶ "ನಾನು ಜೊತೆಯಲ್ಲೇ ಕರೆದೊಯ್ಯುತ್ತಿದ್ದೆ, ಆದರೆ...ಅಮ್ಮನಿಗೆ ತನ್ನ ಸೊಸೆಯನ್ನು ಹಳ್ಳಿಯಲ್ಲಿ ಮೆರೆಸುವ ಆಸೆ. ಅವರ ಇಚ್ಛೆಗೆ ನಾನೇಕೆ ಅಡ್ಡಿಯಾಗಲಿ..." ಎಂದು ಮಡದಿಯ ಕಣ್ಣಲ್ಲಿ ಕಣ್ಣಿಟ್ಟು ನೋಡಲು ಪ್ರಯತ್ನಿಸಿ ಸೋತ. ಆ ನಿಷ್ಕಲ್ಮಶ ಗಂಭೀರ ನೋಟವನ್ನು ಎದುರಿಸುವ ಧೈರ್ಯ ಅವನಿಗಿರಲಿಲ್ಲ.

ನಳಿನಿಯ ಧ್ವನಿ ಕೇಳಿದ ಕೂಡಲೇ ಅನುಪಮ ಸತೀಶನಿಂದ ದೂರ ಸರಿದಳು.

ವಿಷಯ ತಿಳಿದ ಅನುಪಮಳ ತಾಯಿ, ತಂದೆ ಬಹಳ ಬೇಸರ ಗೊಂಡರು. ಮೊದಲೇ ಕಂದಾಚಾರ ಪದ್ಧತಿಗಳಲ್ಲಿ ನಂಬಿಕೆ ಇದ್ದ ಅವರು ಕಡೇಪಕ್ಷ ಅಳಿಯ ಮೂರು ರಾತ್ರಿಯಾದರೂ ತಮ್ಮಲ್ಲಿ ಉಳಿಯಬೇಕು ಎನ್ನುವುದು ಅವರ ಅಭೀಷ್ಟ.

ರಂಗಣ್ಣನವರೇ, ಫ್ಯಾಕ್ಟರಿಯ ಸಂಪೂರ್ಣ ಜವಾಬ್ದಾರಿ ತಮ್ಮ ಮಗನ ಮೇಲಿರುವುದರಿಂದ ಅವನು ಕೂಡಲೇ ಹೊರಡಲೇಬೇಕು ಎಂದು ಅವರಿಗೆ ಸಮಾಧಾನ ಹೇಳಿದರು.

ಎಲ್ಲರೂ ತಮಗಿದ್ದ ಬೇಸರ ವ್ಯಕ್ತಪಡಿಸದೇ ಸುಮ್ಮನಾದರೂ. ಹೆತ್ತ ತಾಯಿ ಸರಸ್ವತಮ್ಮ ತಮ್ಮ ವ್ಯಥೆಯನ್ನು ಆಡಿ ತೋರಿಸಿದರು.

"ಅಲ್ಲವೊ ಸತೀಶ! ಬಿಡಿ ದಿನಗಳಲ್ಲಿ ಬೇಡ. ಮದುವೆ ಇಂಥ ಸಮಯದಲ್ಲಿ ಒಂದು ಹದಿನೈದು ದಿನ ವಿರಾಮ ಬೇಡವೇ? ನಾನು ಹಳ್ಳಿಗೆ ಕರೆದುಕೊಂಡು ಹೋಗಬೇಕು, ಆರತಕ್ಷತೆ ಮಾಡಬೇಕು, ಹಳ್ಳಿಯವರಿಗೆಲ್ಲ ಊಟ ಹಾಕಬೇಕು ಅಂತ ಇದ್ದೆ."

ಸತೀಶನಿಗೆ ತಾಯಿಯ ವ್ಯಥೆ ಅರ್ಥವಾಯಿತು. ಆದರೆ ಅವನು ನಿಸ್ಸಹಾಯಕನಾಗಿದ್ದ. ರಘುಪತಿಯವರ ಕರೆಗೆ ಉದಾಸೀನ ತೋರಿ ಮುಂದಾಗುವ ಅನಾಹುತವನ್ನು ನೆನೆಸಿಕೊಂಡರೆ ಅವನ ಮೈ ನಡುಗುತ್ತಿತ್ತು. ಅದು ರಘುಪತಿಯವರ ಫ್ಯಾಕ್ಟರಿ ಕರೆಯಲ್ಲ, ಶೋಭಳ ಕರೆ ಈ ರೀತಿ ಬಂದಿದೆ ಎಂದು ಊಹಿಸಿಕೊಂಡಿದ್ದ.

"ಅಮ್ಮ, ನೀನು ಖಂಡಿತ ಬೇಸರಪಟ್ಟುಕೊಳ್ಳಬೇಡ. ಅನುಪಮನ ಹಳ್ಳಿಗೆ ಕರೆದುಕೊಂಡು ಹೋಗಿ. ನಾನು ಅಲ್ಲಿ ಹೋಗಿ ವಿಚಾರಿಸಿಕೊಂಡು ಹಳ್ಳಿಗೆ ಬರುತ್ತೇನೆ" ಎಂದು ತಾಯಿಯ ಕೈ ಹಿಡಿದುಕೊಂಡು ಹೇಳಿದ.

ಸರಸ್ವತಮ್ಮ ಕಂಬನಿ ಒರೆಸಿಕೊಂಡು ಒಳಗೆ ಹೋದರು.

ಸತೀಶನ ಕಾರು ಶಿವಮೊಗ್ಗ ಬಿಟ್ಟು ಬೆಂಗಳೂರಿನ ಕಡೆ ಓಡತೊಡಗಿತು. ಅವನ ಹೃದಯ ಅಸಮಾಧಾನದ ಆಗರವಾಗಿತ್ತು.

ರಘುಪತಿಯವರು ಎಷ್ಟೇ ಬಲವಂತ ಮಾಡಿದ್ದರೂ ಮದುವೆಗೆ ಒಪ್ಪಬಾರದಾಗಿತ್ತು. ಅವರು ತನ್ನನ್ನೊಂದು ಕೀಲು ಬೊಂಬೆಯ ಹಾಗೆ ಮಾಡಿಕೊಂಡಿದ್ದಾರೆ. ಅವರ ಮಗಳ ಮನಸ್ಸನ್ನು ಸಂತೋಷಪಡಿಸುವ ಒಂದು ಸಾಧನ ಮಾತ್ರ ನಾನು. ಈ ಬಂಧನದಿಂದ ತನಗೆಂದು ವಿಮುಕ್ತಿ ಎಂದು ಅವನ ಮನಸ್ಸು ಚೀರಾಡಿತು.

* * *

ಬೀಗರು ಮಗಳೊಡನೆ ಬಂದು ಎರಡು ದಿನವಾದರೂ ಸತೀಶನ ಪತ್ತೆಯೇ ಇಲ್ಲ. ಹೆಣ್ಣುಮಕ್ಕಳು, ಅಳಿಯಂದಿರು, ನೆಂಟರಿಷ್ಟರಿಂದ ಮನೆ ಸಡಗರಗೊಂಡಿದ್ದರೂ ಸರಸ್ವತಮ್ಮನ ಮನಸ್ಸು ವ್ಯಾಕುಲದಿಂದ ಕುದಿಯುತ್ತಿತ್ತು.

ಹಜಾರದಲ್ಲಿ ಕೂತ ಗಂಡನನ್ನು ಸನ್ನೆ ಮಾಡಿ ಹಿತ್ತಲ ಕಡೆಗೆ ಕರೆದುಕೊಂಡು ಹೋದ ಸರಸ್ವತಮ್ಮ ಮೆಲ್ಲನೆ ಪಿಸುಗುಟ್ಟಿದರು.

"ನೀವು ಈಗಿನಿಂದಲೇ ಬೆಂಗಳೂರಿಗೆ ಹೋಗಿ ಸತೀಶನನ್ನು ಕರೆದುಕೊಂಡು ಬನ್ನಿ. ಬೀಗರು ಏನೆಂದುಕೊಳ್ಳಬೇಕು? ಈಗತಾನೇ ಹೊಸ ಜೀವನಕ್ಕೆ ಕಾಲಿಟ್ಟ ಆ ಹುಡುಗಿ

ಎಷ್ಟು ಕೊರಗಬೇಕು!"

ರಂಗಣ್ಣನ ಮುಖ ಬೇಸರದಿಂದ ಮುದುಡಿತು. ಇಷ್ಟು ದಿನ ಮಗ ಒಳ್ಳೆ ಹುದ್ದೆಯಲ್ಲಿದ್ದಾನೆ. ಕೈ ತುಂಬ ಸಂಬಳ ತರುತ್ತಾನೆ. ಇಬ್ಬರ ಹೆಣ್ಣು ಮಕ್ಕಳ ಮದುವೆಗೆ ಸಹಾಯ ಮಾಡಿ ನಮ್ಮನ್ನು ಕನ್ಯಾಭಾರದಿಂದ ವಿಮುಕ್ತಿಗೊಳಿಸಿದ ಎಂಬ ಹೆಮ್ಮೆ ಇದ್ದರೂ ತನ್ನ ಮದುವೆಯಲ್ಲಿ ಅವನು ಈ ತರಹ ಮಾಡೋದು ಅವರ ಮನಸ್ಸಿಗೆ ಹಿಡಿಸಲಿಲ್ಲ.

"ಆಗಲಿ, ಈಗಲೇ ಹೊರಟೆ" ಎಂದು ಚುಟುಕಾಗಿ ಹೇಳಿದ ರಂಗಣ್ಣನವರು ಉತ್ತರೀಯವನ್ನು ಹೆಗಲ ಮೇಲೆ ಹಾಕಿಕೊಂಡು ಹಿಂಬಾಗಿಲಿನಿಂದಲೆ ಹೊರಟರು.

ರಂಗಣ್ಣನವರು ಬೆಂಗಳೂರು ತಲುಪುವವರೆಗೂ ಮೌನವದನರಾಗೇ ಇದ್ದರು. ಮಗನ ಭವ್ಯವಾದ ಮನೆ ಕಣ್ಣಿಗೆ ಬಿದ್ದ ಕೂಡಲೇ ಪ್ರಫುಲ್ಲಿತರಾದರು.

ಮಗ ಟೂರ್ ಹೋಗಿ ಎರಡು-ಮೂರು ದಿನ ಆಯಿತು ಎಂದು ಅಡಿಗೆಯವನಿಂದ ವಿಷಯ ತಿಳಿದಕೂಡಲೆ ಅವರ ಎದೆ ಧಸಕ್ಕೆಂದಿತು, ಕಣ್ಣು ಕತ್ತಲಿಟ್ಟುಕೊಂಡು ಬಂದಿತು.

"ಎಂದು ಬರುತ್ತಾನೆ?" ಎಂದು ಮಂಕಾಗಿ ಪ್ರಶ್ನಿಸಿದರು.

"ಅದರ ಬಗ್ಗೆ ನಾನೇನು ಹೇಳಲಾರೆ. ಈಗ ಬಂದಿದ್ದರೂ ಬಂದಿರಬಹುದು... ಸ್ವಲ್ಪ... ವಿಷಯ ತಿಳಿಯೋದು ಕಷ್ಟ" ಎಂದು ಅಡಿಗೆಯವನು ತಲೆ ಕೆರೆದುಕೊಂಡ.

ರಂಗಣ್ಣನವರು ಅಡಿಗೆಯವನಿಗೆ ಸ್ವಲ್ಪ ಪರಿಸ್ಥಿತಿಯನ್ನು ವಿವರಿಸಿ ತಮ್ಮ ದುಗುಡವನ್ನು ತೋಡಿಕೊಂಡರು.

ಅವರ ಸ್ಥಿತಿಯನ್ನು ನೆನೆದು ಅಡಿಗೆಯವನಿಗೆ ಕನಿಕರವಾಯಿತು. ತನ್ನ ದೋಸ್ತ್ ರಘುಪತಿಯವರ ಅಡಿಗೆಯವನಿಗೆ ಫೋನ್ ಮಾಡಿ ವಿಚಾರಿಸಿದ. ಸತೀಶ, ಶೋಭ ರಾತ್ರಿಯೇ ಊಟಿಯಿಂದ ಹಿಂದಿರುಗಿದ್ದಾಗಿ ಈಗ ಮನೆಯಲ್ಲೇ ಇರುವ ಸಮಾಚಾರ ತಿಳಿಸಿದ.

ರಘುಪತಿಯವರ ಸ್ವಭಾವದ ಪರಿಚಯವಿದ್ದ ಅಡಿಗೆಯವನು ನಿಜ ಸಂಗತಿ ತಿಳಿಸಲು ಬೆದರಿದ.

"ಈಗ ಬರಬಹುದು ಅಂತ ತಿಳಿಯಿತು. ಇಂದು ಇಲ್ಲೇ ಇರಿ" ಎಂದು ಹೇಳಿ ಕಾಫಿ ತರಲು ಒಳಗೆ ಹೋದ.

ರಂಗಣ್ಣನವರು, ತಲೆಯ ಮೇಲೆ ಕೈಹೊತ್ತು ಕುಳಿತುಬಿಟ್ಟರು. ಅವರ ಮನಸ್ಸು ಅಲ್ಲೋಲಕಲ್ಲೋಲವಾಗಿತ್ತು. ಅವರು ಮೋಸ, ಕಪಟ ಅರಿತವರೇ ಅಲ್ಲ. ಕೋಪ ಬಂದಾಗ ಬಾಯಿಗೆ ಬಂದದ್ದನ್ನು ಆಡಿ ಮುಗಿಸಿಬಿಡೋದು. ಮನಸ್ಸು ಸಮಾಧಾನಕ್ಕೆ ಬಂದಾಗ ಪಶ್ಚಾತ್ತಾಪ ಪಡುವುದು.

ಸತೀಶ ಶೋಭಳ ಜೊತೆಯಲ್ಲಿ ಊಟಿಯಲ್ಲಿದ್ದರೂ ತಾನು ಮಾಡುತ್ತಿರುವ ತಪ್ಪಿನ ಅರಿವು ಅವನಿಗಿತ್ತು. ತನ್ನಿಂದ ತಂದೆ, ತಾಯಿ, ಅನುಪಮ ಪಡುವ ವ್ಯಥೆಯ ಕಲ್ಪನೆಯಿಂದ

ಅವನ ಸಂಯಮ ಹಾರಿ ಹೋಗಿ ಶೋಭಳ ಕತ್ತು ಹಿಸುಕಿ ಕೊಳ್ಳಬೇಕೆನ್ನುವಷ್ಟು ಕಠೋರನಾಗುತ್ತಿದ್ದ. ಆದರೆ ಅವನ ಒಳ್ಳೆಯತನ ಅಷ್ಟಕ್ಕೆ ಅವಕಾಶ ಮಾಡಿಕೊಡುತ್ತಿರಲಿಲ್ಲ.

ಶೋಭಳಿಂದ ಬಿಡಿಸಿಕೊಂಡು ಹೊರಗೆ ಬಂದ ಸತೀಶನ ಕಾರು ಹಳ್ಳಿಯ ಕಡೆ ತಿರುಗಿತು. ಅನುಪಮಳಿಗಾಗಿ ಕೊಂಡಿಟ್ಟಿದ್ದ ನೆಕ್ಲೇಸ್‌ಗಾಗಿ ಹಿಂದಿರುಗಿ ಮನೆಗೆ ಬಂದಾಗ ರಂಗಣ್ಣನವರು ತಲೆಯ ಮೇಲೆ ಕೈಹೊತ್ತು ಕುಳಿತಿದ್ದರು.

"ಅಣ್ಣ, ಯಾವಾಗ ಬಂದೆ?" ಎಂದ ಒಳಕ್ಕೆ ಬರುತ್ತಾ ತಲೆ ಮೇಲಕ್ಕೆ ಎತ್ತಿದ.

ರಂಗಣ್ಣನವರು "ಬಂದೆಯಾ ಮಾರಾಯ, ನಡಿ ಹೋಗೋಣ" ಎಂದು ಮಗನ ಕೈ ಹಿಡಿದರು.

"ನಾನು ಇದುವರೆಗೆ ಹಳ್ಳಿಗೆ ಹೋಗಿಬಿಡುತ್ತಾ ಇದ್ದೆ. ಏನೋ ಮರೆತಿದ್ದೆ ಅದಕ್ಕಾಗಿ ಬಂದೆ. ಒಂದು ನಿಮಿಷ ತಡೀರಿ ಬಂದೆ" ಎಂದು ಒಂದೆರಡು ಮೆಟ್ಟಲುಗಳನ್ನು ಒಟ್ಟಿಗೆ ಹಾರುತ್ತ ನಡೆದ. ಸತೀಶ ಬೀರುವಿನಲ್ಲಿದ್ದ ನೆಕ್ಲೇಸನ್ನು ಸಣ್ಣ ಬ್ರೀಫ್‌ಕೇಸಿಗೆ ಸೇರಿಸಿ ನಿಮಿಷದಲ್ಲೇ ಹಿಂದಿರುಗಿದ.

ತಂದೆ, ಮಗ ಕಾರಿನಲ್ಲಿ ಕುಳಿತು ಹಲವಾರು ಮೈಲಿ ಸಾಗುವವರೆಗೂ ಮಾತನಾಡಲಿಲ್ಲ.

ರಂಗಣ್ಣನವರಿಗೆ ಮಗನನ್ನು ನಿಷ್ಠೂರ ಮಾಡಲು ಮನಸ್ಸು ಬರಲಿಲ್ಲ. ಅವನು ಕೆಲಸದ ಒತ್ತಡದಿಂದ ಬರಲಿಲ್ಲ. ಅದನ್ನು ತಾವು ದೊಡ್ಡದಾಗಿ ಎಣಿಸಬಾರದು ಎಂದುಕೊಂಡರು.

"ಅಣ್ಣ, ಅಮ್ಮ ಬೇಸರಪಟ್ಟುಕೊಂಡಳಾ?" ಎಂದು ಸತೀಶನೇ.

"ಅವಳ ಬೇಸರದ ಸುದ್ದಿ ಬಿಡು. ನಿಮ್ಮ ಅತ್ತೆ, ಮಾವ ಏನೆಂದುಕೊಂಡರೋ? ಎಲ್ಲಕ್ಕಿಂತ ಹೆಚ್ಚಾಗಿ ಆ ಹುಡುಗಿ ಏನೆಂದುಕೊಂಡಳೋ?"

ಸತೀಶನ ಹೃದಯ ಅನುಪಮಳ ಬಳಿಗೆ ಓಡಿಹೋಯಿತು.

ಶೋಭಳ ಸಾಮೀಪ್ಯ, ಚೆಲುವು ಅವನನ್ನು ದೈಹಿಕವಾಗಿ ತೃಪ್ತಿಪಡಿಸಿದ್ದವೇ ವಿನಃ ಎಂದೂ ಹೃದಯದ ಸಮೀಪದವರೆಗೆ ಕೊಂಡೊಯ್ದಿರಲಿಲ್ಲ. ಅವಳ ಒಡನಾಟದಲ್ಲಿ ಯಾಂತ್ರಿಕತೆ ಕಾಣುತ್ತಿದ್ದನೇ ವಿನಃ ಮೈ ಮರೆಯುವ ಅನುಭವಿಕನಾಗಿರಲಿಲ್ಲ. ಅವಳು ಎಂದೂ ತನ್ನವಳೆಂದು ಭ್ರಾಂತಿಗೆ ಒಳಪಟ್ಟಿರಲಿಲ್ಲ.

ಈ ಜಂಜಾಟದಲ್ಲಿ ಬೇಸತ್ತಿದ್ದ ಅವನ ಮನ ಮದುವೆಯನ್ನು ಮೊದಲು ನಿರಾಕರಿಸಿದರೂ ವಯೋಧರ್ಮಕ್ಕನುಗುಣವಾಗಿ ತನಗೊಬ್ಬ ಸಂಗಾತಿಯ ಅವಶ್ಯಕತೆ ಇದೆಯೆಂದರಿತ.

ಕಾರು ಮನೆ ಮುಂದೆ ನಿಂತ ಕೂಡಲೇ ಭಾರತಿ ಎಲ್ಲ ಒಟ್ಟಿಗೆ ಓಡಿ ಬಂದರು. ಆದರೆ

ಸತೀಶನ ದೃಷ್ಟಿ ಒಳಗಿದ್ದ ಅನುಪಮಳನ್ನು ಅರಸಿತ್ತು.

ಮಗನ ಮುಖ ಕಂಡ ಕೂಡಲೇ ಸರಸ್ವತಮ್ಮನ ಬೇಸರ ಕರಗಿ ಹೋಯಿತು. ಮಗನೇ ತಂದುಕೊಟ್ಟ ಜರತಾರಿ ಸೀರೆಯನ್ನುಟ್ಟು ಸಡಗರದಿಂದ ಓಡಾಡಿದರು.

ಕಡು ನೀಲಿ ಬಣ್ಣದ ಸೂಟಿನಲ್ಲಿ ಚೆಲುವ ಚೆನ್ನಿಗನಂತೆ ಕಾಣುತ್ತಿದ್ದ ಅಳಿಯನನ್ನು ಕಂಡ ಕೂಡಲೇ ಅನುಪಮಳ ತಾಯಿ, ತಂದೆಯ ಅಸಮಾಧಾನ ಮಾಯವಾಯಿತು.

ಇಷ್ಟು ಜನರ ನಡುವೆ ಮಡದಿಯನ್ನು ಏಕಾಂತದಲ್ಲಿ ಸಂಧಿಸಬೇಕಾದರೆ ರಾತ್ರಿಗಾಗಿ ಕಾಯಬೇಕಾಯಿತು ಸತೀಶ.

ಹಾಲಿಡಿದು ಬಂದ ಮಡದಿಯನ್ನು ದಿಟ್ಟಿಸಿದ. ಎಲ್ಲ ಹುಡುಗಿಯರಂತೆ ಸಾಮಾನ್ಯ ಹೆಣ್ಣಾಗಿ ಕಾಣಲಿಲ್ಲ ಅವನ ಕಣ್ಣಿಗೆ. ಏನೋ ಒಂದು ರೂಪದ ಅಪರೂಪದ ಕಳೆ ಅವಳ ಕಂಗಳಲ್ಲಿ ಮಿನುಗುತ್ತಿತ್ತು.

"ಅನು, ಬೇಸರ ಆಯಿತಾ?" ಎಂದು ಕೇಳುತ್ತಾ ಅವಳನ್ನು ಸಮೀಪಿಸಿದ.

ಮಾತಿಗೆ ಬದಲಾಗಿ ಒಂದು ನಸುನಗು ಹೊರಬಿತ್ತು ಅನುಪಮಳ ಮುಖದಿಂದ.

ಮಾತಿಗಿಂತಲೂ ಇಬ್ಬರಿಗೂ ಮೌನದ ಏಕಾಂತವೇ ಪ್ರಿಯವೆನಿಸಿತು.

* * *

ಅನುಪಮಳಿಗೆ ಮೊದಮೊದಲು ಗಂಡನ ನಡತೆಯಿಂದ ಯಾವ ಸಂದೇಹವು ಉಂಟಾಗದಿದ್ದರೂ ಕಾಲಕ್ರಮೇಣ ಒಂದು ತರಹ ಅನುಮಾನ ಅವಳ ಹೃದಯದಲ್ಲಿ ಬೇರೂರಿತು. ಅದಕ್ಕೆ ಪ್ರಬಲವಾದ ಕಾರಣಗಳು ಇಲ್ಲದಿರಲಿಲ್ಲ.

ಸತೀಶ ಆರು ತಿಂಗಳಾದರೂ ಮಡದಿಯನ್ನು ಬೆಂಗಳೂರಿಗೆ ಕರೆದೊಯ್ಯುವ ಸಾಹಸ ಮಾಡಲಿಲ್ಲ. ಮೊದ ಮೊದಲು ಸೊಸೆ ತಮ್ಮ ಎದುರಿನಲ್ಲಿ ಸ್ವಲ್ಪ ದಿನ ಇರಲಿ ಎಂದು ಬಯಸಿದ್ದ ಸರಸ್ವತಮ್ಮ ಬಹಳಷ್ಟು ದಿನ ಗಂಡ ಹೆಂಡಿರನ್ನು ಅಗಲಿಸಿರುವುದು ಒಳ್ಳೆಯದಲ್ಲವೆಂದುಕೊಂಡು ಮಗನಿಗೆ ಹೆಂಡತಿಯನ್ನು ಕರೆದೊಯ್ಯಲು ಒತ್ತಾಯ ಮಾಡಿದ್ದರು. ಆದರೆ ಅವರ ಮಾತಿಗೆ ಸತೀಶ ಜಾರಿಕೆಯ ಉತ್ತರ ಹೇಳುತ್ತಿದ್ದ. ಆ ಆರು ತಿಂಗಳಲ್ಲಿ ಅವನು ಬಂದಿದ್ದು ಬೆರಳೆಣಿಸುವಷ್ಟು ಸಲ ಮಾತ್ರ. ಅಷ್ಟು ಸಲ ಬಂದರೂ ಅವನು ಅಲ್ಲಿ ಒಂದು ರಾತ್ರಿ ಕಳೆದದ್ದು ಎರಡು-ಮೂರು ಸಲ ಮಾತ್ರ. ಒಂದು ಸಲ ಎರಡು ತಿಂಗಳಾದರೂ ಮಗ ಬರದಿದ್ದುದನ್ನು ನೋಡಿ ರಂಗಣ್ಣನವರೇ ಹೋಗಿ ಮಗನನ್ನು ಕರೆತಂದಿದ್ದರು.

ಹೂ ಬತ್ತಿ ಹೊಸೆಯುತ್ತಿದ್ದ ಸರಸ್ವತಮ್ಮ ಸೊಸೆ ಹಿತ್ತಲಲ್ಲಿದ್ದಾಳೆಂದು ಖಚಿತಪಡಿಸಿಕೊಂಡು ಮೆಲ್ಲಗೆ ಗಂಡನೊಡನೆ ಪ್ರಸ್ತಾಪಿಸಿದರು.

"ಅದು ಯಾಕೆ ಸತೀಶ ಹೆಂಡತೀನ ಕರೆದುಕೊಂಡು ಹೋಗೋಕೆ ಹಿಂದು ಮುಂದು

ನೋಡುತ್ತಾನೆ! ಅಲ್ಲಿ ಮನೆ ಇಲ್ಲ ಅಂತ ತಾಪತ್ರಯ ಪಡಬೇಕಾಗಿಯೂ ಇಲ್ಲ ಅಂತ ನೀವೇ ಹೇಳುತ್ತೀರಿ. ಅಂಥದ್ದರಲ್ಲಿ ಇವನ ರೀತೀನ ಏನನ್ನಬೇಕು? ಈಗಿನ ಮದುವೆಯಾದ ಹುಡುಗರು ಒಂದು ಗಳಿಗೆ ಹೆಂಡತೀನಾ ಬಿಟ್ಟಿದ್ದಾರ! ಅಂಥದ್ದರಲ್ಲಿ ಇವನ ರೀತೀನೇ ಅರ್ಥವಾಗಲಿಲ್ಲ."

ರಂಗಣ್ಣನವರು ಮೌನವಾಗಿ ನಿಟ್ಟುಸಿರು ಬಿಟ್ಟು ಸರಿಯಾಗಿ ಕುಳಿತರು.

ಅವರಿಗೆ ಈಗ ಯಾವ ಚಿಂತೇನೂ ಇರಲಿಲ್ಲ. ಇಬ್ಬರು ಹೆಣ್ಣು ಮಕ್ಕಳ ಮದುವೆ ಮಾಡಿ ಮುಗಿಸಿದ್ದರು. ಅವರುಗಳು ಗಂಡನ ಮನೆಯಲ್ಲಿ ಆರಾಮಾಗಿದ್ದರು. ಇನ್ನ ಇರೋ ಒಬ್ಬ ಮಗಳ ಮದುವೆಗೂ ತಾಪತ್ರಯ ಪಡಬೇಕಾಗಿರಲಿಲ್ಲ. ತಮ್ಮ ಗದ್ದೇನೂ ಬಿಡಿಸಿಕೊಂಡು ಅದರ ಜೊತೆಗೆ ಒಂದು ತೋಟವನ್ನೂ ಮಾಡಿದ್ದರು. ಜೀವನ ನಿರ್ವಹಣೆಗೆ ಯಾವ ತೊಂದರೇನೂ ಇರಲಿಲ್ಲ. ಇಂಥದ್ದರಲ್ಲಿ ಈ ನಡುವೆ ಮಗನ ನಡತೆ ಅವರ ತಲೆ ಕೆಡಿಸಿತ್ತು.

'ಫ್ಯಾಕ್ಟರಿ ಯಜಮಾನರೇ ತಮ್ಮನ್ನು ಕರೆಸಿ ಆದಷ್ಟು ಬೇಗ ಮಗನಿಗೆ ಮದುವೆ ಮಾಡಿ ಇಲ್ಲದಿದ್ದರೆ ಪಟ್ಟಣದ ವಾಸದಲ್ಲಿ ಕೆಡುವ ಸಂಭವ ಹೆಚ್ಚು ಎಂದು ಹೇಳಿದವರು ಈಗ ಹೆಂಡತೀನ...' ಯಾಕೋ ಮುಂದೆ ಯೋಚಿಸುವುದೇ ರಂಗಣ್ಣನವರಿಗೆ ಕಷ್ಟವಾಯಿತು.

"ನನಗೊಂದೂ ಅರ್ಥವಾಗೋಲ್ಲ. ಈ ಹುಡುಗೀನಾದರೂ ನಿನ್ನ ಜೊತೆ ಬರುತ್ತೀನಿ ಅಂತ ಹಟಮಾಡಿ ಅವನ ಕೂಡ ಹೋಗಬೇಕಾಗಿತ್ತು" ಎಂದರು, ಮೆಲ್ಲಗೆ ಸೊಸೆ ಬಂದಳೇನೋ ಎಂದು ಬಗ್ಗಿ ನೋಡಿದ.

"ಛೇ, ಆ ಹುಡುಗಿ ಅಂಥ ಹಟಮಾರಿಯಲ್ಲ. ಮೊನ್ನೆ ಸತೀಶ ಬಂದಾಗ ಅನುಪಮನ ಕರೆದುಕೊಂಡು ಹೋಗು ಅಂತ ಬಲವಂತ ಮಾಡಿದ್ದಕ್ಕೆ ಅವನು ಹೋದ ಮೇಲೆ 'ಅತ್ತೆ, ನೀವೇಕೆ ಅವರಿಗೆ ಸುಮ್ಮನೇ ಬಲವಂತ ಮಾಡುತ್ತೀರಿ? ಇಷ್ಟವಿಲ್ಲದವರ ಜೊತೆ ಬಲವಂತವಾಗಿ ಸಂಸಾರ ಮಾಡೋಕೆ ನನಗೆ ಇಷ್ಟವಿಲ್ಲ' ಅಂತ ಒಂದೇ ಮಾತಿನಲ್ಲಿ ಹೇಳಿಬಿಟ್ಟಳು" ಎಂದರು ಸರಸ್ವತಮ್ಮ, ಉಳಿದ ಹತ್ತಿಯನ್ನು ಬಿದಿರು ಬುಟ್ಟಿಗೆ ತುಂಬುತ್ತಾ.

ಅನುಪಮ ಒಳಗೆ ಬಂದುದ್ದರಿಂದ ಗಂಡ ಹೆಂಡರಿಬ್ಬರೂ ತಮ್ಮ ಮಾತುಕತೆಗಳನ್ನು ನಿಲ್ಲಿಸಿದರು.

ಅನುಪಮ ತಾನು ಕಿತ್ತು ತಂದ ಮರುಗವನ್ನು ಸರಸ್ವತಮ್ಮನವರ ಮುಂದೆ ಸುರಿದು ಕಟ್ಟತೊಡಗಿದಳು.

ಸರಸ್ವತಮ್ಮನವರು ಹತ್ತಿಯ ಬುಟ್ಟಿಯನ್ನು ಪಕ್ಕಕ್ಕೆ ಸರಿಸಿ ಮರುಗದ ಎಸಳು ಜೊತೆ ಜೊತೆಯಾಗಿ ಸೇರಿಸಿಡತೊಡಗಿದರು.

"ಅತ್ತೆ, ಆ ಮರುಗ ಗಿಡಗಳನ್ನೆಲ್ಲ ಈ ಸಲ ಮಳೆ ಬಂದ ಕೂಡಲೇ ಕಿತ್ತಿಸಿ ಬೇರೆ ಹಾಕಿಸಬೇಕು" ಎಂದಳು ತಲೆ ಬಗ್ಗಿಸಿಯೇ ಅನುಪಮ.

"ನೀನು ಬಂದ ಮೇಲೆ ಹಿತ್ತಲಿಗೊಂದು ಕಳೆ ಬಂದಿದೆ ನಳಿನಿ, ಭಾರತಿ, ನರ್ಮದ ಹೂ ಬಿಟ್ಟರೆ ಮುಡಿದುಕೊಳ್ಳುತ್ತಿದ್ದರೇ ವಿನಃ ಒಂದು ಚಂಬು ನೀರಾಕುತ್ತಿರಲಿಲ್ಲ. ಎಷ್ಟೋ ಸಲ ಒಣಗಿಹೋಗೋ ಗಿಡಗಳನ್ನು ನೋಡಲಾರದೇ ನಿಮ್ಮ ಮಾವನವರೇ ಸೇದಿ ಹಾಕಿದ್ದಾರೆ."

ಅವರ ಮಾತು ಪೂರ್ತಿಯಾಗುವ ಮುನ್ನ ಮನೆ ಮುಂದೆ ಕಾರು ನಿಂತ ಶಬ್ದ ಕೇಳಿಸಿತು.

ಸರಸ್ವತಮ್ಮ ದಢಾರನೆ ಎದ್ದು ಬಾಗಿಲ ಕಡೆ ಧಾವಿಸಿದರು.

ರಂಗಣ್ಣನವರು ಕುಳಿತ ಕಡೆಯಿಂದಲೇ ಬೆನ್ನು ಬಗ್ಗಿಸಿ ಬಾಗಿಲ ಕಡೆ ನೋಡಿದರು.

ಸತೀಶನ ಧ್ವನಿ ಗುರ್ತಿಸಿದ ಅನುಪಮ ಮರುಗವನ್ನು ಎತ್ತಿ ಬುಟ್ಟಿಗೆ ತುಂಬಿ ದೇವರ ಕೋಣೆಯಲ್ಲಿಡಲು ಹೋದಳು.

"ಅನುಪಮ, ಸತೀಶ ಬಂದಿದ್ದಾನೆ ನೋಡು!" ಎಂಬ ಕೂಗು ಅವಳ ತನ್ನಿಂದೆ ಬಂದು ಅಪ್ಪಳಿಸಿತು.

ಮದುವೆಯಾಗಿ ಆರು ತಿಂಗಳಾಗಿದ್ದರೂ ಅನುಪಮಳ ಹೃದಯ ಗಂಡನ ಹೆಸರನ್ನು ಕೇಳಿದ ಕೂಡಲೇ ನವವಧುವಿನಂತೆ ಮಿಡಿಯುತ್ತಿತ್ತು.

ಅನುಪಮ ಸಾವರಿಸಿಕೊಂಡು ಕೋಣೆಗೆ ಬಂದಾಗ ಸತೀಶ ಬಗ್ಗಿ ಷೂ ಕಳಚುತ್ತಿದ್ದ. ತಿಳಿ ಹಳದಿ ಬಣ್ಣದ ಟೆರಿಕಾಟ್ ಪ್ಯಾಂಟ್, ಕೆಂಪು ಹೂಗಳಿಂದ ಅಲಂಕಾರಗೊಂಡ ಪಾಲಿಸ್ಟಾರ್ ಷರಟು, ತಲೆ ತುಂಬ ಕೂದಲು ಬೆಳೆದು ನಿಂತು ಒಳ್ಳೆ ಹಿಪ್ಪಿ ತರಹ ಕಾಣುತ್ತಿದ್ದ.

ಮದುವೆಯಾದ ಮೇಲೆ ಪ್ರಥಮ ಸಲ ಅವಳು ಅವನನ್ನು ಈ ವೇಷದಲ್ಲಿ ನೋಡುತ್ತಿದ್ದುದು.

ಫುಲ್ ಸೂಟ್ ಧರಿಸಿ ಆಕರ್ಷಕನಾಗಿ ಕಾಣುತ್ತಿದ್ದ ಅವಳ ಸತೀಶ ರೋಡ್ ರೋಮಿಯೋ ಆಗಿ ಕಾಣಿಸಿದ. ಅವಳಿಗೆ ತಲೆ ತಗ್ಗಿಸುವಂತೆ ಆಯಿತು.

ತಲೆ ಎತ್ತಿದ್ದ ಸತೀಶ ತನ್ನನ್ನೇ ನೋಡುತ್ತ ನಿಂತಿದ್ದ ಮಡದಿಯನ್ನು ನೋಡಿ ಆಕರ್ಷಕ ನೋಟ ಬೀರಿ, ನಸು ನಕ್ಕ.

ಅವನ ದಟ್ಟವಾಗಿ ಬೆಳೆದು ನಿಂತ ಕೂದಲು ಕೆನ್ನೆಯನ್ನು ಆವರಿಸಿ ಕತ್ತಿನವರೆಗೂ ಇಳಿ ಬಿದ್ದಿತ್ತು. ಮೀಸೆಗಳ ಆಕಾರ, ಗಾತ್ರಗಳು ಹೆಚ್ಚಾಗಿದ್ದವು. ಫ್ಯಾಷನ್ನಿನ ಕೇಶರಾಶಿ ಅವನ ಅತಿ ಬಿಳುಪಾದ ಅರ್ಧ ಕೆನ್ನೆಯನ್ನೇ ಮುಚ್ಚಿತ್ತು.

ಅವಳಿಗೆ ಒಂದು ಕ್ಷಣ ಜೋರಾಗಿ ನಕ್ಕುಬಿಡುವ ಮನಸ್ಸಾದರೂ ಮರುಕ್ಷಣ ಸಾವರಿಸಿಕೊಂಡು ನಸುನಕ್ಕು ನೋಟವನ್ನು ಬೇರೆ ಕಡೆಗೆ ಹೊರಳಿಸಿದಳು.

ಸತೀಶ ಮಡದಿಯ ಹತ್ತಿರಕ್ಕೆ ಬಂದು ತನ್ನ ಬಲವಾದ ಬಾಹುಗಳಿಂದ ಬಂಧಿಸಿ ಅವಳ ಮೃದುವಾದ ಹೂಗೆನ್ನೆಗೆ ಕೆನ್ನೆ ಉಜ್ಜಿದ.

ಅವನ ದಟ್ಟ ಕೆನ್ನೆಯ ಕೇಶರಾಶಿ ಅವಳ ಕೆನ್ನೆಯನ್ನು ಮೆತ್ತಗೆ ಚುರುಗುಟ್ಟಿಸಿದವು.

ಗಂಡನಿಂದ ದೂರ ಸರಿದು ನಿಂತ ಅನುಪಮಳಿಗೆ ನಗು ತಡೆಯಲಾಗಲಿಲ್ಲ. ಕೆನ್ನೆ ಕೆಂಪಾಗುವವರೆಗೂ ನಕ್ಕಳು.

ಸತೀಶ ಗಡಬಡಿದವನಂತೆ ನಿಂತ. ಮದುವೆಯಾದಾಗಿನಿಂದ ಮಡದಿಯ ಈ ಬಗೆ ನಗು ಅವನು ನೋಡಿರಲಿಲ್ಲ. ಮಲ್ಲಿಗೆ ಮೊಗ್ಗುಗಳು ಅರಳುವಂತೆ ಅರಳುತ್ತಿದ್ದ ಅವಳ ನಸುನಗುವೊಂದೇ ಅವನಿಗೆ ಪರಿಚಯ.

ಮಡದಿಯ ನಗುವನ್ನು ಅವನು ತಡೆಯಲಿಲ್ಲ. ಸುಮ್ಮನೆ ನೋಡುತ್ತ ನಿಂತ.

ನಗು ನಿಲ್ಲಿಸಿದ ಅನುಪಮ ಅತ್ತೆಯ ಕೂಗನ್ನು ಕೇಳಿ ಹೊರಗೆ ಬಂದಳು.

ಅವಳ ಕೆಂಪಾದ ಕೆನ್ನೆ, ನಗುಮುಖವನ್ನು ಕಂಡು ತಮ್ಮ ಯೌವನದ ದಿನಗಳನ್ನು ನೆನೆದು ಸರಸ್ವತಮ್ಮ ನಾಚಿದರು.

ಸತೀಶ ಹೊರಗೆ ಬಂದುದರಿಂದ ಸರಸ್ವತಮ್ಮ ತಮ್ಮ ನಾಚಿಕೆಯಿಂದ ಹತ್ತಿಕ್ಕಲಾರದೆ ನಕ್ಕರು.

ಸತೀಶನಿಗೆ ಆಶ್ಚರ್ಯದ ಮೇಲಾಶ್ಚರ್ಯವಾಯಿತು. ಎಂದೂ ಅಷ್ಟೊಂದು ನಗದ ಅನುಪಮ ನಕ್ಕಿದ್ದು, ಹೊರಗೆ ಬಂದರೆ ತಾಯಿ ನಗುತ್ತಿರುವುದು.

ಅವನಿಗೆ ತಟ್ಟನೆ ಜ್ಞಾಪಕ ಬಂತು. ತನ್ನ ಬೆಳೆದ ಕೂದಲನ್ನು ನೋಡಿ ನಗುತ್ತಿರಬಹುದೆ? ತಾಯಿ ಹಳೆ ಕಾಲದವರು ನಕ್ಕರೂ ನಗಬಹುದು. ಆದರೆ ಕಾಲೇಜಿನಲ್ಲಿ ಓದಿದ ಹುಡುಗಿ ಅನುಪಮ ನಗಲು ಕಾರಣ?

ಸುಮ್ಮನೆ ನಿಂತ ಮಗನನ್ನು ನೋಡಿ "ಕೈ ಕಾಲು ತೊಳೆದುಕೋ ಹೋಗು. ಅನುಪಮ ಟವಲ್ಲು, ಸೋಪು ತಗೊಂಡು ಬಚ್ಚಲು ಮನೆಗೆ ಹೋದಳು ನೋಡು" ಎನ್ನುತ್ತ ಒಳಗೆ ಹೋದರು.

ಹುಚ್ಚಾಪಟ್ಟೆ ಕೂದಲು ಬೆಳೆಸಿದ್ದನ್ನು ನೋಡಿ ಸರಸ್ವತಮ್ಮನವರಿಗೆ ಏನೂ ಅನ್ನಿಸಲಿಲ್ಲ. ಅವರ ಎರಡನೆ ಅಳಿಯ ಭಾರತಿಯ ಗಂಡ ಒಮ್ಮೆ ಇದೇ ವೇಷದಲ್ಲಿ ಅತ್ತೆ ಮನೆಗೆ ಬಂದಿದ್ದ. ಆಗ ಬೇಸರಿಸಿಕೊಂಡು ಮಗಳನ್ನು ವಿಚಾರಿಸಿದಾಗ ಇಂದಿನ ಹೊಸ ಫ್ಯಾಷನ್ ಮತ್ತು ನಾಗರಿಕತೆಯ ಕುರುಹು ಎಂದು ಅರ್ಧ ಗಂಟೆ ಉಪದೇಶ ಮಾಡಿದ್ದಳು. ಆದ್ದರಿಂದ ಮಗನನ್ನು ಈ ಅವತಾರದಲ್ಲಿ ನೋಡಿ ಅವರಿಗೇನೂ ಅನ್ನಿಸಲಿಲ್ಲ.

ಬಚ್ಚಲು ಮನೆಗೆ ಬಂದ ಸತೀಶ ನೀರನ್ನು ಹಿಡಿದು ನಿಂತ ನೀರೆಯನ್ನು ನೋಡುತ್ತ ಹಾಗೆ ನಿಂತುಬಿಟ್ಟ.

"ಅತ್ತೆ ಬಂದುಬಿಡುತ್ತಾರೆ, ಬೇಗ ಕೈ ಕಾಲು ತೊಳೆದುಕೊಳ್ಳಿ" ಎಂದಳು ಅನುಪಮ.

"ಬರಲಿ ಬಿಡು" ಎನ್ನುತ್ತ ಅವಳ ಕೈಯಲ್ಲಿದ್ದ ತಂಬಿಗೆಯನ್ನು ಕಸಿದುಕೊಂಡು ಅವಳ ಕೆಂಪಾದ ಕೆನ್ನೆಯನ್ನು ಸವರಿದ.

ಇಷ್ಟೊತ್ತು ಹಜಾರದಲ್ಲಿ ಸುಮ್ಮನೆ ಕೂತಿದ್ದ ರಂಗಣ್ಣನವರು,

"ಸರಸು, ಸ್ವಲ್ಪ ಗೌಡರ ಮನೆ ಕಡೆ ಹೋಗಿ ಬರುತ್ತೀನಿ" ಎಂದವರೇ ಎದ್ದು ಹೊರಟರು.

ಯಾಕೋ ಅವರಿಗೆ ಮಗನನ್ನು ಮಾತನಾಡಿಸಲು ಮನಸ್ಸು ಬರಲಿಲ್ಲ. ಅವನ ಮೇಲೆ ಬಹಳಷ್ಟು ಬೇಸರವಿತ್ತು.

ತಿಂಡಿ ಸೊಸೆಯ ಕೈಯಲ್ಲಿ ಕೊಟ್ಟು ಸರಸ್ವತಮ್ಮ "ಅನು, ಸ್ವಲ್ಪ ಮುಂಬಾಗಿಲು ಹಾಕಿಕೋ. ಭಟ್ಟರ ಮನೆಗೆ ಹೋಗಿ ಸ್ವಲ್ಪ ಪಂಚಾಂಗ ಇಸುಕೊಂಡು ಬರುತ್ತೀನಿ" ಎಂದವರೆ ಸಿಕ್ಕಿಸಿದ್ದ ಸೆರಗನ್ನು ಬಿಡಿಸಿ ಮೈ ತುಂಬ ಹೊದ್ದು ಹೊರಗೆ ನಡೆದರು.

ಅಪರೂಪವಾಗಿ ಬರುವ ಮಗನ ಜೊತೆ ಏಕಾಂತದಲ್ಲಿ ಸೊಸೆ ನಲಿದಾಡಲಿ ಎಂಬುದೇ ಅವರ ಉದ್ದೇಶವಾಗಿತ್ತು.

ಅನುಪಮಳಿಗೆ ನಗು ಬಂತು ಅತ್ತೆ, ಮಾವನ ನಡತೆಯಿಂದ. ಸತೀಶ ಕ್ರಾಪ್ ಬಾಚುತ್ತ "ಅಣ್ಣ, ಅಮ್ಮ ತುಂಬ ಬುದ್ಧಿವಂತರು" ಎಂದು ಕಣ್ಣೊಡೆದು ನಕ್ಕ.

ಪ್ರೇಮದ ಕಾವು ಸ್ವಲ್ಪ ತಗ್ಗಿದ ಮೇಲೆ ಅನುಪಮ ಗಂಭೀರವಾಗಿ ಬೀರುನಲ್ಲಿದ್ದ ಕವರನ್ನು ಗಂಡನ ಮುಂದಿಟ್ಟಳು.

ಸತೀಶ ಪ್ರಶ್ನಾರ್ಥಕವಾಗಿ ಮಡದಿಯ ಕಡೆ ನೋಡಿ ಕವರ್‌ನಿಂದ ಪತ್ರ ತೆಗೆದು ಬಿಡಿಸಿದ. ಅದೊಂದು ಕೆಲಸದ ಆರ್ಡರಾಗಿತ್ತು.

"ಮದುವೆ ಮೊದಲೆ ಇಂಟರ್‌ವ್ಯೂ ಆಗಿತ್ತು. ಈಗ ಕೆಲಸದ ಆರ್ಡರ್ ಕಳಿಸಿದ್ದಾರೆ. ಶಿವಮೊಗ್ಗೆಗೆ ಹೋಗಿ ರೀಡೈರೆಕ್ಟ್ ಆಗಿ ಇಲ್ಲಿಗೆ ಬಂದಿದೆ" ಎಂದು ಗಂಡ ಪ್ರಶ್ನಿಸುವ ಮೊದಲೇ ಹೇಳಿದಳು.

ಸತೀಶ ಒಂದು ಕ್ಷಣ ಯೋಚಿಸಿದ. ತನಗೇನಾದರೂ ಅಂದು ಇಂತಹ ಕೆಲಸ ಸಿಕ್ಕಿದ್ದರೆ...?

ಅಷ್ಟರಲ್ಲಿ ಪುನಃ ಅನುಪಮಳೇ ಹೇಳಿದಳು.

"ಈ ನಡುವೆ ಕೆಲಸ ಇಲ್ಲದೆ ಸುಮ್ಮನೆ ಬೇಸರ. ಅತ್ತೆಯವರು ನನ್ನ ಕೈಯಲ್ಲಿ ಒಂಚೂರು ಕೆಲಸ ಮಾಡಿಸೋಲ್ಲ..."

ಮಡದಿಯ ಉದ್ದೇಶ ಸತೀಶನಿಗೆ ಅರ್ಥವಾಯಿತು. ಹಿಂದೆ ಹಾಗಿದ್ದರೂ ಸಂತೋಷದಿಂದ ಒಪ್ಪಿಗೆ ಕೊಡುತ್ತಿದ್ದ. ಆದರೆ ಈಗ ಪರಿಸ್ಥಿತಿ ಬದಲಾಗಿತ್ತು. ಆರ್ಥಿಕವಾಗಿ ಅವನು ಚಿಂತಿಸಬೇಕಾಗಿರಲಿಲ್ಲ. ಅವನು ಎಷ್ಟೇ ದುಡ್ಡನ್ನು ಸ್ವಂತಕ್ಕೆ ಬಳಸಿಕೊಂಡರೂ ರಘುಪತಿಯವರು ಆಕ್ಷೇಪಿಸುತ್ತಿರಲಿಲ್ಲ. ಆದರೆ ಅವನ ನಡತೆಯನ್ನು ಕಣ್ಣಲ್ಲಿ ಕಣ್ಣಿಟ್ಟು ನೋಡುತ್ತಿದ್ದರು.

"ಈಗ ನೀನು ಕೆಲಸಕ್ಕೆ ಹೋಗೋ ಅಂತ ಪರಿಸ್ಥಿತಿ ಏನು ಬಂದಿದೆ?" ಎಂದ ಮೆಲ್ಲಗೆ ಸತೀಶ.

"ನೀವು ಬರೀ ಸಂಪಾದನೆಯನ್ನು ಉದ್ದೇಶದಲ್ಲಿಟ್ಟು ಈ ಮಾತು ಹೇಳುತ್ತಾ ಇದ್ದೀರಿ. ಮನುಷ್ಯ ಹುಟ್ಟಿದ ಮೇಲೆ ತನ್ನ ತಾಯಿನಾಡಿಗೆ ಅಲ್ಪಸ್ವಲ್ಪವಾದರೂ ಸೇವೆ ಸಲ್ಲಿಸಬೇಕು. ಅದನ್ನು ಬಿಟ್ಟು ನಿಷ್ಪ್ರಯೋಜಕವಾಗಿ ಬಾಳುವುದರಲ್ಲಿ ಅರ್ಥವಿಲ್ಲ."

"ಅಂದರೆ ಎಲ್ಲ ಹೆಣ್ಣುಗಳು..."

ಗಂಡನ ಮಾತು ಪೂರ್ತಿಯಾಗುವ ಮುನ್ನವೇ ಹೇಳಿದಳು. "ಛೆ, ಪ್ರತಿಯೊಬ್ಬರೂ ಹೊರಗೆ ದುಡಿದೇ ದೇಶ ಸೇವೆ ಸಲ್ಲಿಸಬೇಕು ಎಂದು ಎಲ್ಲಿ ಹೇಳಿದೆ? ಉತ್ತಮ ಗೃಹಿಣಿಯಾಗಿ, ಒಳ್ಳೆಯ ತಾಯಿಯಾಗಿ..."

ಸತೀಶ ಜೋರಾಗಿ ನಗುತ್ತ "ಹಾಗಾದರೆ ನಿನಗೆ ಬೇಕಾಗಿಲ್ಲ ಈ ಕೆಲಸ" ಎಂದು ಕವರನ್ನು ಎತ್ತಿ ದೂರಕ್ಕೆ ಎಸೆದು ಮಡದಿಯನ್ನು ಹತ್ತಿರಕ್ಕೆಳೆದುಕೊಳ್ಳುತ್ತ "ನೀನು ಗೃಹಿಣಿಯಾಗಿ, ತಾಯಿಯಾಗೇ ದೇಶ ಸೇವೆ ಮಾಡು. ನಾನು ನಿನ್ನ ಬೆಂಗಳೂರಿಗೆ ಕರೆದುಕೊಂಡು ಹೋಗೋದಕ್ಕೆ ಬಂದಿದ್ದು" ಎಂದ.

ಸತೀಶನಿಗೆ ಹೋಗಿ ಮಡದಿಯನ್ನು ಕರೆತರುವಂತೆ ರಘುಪತಿಯವರೇ ಹೇಳಿ ಕಳಿಸಿದ್ದರು. ಅವರ ದೂರಾಲೋಚನೆಗಳಿಂದ ಸತೀಶ ರೋಸಿದ್ದರೂ ಮಡದಿಯನ್ನು ಕರೆ ತರುವಂತೆ ಹೇಳಿದ್ದಕ್ಕೆ ಮನಸ್ಸಿನಲ್ಲೇ ಕೃತಜ್ಞತೆಗಳನ್ನು ಅರ್ಪಿಸಿದ್ದ.

ವಿಷಯ ತಿಳಿದ ಸರಸ್ವತಮ್ಮ ಮಗ ಹೊರಡಬೇಕೆಂದರೂ ಕೇಳದೆ ಎರಡು ದಿನ ನಿಲ್ಲಿಸಿಕೊಂಡು ಉಂಡೆ, ಚಕ್ಕುಲಿ, ಕೋಡಬಳೆ, ಮೆಣಸಿನಪುಡಿ, ಚಟ್ನಿಪುಡಿ ಮುಂತಾದುದನ್ನು ಮಾಡಿ ಡಬ್ಬಗಳಿಗೆ ತುಂಬಿ ಹೋಳಿಗೆ ಪಾಯಸದ ಔತಣದ ಅಡಿಗೆಯನ್ನು ಮಾಡಿ ಬಡಿಸಿದರು.

ಮಗ, ಸೊಸೆ ಹೊರಟು ನಿಂತಾಗ ಸರಸ್ವತಮ್ಮನ ಕಣ್ಣು ತುಂಬಿ ಬಂತು.

"ಸತೀಶ, ನಳಿನಿಯಾದರೂ ಇಲ್ಲಿದ್ದರೆ ನಾನು ಬಂದು ಸ್ವಲ್ಪ ದಿನ ಅನುಪಮನ ಜೊತೆಗಿದ್ದು ಬರುತ್ತಾ ಇದ್ದೆ. ಇಲ್ಲ ನಳಿನಿನಾದರೂ ಕಳಿಸುತ್ತಿದ್ದೆ" ಎಂದು ಪೇಚಾಡಿಕೊಂಡರು.

"ಏನು ಪರವಾಗಿಲ್ಲಮ್ಮ. ನಿನ್ನ ಸೊಸೆಯೇನು ಹಳ್ಳಿಗಾಡಿನ ಹುಡುಗಿಯಲ್ಲ. ನಳಿನಿ

ಬಂದ ಕೂಡಲೆ ನನಗೆ ಕಾಗದ ಬರೀ. ನಾನೇ ಬಂದು ಕರೆದುಕೊಂಡು ಹೋಗುತ್ತೀನಿ" ಎಂದು ತಾಯಿಗೆ ಸಮಾಧಾನ ಹೇಳಿದ ಸತೀಶ ಮಡದಿಯೊಂದಿಗೆ ಕಾರಿನಲ್ಲಿ ಕುಳಿತ.

ಅನುಪಮಳಿಗೆ ಹೆತ್ತ ತಾಯಿ, ತಂದೆಯನ್ನು ಬಿಟ್ಟು ಬಂದಷ್ಟೆ ದುಃಖವಾಯಿತು. ಸರಸ್ವತಮ್ಮ ಸೊಸೆಯನ್ನು ಮಗಳಿಗಿಂತ ಹೆಚ್ಚಾಗಿ ಆದರಿಸುತ್ತಿದ್ದರು. ಅವಳ ಮನಸ್ಸಿಗೆ ಬೇಸರವಾಗದಂತೆ ವರ್ತಿಸುತ್ತಿದ್ದರು. ಆದಷ್ಟು ಬೇಗ ಹೆಂಡತಿಯನ್ನು ಜೊತೆಯಲ್ಲಿ ಕರೆದೊಯ್ಯುವಂತೆ ಹೇಳುತ್ತಿದ್ದರು. ಅದಕ್ಕಾಗಿ ಎಷ್ಟೋ ದೇವರಿಗೆ ಹರಕೆಗಳನ್ನು ಕಟ್ಟಿಟ್ಟಿದ್ದರು.

* * *

ಶೋಭಳ ಹೃದಯ ಬೇಸರದಿಂದ ಕುದಿದುಹೋಗಿತ್ತು. ಸತೀಶ ಎರಡು ದಿನದಿಂದ ಮನೆಯ ಕಡೆ ಸುಳಿದಿರಲಿಲ್ಲ. ರಘುಪತಿಯವರೇ ಅವನ ಮಡದಿಯನ್ನು ಕರೆತರಲು ಹಳ್ಳಿಗೆ ಹೋಗಿದ್ದ ವಿಚಾರವನ್ನು ಮಗಳಿಗೆ ಹೇಳಿದ್ದರು.

ರಘುಪತಿಯವರು ಕೇವಲ ಎರಡನೆ ದರ್ಜೆಯ ಗುಮಾಸ್ತರಾಗಿ ತಮ್ಮ ಅರ್ಧ ಜೀವನವನ್ನು ಕಷ್ಟ ಕೋಟಲೆಯಿಂದಲೇ ಕಳೆದಿದ್ದರು. ಅನಿಲನ ತಂದೆ ಅಂದರೆ ತಂಗಿ ಭಾಗೀರಥಿಯ ಗಂಡ ಅಪಮೃತ್ಯುವಿಗೆ ತುತ್ತಾದಾಗ ಅವರ ಅದೃಷ್ಟದ ಬಾಗಿಲು ತೆಗೆಯಿತು. ಭಾಗೀರಥೀ ಅಣ್ಣನನ್ನು ಕರೆಸಿಕೊಂಡು ಸಮಸ್ತ ಫ್ಯಾಕ್ಟರಿ ವಹಿವಾಟನ್ನು ಅವರಿಗೆ ಒಪ್ಪಿಸಿದ್ದಳು.

ಆಗಿನ್ನೂ ಅನಿಲ ಹತ್ತು ವರ್ಷದ ಹುಡುಗ. ಗಂಡನ ಸಾವನ್ನೇ ಮನಸ್ಸಿಗೆ ಹಚ್ಚಿಕೊಂಡು ಕೊರಗಿದ ಭಾಗೀರಥಿ ಗಂಡ ಸತ್ತ ಎರಡು ವರ್ಷಕ್ಕೆ ಕಣ್ಣು ಮುಚ್ಚಿದಳು. ಸಮಸ್ತ ಫ್ಯಾಕ್ಟರಿಗೆ ಏಕೈಕ ಒಡೆಯರಾದರು ರಘುಪತಿಯವರು. ಎಲ್ಲಾ ಆಡಳಿತ ಸೂತ್ರಗಳನ್ನು ತಮ್ಮ ಕೈಯಲ್ಲಿ ತೆಗೆದುಕೊಂಡು ಚಾಣಾಕ್ಷತನದಿಂದ ವರ್ತಿಸುತ್ತಿದ್ದರು.

ಮಧ್ಯಮ ದರ್ಜೆಯ ಕುಟುಂಬದಲ್ಲಿ ಹುಟ್ಟಿದ ಶೋಭ ಶ್ರೀಮಂತಿಕೆಯ ಸುಪ್ಪತ್ತಿಗೆಯನ್ನು ಏರಿದಳು. ಐಶ್ವರ್ಯದ ಹೆಂಡ ಕುಡಿಸಿದಂತೆ ಆಗಿತ್ತು ತಂದೆ, ಮಕ್ಕಳಿಬ್ಬರಿಗೆ. ಅನಿಲ್, ಶೋಭಳಿಗೆ ಯಾವ ತರಹ ಅಡ್ಡಿ ಆತಂಕಗಳೂ ಇರುತ್ತಿರಲಿಲ್ಲ. ಇಬ್ಬರೂ ಸ್ವೇಚ್ಛೆಯಾಗಿ ವಿಹರಿಸುತ್ತಿದ್ದರು.

ಅನಿಲ್ ವಿದೇಶಕ್ಕೆ ಹೋಗುವ ಆಸಕ್ತಿ ವ್ಯಕ್ತಪಡಿಸಿದಾಗ ರಘುಪತಿಯವರು ಸಂತೋಷದಿಂದಲೇ ಸಮ್ಮತಿಸಿದರು. ಆದರೆ ತಮ್ಮ ಮುದ್ದಿನ ಮಗಳನ್ನು ಕಳುಹಿಸಲು ಅವರ ಮನ ಒಪ್ಪಲಿಲ್ಲ. ಸೋದರಳಿಯ ಹಿಂದಿರುಗಿದ ಕೂಡಲೇ ಇಬ್ಬರ ಮದುವೆ ಮುಗಿಸುವ ಆಕಾಂಕ್ಷೆ ಅವರದು.

ಅನಿಲ್ ವಿದೇಶಕ್ಕೆ ಹೋದ ಮೇಲೆ ಶೋಭ ಒಂಟಿ ಪಕ್ಷಿಯಂತೆ ಚಡಪಡಿಸಿದಳು. ಅಷ್ಟೇ ಅಲ್ಲದೆ ತನ್ನ ಕಾಲೇಜು ಗೆಳೆಯರೊಡನೆ ಸುತ್ತ ತೊಡಗಿದಳು.

ವಿಷಯ ತಿಳಿದ ರಘುಪತಿಯವರು ಚಿಂತೆಗೀಡಾದರು. ಯೋಚನೆ ಮಾಡಿ ಒಂದು ನಿರ್ಧಾರಕ್ಕೆ ಬಂದು ಕಾರ್ಯರೂಪಕ್ಕೆ ತರಲು ಯೋಚಿಸಿದರು. ಅವರ ಬಲೆಯಲ್ಲಿ ಬಿದ್ದ ದುರದೃಷ್ಟ ವ್ಯಕ್ತಿ ಸತೀಶ.

* * *

ಸತೀಶ, ಫ್ಯಾಕ್ಟರಿಯ ಕೆಲಸ ಮುಗಿಸಿ ಮೇಲೆದ್ದ ಕೂಡಲೇ ಫೋನ್ ಶಬ್ದ ಮಾಡಿತು. ಬೇಸರದಿಂದಲೇ ಕೈಗೆತ್ತಿಕೊಂಡ. ಶೋಭ ಕೂಡಲೇ ಬರುವಂತೆ ಹೇಳಿದಳು. ಮೌನದಿಂದ ಫೋನನ್ನು ಕೆಳಕ್ಕೆ ಕುಕ್ಕಿ ಮೇಲೆದ್ದ ಅವನ ಮುಖ ಕೋಪದಿಂದ ಕೆಂಪಾಗಿತ್ತು. ಅನುಪಮಳ ಸಾಮೀಪ್ಯ ದೊರೆತ ಮೇಲೆ ಶೋಭಳ ಬಗ್ಗೆ ಅವನಿಗೆ ಜಿಗುಪ್ಸೆ ಮೂಡಿತ್ತು. ಅನುಪಮಳ ನಿರ್ಮಲ ಅಂತಃಕರಣ ಹಿತಮಿತವಾದ ಮಾತು ಅವನನ್ನು ಬಹಳಮಟ್ಟಿಗೆ ಆಕರ್ಷಿಸಿದ್ದವು.

ಸತೀಶನ ಕಾರು 'ಶೋಭಾ ವಿಲ್ಲಾ' ಕಡೆಗೆ ತಿರುಗಿತು. ಯಜಮಾನಿಯ ಮಾತನ್ನು ಮೀರಲಾರದ ಸೇವಕನಂತಾಗಿತ್ತು ಅವನ ಪರಿಸ್ಥಿತಿ.

ಕಾರನ್ನು ನಿಲ್ಲಿಸಿದ ಸತೀಶ ಒಳಗೆ ಹೋದ. ರಘುಪತಿಯವರು ಸೋಫಾದ ಮೇಲೆ ಕುಳಿತು ಯಾರೊಂದಿಗೋ ಸಂಭಾಷಣೆಯಲ್ಲಿ ತೊಡಗಿದ್ದರು.

ಅವರಿಗೆ ವಿಶ್ ಮಾಡಿದ ಸತೀಶ ಸೋಫಾದ ಬಳಿ ಹೋಗಿ ನಿಂತ.

ರಘುಪತಿಯವರು ಕುಳಿತುಕೊಳ್ಳುವಂತೆ ಸನ್ನೆ ಮಾಡಿ ತನ್ನ ಮಾತುಕತೆಯನ್ನು ಮುಂದುವರಿಸಿದರು. ವ್ಯಾಪಾರಕ್ಕೆ ಸಂಬಂಧಪಟ್ಟ ಯಾವುದೋ ವಿಷಯ ಮಾತನಾಡುತ್ತಿದ್ದರು. ಎಷ್ಟು ಹೊತ್ತಾದರೂ ಅವರ ಮಾತುಕತೆ ಮುಗಿಯುವ ಹಾಗೆ ಕಾಣಲಿಲ್ಲ.

ಸತೀಶ ಏನನ್ನೋ ಜ್ಞಾಪಿಸಿಕೊಂಡವನಂತೆ ಮೇಲಕ್ಕೆದ್ದ. ಯಾರನ್ನೋ ನೋಡಬೇಕಾಗಿರುವ ವಿಷಯ ತಿಳಿಸಿ ಹಿಂದಿರುಗಿದ.

ಕಾರು ವಿಲ್ಸನ್ ಗಾರ್ಡನ್ ನಲ್ಲಿರುವ ಅವನ ಮನೆಯ ಹಾದಿ ಹಿಡಿಯಿತು.

ಕಾಂಪೌಂಡ್ ನಲ್ಲಿ ನಿಂತ ಅನುಪಮ ಅವನ ಹಾದಿಯನ್ನೇ ಕಾಯುವಂತಿತ್ತು. ಎಂದಿನ ಗಂಭೀರ ಮುಗುಳುನಗೆ ಅವಳ ಮುಖದ ಮೇಲಿತ್ತು.

ಸತೀಶ ಒಂದು ತುಂಟನಗೆ ಮಡದಿಯ ಕಡೆಗೆ ಹರಿಸಿ ಕಾರನ್ನು ಷೆಡ್ಡಿಗೆ ತಳ್ಳಿ ಬಂದ.

ಬಟ್ಟೆ ಬದಲಾಯಿಸಿ ಸತೀಶ ಹೊರಗೆ ಹೊರಡುವ ಆತುರ ತೋರಿಸಿದ. ಶೋಭಳಿಂದ ರಘುಪತಿಯವರ ಮೂಲಕ ಎಲ್ಲಿ ಕರೆ ಬರುತ್ತೋ ಎಂದು ಅವನ ಆತಂಕ.

"ಈಗ ತಾನೇ ಬಂದಿದ್ದೀರಿ. ಸ್ವಲ್ಪ ತಿಂಡಿ ತಿಂದು ವಿಶ್ರಮಿಸಿಕೊಳ್ಳಿ" ಎಂದಳು ಅನುಪಮ ಮೆಲ್ಲಗೆ.

"ತಿಂಡಿ ಅಲ್ಲೇ ಎಲ್ಲಾದರೂ ತೆಗೆದುಕೊಳ್ಳೋಣ ಬೇಗ ನಡಿ" ಎಂದು ಮಡದಿಯನ್ನು ಎಳೆದುಕೊಂಡು ಹೋದ ಎಂದರೂ ತಪ್ಪಲ್ಲ.

ಮಡದಿಯನ್ನು ಕಾರಿನಲ್ಲೇ ಸುತ್ತಾಡಿಸಿ ಕಡೆಗೆ ಲಾಲ್‌ಬಾಗಿಗೆ ಕರೆದೊಯ್ದ. ಅವರಿಗೆ ಅಲ್ಲಿ ವೇಳೆ ಸರಿದುದೇ ಗೊತ್ತಾಗಲಿಲ್ಲ.

ಅವರು ಮನೆಗೆ ಹಿಂದಿರುಗುವ ವೇಳೆಗೆ ಒಂಬತ್ತು ಗಂಟೆಯಾಗಿತ್ತು. ಅಷ್ಟು ಹೊತ್ತಿಗಾಗಲೇ ರಘುಪತಿಯವರಿಂದ ಎರಡು ಮೂರು ಸಲ ಕರೆ ಬಂದಿತ್ತು. ಅದೂ ಅಲ್ಲದೇ ಕಾರಿನ ಸಮೇತ ಡ್ರೈವರ್ ಬಂದು ಕಾದು ನಿಂತಿದ್ದ.

"ಸಾಬ್ ಅದೇನೋ ಹೆಚ್ಚು ಕಡಿಮೆಯಾಗಿದೆಯಂತೆ. ಅದೆಲ್ಲ ಇಂದೇ ಸರಿಪಡಿಸಬೇಕಂತೆ. ನಿಮ್ಮನ್ನು ಈಗಲೇ ಕರೆದುಕೊಂಡು ಬಾ ಅಂದರು" ಎಂದು ಡ್ರೈವರ್ ಸೆಲ್ಯೂಟ್ ಹೊಡೆದು ನಿಂತ.

ಕಾರನ್ನು ಷೆಡ್ಡಿಗೆ ತಳ್ಳಿದ ಸತೀಶ "ಅನು, ನೀನು ಊಟ ಮಾಡಿ ಮಲಗಿಬಿಡು, ನಾನು ಎಷ್ಟು ಹೊತ್ತಾಗುತ್ತೋ ಮನೆಗೆ ಬರೋದು" ಎಂದು ಹೇಳಿ ಮಡದಿಯ ಉತ್ತರಕ್ಕೂ ಸಹ ಕಾಯದೆ ಕಾರಿನಲ್ಲಿ ಕುಳಿತು ಡ್ರೈವರ್‌ಗೆ ಹೋಗುವಂತೆ ಸೂಚನೆ ಕೊಟ್ಟ.

ಅನುಪಮಳ ಕಣ್ಣ ಮುಂದೆಯೇ ಕಾರು ರಭಸದಿಂದ ಹಾಯ್ದು ಹೋಯಿತು. ಯಾವ ಭಾವೋದ್ವೇಗಕ್ಕೂ ಒಳಗಾಗದೆ ಒಳಗೆ ಬಂದು ಊಟ ಬೇಡವೆಂದು ಅಡಿಗೆಯವನಿಗೆ ತಿಳಿಸಿ ಉಡುಪು ಸಹ ಬದಲಾಯಿಸದೇ ಮಂಚದ ಮೇಲೆ ಉರುಳಿದಳು. ಅವಳ ಹೃದಯಕ್ಕೆ ಮೋಡ ಕವಿದಂತೆ ಆಗಿತ್ತು.

ಸತೀಶ ಬಂದಾಗ ರಘುಪತಿಯವರು ತಮ್ಮ ಮಲಗುವ ಕೋಣೆಯಲ್ಲಿದ್ದರು. ಸುಮ್ಮನೆ ಮೇಲೆ ಹತ್ತಿ ಶೋಭಳ ಕೋಣೆಗೆ ನಡೆದ. ರಾತ್ರಿಯ ಉಡುಪು ಧರಿಸಿದ್ದ ಶೋಭಾ ಅತ್ತಿಂದಿತ್ತ ಅಡ್ಡಾಡುತ್ತಿದ್ದಳು.

ಒಳಗೆ ಬಂದ ಸತೀಶ ಮಾತನಾಡದೇ ಸುಮ್ಮನೇ ಸೋಫಾದ ಮೇಲೆ ಕುಳಿತು ಇಂಗ್ಲಿಷ್ ಮ್ಯಾಗಜೀನ್ ತಿರುವತೊಡಗಿದ.

ಅವನ ಕಡೆ ತಿರುಗಿದ ಶೋಭ "ಸತೀಶ ಸಂಜೆ ಯಾಕೆ ಬರಲಿಲ್ಲ?" ಅವಳ ಮಾತಿನಲ್ಲಿ ಅಧಿಕಾರವಿತ್ತು.

"ಬಂದಿದ್ದೆ..." ಎಂದು ಹೇಳಿ ಸುಮ್ಮನಾದ. ಅವನು ಬಂದಿದ್ದ ವಿಷಯ ರಘುಪತಿಯವರಿಂದ ಅವಳಿಗೆ ತಿಳಿದಿತ್ತು. ಆದರೂ ಬೇಕೆಂದೇ ಕೇಳಿದಳು. ಅವನು ತನ್ನ ಬಳಿ ಗೋಗರೆಯುತ್ತ ಕ್ಷಮೆ ಬೇಡಬಹುದು ಎಂಬುದು ಅವಳ ಉದ್ದೇಶವಾಗಿತ್ತು.

ಸತೀಶನ ಕಣ್ಮುಂದೆ ಅನುಪಮಳ ಅರಳು ಕಣ್ಣುಗಳಲ್ಲಿ ಇಣುಕುತ್ತಿದ್ದ ನಿರಾಶೆಯ ದೊಡ್ಡ ಪರ್ವತವೇ ಅವನ ಮುಂದಿತ್ತು. ಅದರ ಮುಂದೆ ಶೋಭಾಳಾಗಲಿ, ತನ್ನ ಭವಿಷ್ಯತ್ತಾಗಲಿ ಅವನಿಗೆ ಕಾಣಲಿಲ್ಲ.

ಮದುವೆಯಾದಾಗಿನಿಂದ ಅವನ ವಿಮನಸ್ಕತೆ ಗಮನಿಸುತ್ತಿದ್ದ ಶೋಭ ಬೇಸರ ಗೊಂಡರೂ ಸತೀಶನನ್ನು ನೋಯಿಸುವುದಕ್ಕೆ ಅವಳಿಗೆ ಮನ ಬರಲಿಲ್ಲ. ಅನಿಲನ ಪ್ರತಿಮೆ ಅವಳ ಹೃದಯದಲ್ಲಿ ಮಂಕಾಗಿ ಸತೀಶನ ಪ್ರತಿಮೆ ಮೂಡತೊಡಗಿತ್ತು. ಯಾವುದೋ ಒಂದು ಸೆಳೆತ ಅವಳನ್ನು ಯಜಮಾನಿ ಎಂಬ ದರ್ಪದಿಂದ ವಿಮುಖಗೊಳಿಸುತ್ತಿತ್ತು.

ಚಿಂತೆಯಿಂದ ಬೇಯುತ್ತಿದ್ದ ಮುಖ ಅವಳಿಂದ ನೋಡಲಾಗಲಿಲ್ಲ. ಬೀರು ತೆಗೆದು ಬಾಟಲು, ಸೀಸೆಗಳನ್ನು ಹೊರಗೆ ತೆಗೆದಳು. ಮೊದಮೊದಲು ಅಸಹ್ಯಪಟ್ಟುಕೊಂಡ ಸತೀಶ ಕಾಲಕ್ರಮೇಣ ಹೊಂದಿಕೊಂಡಿದ್ದ.

ಲೋಟ ಅವನ ಮುಂದೆ ಬಂದಾಗ ಸತೀಶ ಯಾವ ವಿಚಾರಕ್ಕೂ ಒಳಗಾಗದೇ ಕುಡಿದು ಪಕ್ಕಕ್ಕಿಟ್ಟ. ಅವನ ಮನಸ್ಸಿಗೆ ನೆಮ್ಮದಿಯೇ ಕಲಕಿ ಹೋಗಿತ್ತು. ಎಲ್ಲವನ್ನು ಮರೆತುಬಿಡುವ ಔಷಧಿ ಅವನಿಗೆ ಬೇಕಾಗಿತ್ತು.

ಅವಳಿಂದ ಸೀಸ ಕಸಿದುಕೊಂಡು ತೃಪ್ತಿಯಾಗುವಷ್ಟು ಕುಡಿದು ಮಂಚದ ಮೇಲೆ ಹೋಗಿ ಬಿದ್ದುಕೊಂಡ. ಆ ಕ್ಷಣದಲ್ಲಿ ಜಗತ್ತೇ ಅವನ ಸುತ್ತ ಸುತ್ತುವಂತೆ ಭಾಸವಾಯಿತು.

ಮಾರನೆಯ ದಿನ ಸತೀಶ ಶೋಭಳ ಜೊತೆ ಮುಂಬೈಗೆ ಹೊರಟ. ಅವನು ಹೋಗುವ ಮೊದಲು ಫ್ಯಾಕ್ಟರಿಯವರು ತನ್ನನ್ನು ಈಗಿಂದೀಗಲೇ ಮುಂಬೈಗೆ ಕಳುಹಿಸುತ್ತಿರುವ ವಿಷಯವನ್ನು ಫೋನಿನಲ್ಲಿ ಮಡದಿಗೆ ತಿಳಿಸಿ ಬರುವುದು ನಾಲ್ಕಾರು ದಿನಗಳಾಗಬಹುದೆಂದು ಹೇಳಿದ.

ಸಾಮಾನ್ಯ ಹುಡುಗಿಯರಂತೆ ಅನುಪಮ ಅಳುತ್ತಾ ಕೂಡಲು ಇಲ್ಲ, ಗಂಡನನ್ನು ನಿಂದಿಸಲೂ ಇಲ್ಲ. ಕೆಟ್ಟದ್ದನ್ನು ಕಲ್ಪಿಸಿಕೊಂಡು ನೊಂದುಕೊಳ್ಳುವ ಬದಲು ಇರುವ ವಿಷಯವನ್ನು ನಂಬಿ ನೆಮ್ಮದಿಯಾಗಿರುವುದೇ ಒಳ್ಳೆಯದೆಂದು ಅವಳ ಅಭಿಪ್ರಾಯ.

ರೇಡಿಯೋ ಸಂಗೀತಾ ಕೇಳುತ್ತಾ ಕುಳಿತಿದ್ದ ಅನುಪಮಳಿಗೆ ತನ್ನನ್ನು ನೋಡಲು ಯಾರೋ ಯುವತಿ ಬಂದಿರುವ ವಿಷಯ ಅಡಿಗೆಯವನು ಬಂದು ತಿಳಿಸಿದಾಗ ರೇಡಿಯೋವನ್ನು ಆಫ್ ಮಾಡಿ ಕೆಳಗಿಳಿದು ಬಂದಳು.

ಅವಳ ಚಿಕ್ಕಂದಿನ ಗೆಳತಿ ವಿಜಯಳನ್ನು ನೋಡಿ ಅವಳಿಗೆ ಆಶ್ಚರ್ಯವಾಯಿತು.

"ವಿಜಿ, ಇದೇನೇ ನೀನು ಇಲ್ಲಿ!" ಎಂದಳು ಸಂತೋಷದಿಂದ.

"ಅಬ್ಬ, ಸದ್ಯ ನೀನೇ?! ನಾನು ಮೊನ್ನೆ ಲಾಲ್‌ಬಾಗ್‌ನಲ್ಲಿ ನಿಮ್ಮವರೊಂದಿಗೆ ನಿನ್ನನ್ನು ನೋಡಿದಾಗ ನೀನೋ ಅಲ್ಲವೋ ಅಂತ ಅನುಮಾನಿಸಿ..." ಎನ್ನುತ್ತ ಸಂತೋಷದಿಂದ ಕೈ ಹಿಡಿದಳು.

"ಅಬ್ಬ, ಎಷ್ಟು ವರ್ಷಕ್ಕೆ ನಮ್ಮಿಬ್ಬರ ಭೇಟಿ, ಮೇಲೆ ಹೋಗೋಣ ಬಾರೇ" ಎಂದು ಅನುಪಮ ಗೆಳತಿಯ ಕೈ ಹಿಡಿದು ಎಳೆದೊಯ್ದಳು.

ಗೆಳತಿಯರಿಬ್ಬರು ತಮ್ಮ ಬಾಲ್ಯ ಜೀವನವನ್ನು ನೆನಸಿಕೊಂಡು ನಕ್ಕು ನಲಿದರು.

ಗೆಳತಿಯರ ಬಗ್ಗೆ, ಸ್ಕೂಲಿನ ಬಗ್ಗೆ ಮಾತನಾಡಿದರು.

ವಿಜಯ ಎಸ್.ಎಸ್.ಎಲ್.ಸಿ.ವರೆಗೆ ಓದಿ ಮನೆಯಲ್ಲೇ ಕುಳಿತಿದ್ದರಿಂದ ಕಾಲೇಜು ಅವಳ ಪಾಲಿಗೆ ಕನಸಾಗಿತ್ತು.

ಮೊದಲೇ ವಿಜಯ ಬಹಳ ವಾಚಾಳಿಯಾದುದರಿಂದ ಗಂಡ ಸತೀಶನ ಬಗ್ಗೆ ಹೇಳಿದ್ದ ವಿಷಯವನ್ನು ಅನುಪಮಳ ಮುಂದೆ ಮೆತ್ತಗೆ ತೆಗೆದಳು.

"ಅನು, ನೀನು ಮದುವೆಯಾಗುವ ಮೊದಲು..." ಏನೋ ಹೇಳಿ ಅರ್ಧದಲ್ಲೇ ನಿಲ್ಲಿಸಿದ ಗೆಳತಿಯನ್ನು ಅನುಪಮ ಬಲವಂತ ಮಾಡಿದಳು.

"ಈಗ ನಿನ್ನ ಗಂಡ ಎಲ್ಲಿಗೆ ಹೋಗಿದ್ದಾನೆ ಗೊತ್ತ? ಫ್ಯಾಕ್ಟರಿ ಓನರ್ ಮಗಳು ಶೋಭ ಜೊತೆ ವಿಹಾರಕ್ಕೆ ಹೋಗಿದ್ದಾರೆ. ತಮ್ಮ ಘನತೆಗೆ ಕುಂದಾಗಬಾರದೆಂದು ಅವರೇ ನಿನ್ನ ಗಂಡನಿಗೆ ಬಲವಂತ ಮಾಡಿ ಮದುವೆ ಮಾಡಿಸಿದ್ದಾರಂತೆ." ಹಿಂದು ಮುಂದು ಯೋಚಿಸದ ವಿಜಯ ತನಗೆ ತಿಳಿದ ಎಲ್ಲಾ ವಿಷಯವನ್ನು ಅನುಪಮಳ ಮುಂದೆ ಹೇಳಿ ಹೃದಯ ಹಗುರ ಮಾಡಿಕೊಂಡಳು.

ತಕ್ಷಣ ಅನುಪಮ ನಂಬದಿದ್ದರೂ ಗಂಡನ ನಡತೆಯಿಂದ ಸ್ವಲ್ಪ ಅನುಮಾನಪಟ್ಟಳು.

"ಅದೆಲ್ಲ ಇರಲಿ, ನಿನ್ನ ವಿಷಯ ಹೇಳು. ನಿಮ್ಮ ಯಜಮಾನರು ಏನು ಕೆಲಸದಲ್ಲಿದ್ದಾರೆ? ಮನೆ ಎಲ್ಲಿದೆ?" ಎಂದು ಗೆಳತಿಯ ಮನಸ್ಸನ್ನು ಬೇರೆ ಕಡೆ ತಿರುಗಿಸಲು ಪ್ರಯತ್ನಪಟ್ಟಳು.

"ನಿಮ್ಮ ಫ್ಯಾಕ್ಟರಿಯಲ್ಲೇ ಗುಮಾಸ್ತರಾಗಿದ್ದಾರೆ. ಜಯನಗರದಲ್ಲಿ ಮನೆ" ಎಂದಳು ತಡವರಿಸದೆ ವಿಜಯ.

ಅನುಪಮ ವಿಷಯ ತಿಳಿದು ಅಳಬಹುದು, ನೊಂದುಕೋಬಹುದು ಎಂದುಕೊಂಡಿದ್ದ ವಿಜಯಳಿಗೆ ನಿರಾಸೆಯಾಯಿತು. ಅವಳಿಗೇನು ಗೆಳತಿಯನ್ನು ಅಳಿಸಬೇಕೆಂಬ ಕೆಟ್ಟ ಮನಸ್ಸಿರಲಿಲ್ಲ. ಆದರೆ ತನಗೆ ತಿಳಿದಿದ್ದನ್ನು ಅವಳ ಮುಂದೆ ಹೇಳುವವರೆಗೂ ಅವಳಿಗೆ ಸಮಾಧಾನವಿರಲಿಲ್ಲ.

ಹೋಗುವ ಮೊದಲು ವಿಜಯ ಪೆಚ್ಚು ಮುಖ ಹಾಕಿಕೊಂಡು "ಅನು, ನಿನಗೆ ಈ ವಿಷಯಗಳೆಲ್ಲ ಹೇಳಬಾರದಾಗಿತ್ತು ಅಂತ ಈಗ ಅನ್ನಿಸುತ್ತ ಇದೆ. ನೀನು ಇದನ್ನು ಹೇಗೆ ತೆಗೆದುಕೊಳ್ಳುತ್ತೀಯಾ" ಎಂದಳು.

"ಅಯ್ಯೋ ಹುಚ್ಚು ಹುಡುಗಿ, ಇಲ್ಲದೆಲ್ಲ ಕಲ್ಪಿಸಿಕೊಂಡು ಯಾಕೆ ಪೆಚ್ಚಾಗುತ್ತೀಯಾ!" ಎಂದು ನಕ್ಕಳು.

ವಿಜಯ ಹೋದ ಎಷ್ಟೋ ಹೊತ್ತಿನವರೆಗೂ ಅನುಪಮ ಕುಳಿತೇ ಇದ್ದಳು.

ಅವಳು ತನ್ನ ಕಾಲೇಜು ಜೀವನದಲ್ಲೂ ಸಹ ತನ್ನದಾಗಿದ್ದ ರ್‍ಯಾಂಕನ್ನು ಯಾರಿಗೂ ಬಿಟ್ಟುಕೊಡುತ್ತಿರಲಿಲ್ಲ. ಪ್ರತಿಯೊಂದು ಸ್ಪರ್ಧೆಯಲ್ಲೂ ಗೆದ್ದು ವಿಜೇತೆಯಾಗುತ್ತಿದ್ದಳು.

ಅವಳಲ್ಲಿದ್ದ ಇನ್ನೊಂದು ವಿಶೇಷ ಗುಣವೇನೆಂದರೆ ಬೇರೆಯವರ ವಸ್ತುವನ್ನಾಗಲಿ, ಪ್ರೀತಿಯನ್ನಾಗಲಿ ಅವಳು ಪಾಲು ಪಡೆಯಲು ಸಿದ್ಧಳಿರುತ್ತಿರಲಿಲ್ಲ. ಹಾಗೇ ತನ್ನ ವಸ್ತುವಿನಲ್ಲಿ ಯಾರಿಗೂ ಪಾಲು ಕೊಡಲು ಒಪ್ಪುತ್ತಿರಲಿಲ್ಲ.

ಅನುಪಮ ದಿಗ್ಗನೇ ಮೇಲಕ್ಕೆದ್ದಳು.

ಯಾರೋ ಹೇಳಿದ ಮಾತು ಕೇಳಿ ಅವರನ್ನು ಏಕೆ ಅನುಮಾನಿಸಬೇಕು? ಸತ್ಯ ಎಂದಿದ್ದರೂ ಬಹಿರಂಗವಾಗುತ್ತೆ. ಅದುವರೆಗೆ ತಾನೇಕೆ ತಲೆ ಕೆಡಿಸಿಕೊಳ್ಳಬೇಕು ಎಂದು ತಲೆ ಕೊಡವಿ ಮೇಲಕ್ಕೆದ್ದಳು.

* * *

ಸತೀಶ ಬಂದಾಗ ಅನುಪಮಳ ಪ್ರತಿಕ್ರಿಯೆಯಲ್ಲಿ ಯಾವ ವ್ಯತ್ಯಾಸವೂ ಇರಲಿಲ್ಲ ಆದರೆ ಸತೀಶನೇ ಅಶಾಂತಿಯಿಂದ ಕಂಗೆಡುತ್ತಿದ್ದ. ಸೂಕ್ಷ್ಮವಾಗಿ ಅನುಪಮ ಗಂಡನನ್ನು ಗಮನಿಸುತ್ತಿದ್ದಳು.

ಗಂಡ ಮನೆಗೆ ಬರುವುದು ಅಪರೂಪವಾದರೂ ಅನುಪಮ ಏನೆಂದೂ ಪ್ರಶ್ನಿಸದೇ ಮೌನದಿಂದಿರುತ್ತಿದ್ದಳು.

ಅಂದು ಸತೀಶ ಮನೆಗೆ ಬಂದವನೇ "ಅನು, ನಮ್ಮ ಫ್ಯಾಕ್ಟರಿ ಓನರ್ ರಘುಪತಿಯವರು ಮನೆಯಲ್ಲಿ ನಮಗೋಸ್ಕರ ಪಾರ್ಟಿ ಏರ್ಪಾಟು ಮಾಡಿದ್ದಾರೆ. ಅವರುಗಳು ನಮ್ಮ ಮದುವೆಗು ಬಂದಿರಲಿಲ್ಲ. ಅದನ್ನೇ ಅವರು ಒತ್ತಿ ಒತ್ತಿ ಹೇಳಿ ನಾಳೆ ಸಂಜೆ ನಿನ್ನ ಕರೆದುಕೊಂಡು ಬರಲು ಹೇಳಿದ್ದಾರೆ."

ಅನುಪಮಳ ಮುಖ ಕೋಪದಿಂದ ಕೆಂಪಾಯಿತು.

"ಅವರಿಗೆ ಮನೆಗೆ ಬಂದು ಕರೆದು ಹೋಗೋ ಅಷ್ಟು ವಿಶ್ವಾಸವಿಲ್ಲ. ಇಂಥದ್ದರಲ್ಲಿ ಪಾರ್ಟಿಯ ಅವಶ್ಯಕತೆ ಏನಿದೆ?"

ಸತೀಶ ಮಡದಿಯ ಮಾತಿಗೆ ಬೆರಗಾದ. ಅಷ್ಟೇ ಅಲ್ಲದೆ ಅವಳ ದೃಢವಾದ ಮಾತುಗಳು ಅವನಿಗೆ ಮೆಚ್ಚುಗೆಯಾದವು. ತಾನು ಅವರಿಗೆ ನೌಕರನಿರಬಹುದು. ಆದರೆ... ಅನುಪಮ?

"ನೀನು ಹೇಳೋದು ಸರಿ ಅನು, ಅವರಿಗೆ ಬರಹೇಳೋ ಅಧಿಕಾರ ಇರಬಹುದು. ಆದರೆ ನಿನ್ನನ್ನು ಕರೆತನ್ನಿ ಅನ್ನೋ ಅಧಿಕಾರ ಇಲ್ಲ. ನಿನಗೊಂದು ವ್ಯಕ್ತಿತ್ವ ಇದೆ ಎನ್ನುವುದನ್ನೇ ಅವರು ಮರೆತಿದ್ದಾರೆ" ಎಂದು ಸತೀಶ ಬಟ್ಟೆ ಬದಲಾಯಿಸಲು ಕೋಣೆಗೆ ನಡೆದ.

ಸಂಜೆ ಹೋದಾಗ ಶೋಭಳಿಗೆ ಅನುಪಮಳ ಮಾತನ್ನು ತಿಳಿಸಿ ಅವಳು ಬರಲಾರಳೆಂದು ಹೇಳಿದ.

"ಸತೀಶ್, ನೀನೇನು ಹೇಳ್ತಾ ಇರೋದು? ಡ್ಯಾಡಿಗೆ ಈ ಮಾತು ಕೇಳಿದರೆ ಎಷ್ಟು ಕೋಪ ಬರುತ್ತೆ. ನಿನ್ನ ಮದುವೆಗೆ ಮೊದಲು ಒತ್ತಾಯ ಮಾಡಿದವರೇ ಅವರು" ಎಂದಳು

ಕೋಪದಿಂದ.

"ಅದರಿಂದ..." ಅವನು ಇನ್ನು ಏನು ಹೇಳುವವನಿದ್ದನೋ ರಘುಪತಿಯವರು ಬಂದಿದ್ದರಿಂದ ಸುಮ್ಮನಾದ.

ಮಗಳು ಹೇಳಿದ್ದನ್ನು ಕೇಳಿದ ರಘುಪತಿಯವರು ಕೋಪಗೊಳ್ಳುವ ಬದಲು ಜೋರಾಗಿ ನಕ್ಕರು.

"ಅಂತು ಸತೀಶನಿಗೆ ಒಳ್ಳೆ ಸ್ವಾಭಿಮಾನದ ಹುಡುಗಿ ಗಂಟುಬಿದ್ದ ಹಾಗೆ ಆಯಿತು. ಸಂಜೆ ನಾನು, ನೀನು ಇಬ್ಬರು ಹೋಗಿ ಕರೆದು ಬರೋಣ."

ರಘುಪತಿಯವರ ಮಾತನ್ನು ಕೇಳಿ ಸತೀಶನಿಗೆ ಆಶ್ಚರ್ಯವಾಯಿತು. ಅವರು ಅವನ ಬಳಿಯಲ್ಲೂ ಸಹ ಹೆಚ್ಚು ಸಲಿಗೆಯಿಂದ ವರ್ತಿಸುತ್ತಿರಲಿಲ್ಲ. ಒಬ್ಬ ಪ್ರೈವೇಟ್ ಫ್ಯಾಕ್ಟರಿ ಮ್ಯಾನೇಜರ್‌ಗೆ ಸಿಗುತ್ತಿದ್ದ ಬೆಲೆ ಮಾತ್ರವೇ ಅವನು ಪಡೆಯಬೇಕಾಗಿತ್ತು.

ಶೋಭ ಸಹ ತಂದೆಯ ಮಾತಿನಿಂದ ಆಶ್ಚರ್ಯಚಕಿತಳಾದಳು. ತಂದೆಯ ಕಾರ್ಯಾಚರಣೆಯೇ ಅವಳಿಗೆ ಅರ್ಥವಾಗುತ್ತಿರಲಿಲ್ಲ. ಅವಳು ವಿದೇಶಕ್ಕೆ ಅನಿಲನ ಜೊತೆ ಹೊರಟಾಗ ತಡೆದು ನಿಲ್ಲಿಸಿದರು. ಯಾವ ತಂದೆಯೂ ಮಾಡದಂಥ ಮಗಳ ಸ್ವಂತ ಮನರಂಜನೆಗಾಗಿ ಸತೀಶನನ್ನು ತಂದು ನಿಲ್ಲಿಸಿದರು.

ಸತೀಶ ಹೋಗೋವರೆಗೂ ಸುಮ್ಮನಿದ್ದ ಶೋಭ ತಂದೆಯ ಬಳಿ ಬಂದು ಬೇಸರದ ಧ್ವನಿಯಲ್ಲಿ ಹೇಳಿದಳು.

"ಏನು ಡ್ಯಾಡಿ ಇದು, ಸುಮ್ಮನೆ ಸತೀಶನಿಗೆ ಬಲವಂತ ಮಾಡಿ ಮದುವೆ ಮಾಡಿದ್ದೀರಿ. ಹಳ್ಳಿಯಲ್ಲಿದ್ದ ಅವನ ಮಡದಿಯನ್ನು ನೀವೇ ಹೇಳಿ ಕರೆಸಿದ್ದೀರಿ. ಈಗ ಅವಳಿಗೆ ಆಹ್ವಾನ ಕೊಡೋದಿಕ್ಕೆ..."

ಅವಳು ಮಾತು ಪೂರ್ತಿಮಾಡುವ ಮೊದಲೆ ನಕ್ಕ ರಘುಪತಿಯವರು, "ನಿಮ್ಮ ತಂದೆ ಮುಂದಾಲೋಚನೆ ಇಲ್ಲದೆ ಯಾವ ಕೆಲಸಕ್ಕೂ ಕೈಹಾಕುವುದಿಲ್ಲ. ನಿನ್ನ ಬೇಸರದ ಮುಖ ನೋಡಲಾರದೆ ಸತೀಶನನ್ನು ನಿನಗಾಗಿ ಆರಿಸಿದೆ. ನಾಳೆ ಅವನಿಂದ ನಿನ್ನ ಭವಿಷ್ಯತ್ತಿಗೆ ಕುಂದು ಉಂಟಾಗದಿರಲಿ ಅಂತ ಅವನಿಗೆ ಮದುವೆ ಮಾಡಿದೆ. ಎಲ್ಲಕ್ಕಿಂತ ಹೆಚ್ಚಾಗಿ ನಿಮ್ಮಿಬ್ಬರ ನಡುವೆ ಹೆಚ್ಚು ವ್ಯಾಮೋಹ ಉಂಟಾಗದಿರಲಿ ಅಂತ ಅವನಿಗೊಂದು ಹೆಣ್ಣು ತಂದೆ. ಕೋಟಾ ನಾಣ್ಯಗಳನ್ನು ಉಪಯೋಗಿಸುವಾಗ ಬೇರೆಯವರಿಗೆ ಅನುಮಾನ ಬರದಿರಲಿ ಅಂತ ಕಾನೂನುಬದ್ಧವಾದ ನಾಣ್ಯ ಉಪಯೋಗಿಸೋದು ಉಂಟು. ನಿನಗೆ ಅವೆಲ್ಲ ಅರ್ಥವಾಗುವುದಿಲ್ಲ. ಈಗ ಅವಳಿಂದ ಸತೀಶ ಫ್ಯಾಕ್ಟರಿಗೆ ದೂರವಾಗಬಹುದು ಎಂಬ ಅನುಮಾನ ಬಂತು. ಅವರಿವರು ಹೇಳಿ ಅವಳ ತಲೆ ಕೆಡಿಸುವುದಕ್ಕೆ ಮೊದಲೇ ನಮ್ಮ ಆತ್ಮೀಯತೆ, ಒಳ್ಳೆಯತನ ಪ್ರದರ್ಶಿಸಿ ಅವಳು ವಿಮುಖಳಾಗದಂತೆ ನೋಡಿಕೊಳ್ಳುವುದು" ಎಂದು ನಿಲ್ಲಿಸಿದ ಅವರು ಪುನಃ "ಕೆಮ್ಮಿ ನಾವು ಯಾವ ಕಾರಣಕ್ಕೂ ಸತೀಶನನ್ನು ಕಳೆದುಕೊಳ್ಳಕೂಡದು. ಅವನಂಥ ಬುದ್ಧಿವಂತ, ಸಭ್ಯರು ಸಿಕ್ಕುವುದು

ದುರ್ಲಭ."

ಶೋಭ ಮೌನದಿಂದ ಎದ್ದು ಹೋದಳು. ತಂದೆಯ ವಿಚಾರಸರಣಿ ಅವಳಿಗೆ ಕೆಲವೊಮ್ಮೆ ಹಿಡಿಸುತ್ತಿರಲಿಲ್ಲ.

* * *

ರಘುಪತಿಯವರ ಕಾರು ಸತೀಶನ ಮನೆ ಮುಂದೆ ನಿಂತಾಗ ಶೋಭ, ರಘುಪತಿಯವರು ಇಳಿದರು.

ಮೊದಲೆ ವಿಷಯ ತಿಳಿದಿದ್ದ ಸತೀಶ ಹೊರಗೆ ಬಂದು ಸ್ವಾಗತಿಸಿದ, ಅವನ ಹಿಂದಿನಿಂದಲೆ ಬಂದ ಅನುಪಮ ನಸುನಗು ಬೀರುತ್ತಾ ಸ್ವಾಗತಿಸಿದಳು.

ಶೋಭಳ ಕಣ್ಣುಗಳು ಅನುಪಮಳ ಮೇಲೆ ಸರಸರನೆ ಹರಿದಾಡಿದವು. ಇಂದಿನ ಫ್ಯಾಷನ್ನಿನ ಗಾಳಿ ಅವಳ ಮೇಲೆ ಬೀಸಿದಂತಿರಲಿಲ್ಲ. ಸಡಿಲವಾಗಿ ಹೆಣೆದ ಜಡೆ. ತಲೆಯ ತುಂಬ ದುಂಡು ಮಲ್ಲಿಗೆಯ ಹೂವಿನ ದಂಡೆ. ಹಣೆಯಲ್ಲಿ ದುಂಡಾದ ಕುಂಕುಮದ ಬಟ್ಟು, ಉಟ್ಟ ಸೀರೆ ಸಾಧಾರಣ ವಾಯಿಲಿನದು. ಕತ್ತಿನಲ್ಲಿ ಎರಡೆಳೆ ಕರೀಮಣಿ ಸರ ಮಾತ್ರ.

ಸತೀಶನ ಆರ್ಥಿಕ ಸ್ಥಿತಿ ಚೆನ್ನಾಗಿದ್ದುದರಿಂದ ಅನುಪಮಳ ಅಲಂಕಾರ, ಒಡವೆಗಳನ್ನು ನೋಡಿ ಶೋಭಳೊಂದಿಗೆ ರಘುಪತಿಯವರೂ ಆಶ್ಚರ್ಯಗೊಂಡರು.

ಅನುಪಮ ತಾನೆ ಅವರ ಮುಂದೆ ತಿಂಡಿ ತಟ್ಟೆಗಳನ್ನು ತಂದಿರಿಸಿ ಆತ್ಮೀಯತೆಯಿಂದ ಸತ್ಕರಿಸಿದಳು.

ಶೋಭ ಮೊದಲು ಅವಳ ಸರಳತೆಗೆ ಮಾರುಹೋದರೂ ಸತೀಶನ ಮುಖ ಕಂಡ ಕೂಡಲೇ ಅಸಮಾಧಾನಪರವಶಳಾದಳು.

ಮೊದಲು ಶೋಭ ಸತೀಶನೊಡನೆ ಗೆಳೆತನ ಪ್ರಾರಂಭಿಸಿದಾಗ ತಾನೊಬ್ಬ ಯಜಮಾನಿಯಂತೆ ವರ್ತಿಸಲು ಪ್ರಯತ್ನಿಸುತ್ತಿದ್ದಳು. ಕಾಲಕ್ರಮೇಣ ಸತೀಶನ ಸುಂದರ ರೂಪು, ಸರಸ ಮಾತುಕತೆ, ಆತ್ಮೀಯ ಸ್ನೇಹ ನಡತೆ ಅವಳನ್ನು ಆಕರ್ಷಿಸಿತು. ಅವಳೆಷ್ಟೇ ತಡೆದರೂ ಸತೀಶ ಅವಳ ಹೃದಯದಲ್ಲಿ ತಳವೂರಿಬಿಟ್ಟಿದ್ದ. ಅವನನ್ನು ಒಂದು ದಿನ ಅಗಲಿರುವುದು ಅವಳಿಗೆ ಕಷ್ಟಸಾಧ್ಯವಾಯಿತು. ಅನಿಲನ ಬರುವಿಕೆಗೆ ಕಾತುರದಿಂದ ನಿರೀಕ್ಷಿಸುತ್ತಿದ್ದವಳು, ಅವನು ಪರದೇಶದಲ್ಲೇ ನೆಲೆಯೂರಲಿ ಎಂದು ಹಾರೈಸುತ್ತಿದ್ದಳು. ಅವನ ಪತ್ರಗಳಿಗೆ ಪುಟಗಟ್ಟಲೆ ಉತ್ತರ ಬರೆಯುತ್ತಿದ್ದವಳು ಬೇಸರದಿಂದ ಎರಡು ಸಾಲು ಗೀಚುತ್ತಿದ್ದಳು.

ಸತೀಶ, ಅನಿಪಮಳಿಂದ ಬೀಳ್ಗೊಂಡ ರಘುಪತಿಯವರು ಬಂದು ಕಾರಿನಲ್ಲಿ ಕುಳಿತರು. ತಮ್ಮ ಪಕ್ಕದಲ್ಲಿ ಕುಳಿತ ಮಗಳ ಕಡೆ ದೃಷ್ಟಿ ಹಾಯಿಸಿದರು. ಅವಳ ಮುಖ ಮಂಕಾಗಿತ್ತು. ಏನೋ ಯೋಚಿಸಿ ಕಳವಳಗೊಂಡರು.

"ಶೋಭ, ಯಾಕೆ ಒಂದು ತರಹ ಇದ್ದೀ?" ಎಂದರು ಮಗಳ ತಲೆ ಸವರುತ್ತ.

"ಯಾಕೂ ಇಲ್ಲ ಡ್ಯಾಡಿ. ಸ್ವಲ್ಪ ತಲೆನೋವು ಅಷ್ಟೆ" ಎಂದು ಮುಖವನ್ನು ಪಕ್ಕಕ್ಕೆ ತಿರುವಿಕೊಂಡಳು.

ಯಾಕೋ ತಮ್ಮ ಯೋಜನೆ ತಲೆಕೆಳಕಾದಂತೆ ಕಾಣಿಸಿತು.

"ಶೋಭ, ನಿನ್ನ ಅನಿಲ್‌ನಲ್ಲಿಗೆ ಕಳಿಸಿಕೊಡಲೆ?"

"ಈಗ ಯಾಕೆ ಡ್ಯಾಡಿ, ಅವನೆ ಇನ್ನೊಂದು ವರ್ಷಕ್ಕೆ ಬರುತ್ತಾನಲ್ಲ."

"ಸರಿ ಬಿಡು. ನೀನು ಮಾತ್ರ ಸತೀಶನನ್ನು ಬಹಳ ಹಚ್ಚಿಕೋಬೇಡ. ಅವನ ನಿನ್ನ ಸ್ನೇಹ ಅಂಟಿ ಅಂಟದಂತೆ ಇರಬೇಕು. ನಾಳೆ ಅನಿಲ್ ಬಂದರೆ ಇಲ್ಲದ ಹಗರಣ ವಾಗಬಾರದು" ಎಂದು ಸೂಕ್ಷ್ಮವಾಗಿ ಎಚ್ಚರಿಸಿದ್ದರು.

ರಘುಪತಿಯವರು ಪಾರ್ಟಿಯನ್ನು ಗ್ರಾಂಡಾಗೆ ಏರ್ಪಾಟು ಮಾಡಿದ್ದರು. ಬರೀ ಫ್ಯಾಕ್ಟರಿ ಹಿರಿಯ ನೌಕರರಷ್ಟೇ ಅತಿಥಿಗಳಾಗಿ ಬಂದಿದ್ದರು.

ಎಲ್ಲರೂ ನೂತನವಾಗಿ ಕಂಡ ವಧೂವರರಿಗೆ ಶುಭ ಹಾರೈಸಿ ಉಡುಗೊರೆಗಳನ್ನು ಕೊಟ್ಟರು. ಅವರ ಮದುವೆಯಾಗಿ ಎಂಟು ತಿಂಗಳಾಗಿದ್ದರೂ ಅವರಿಗೆ ಅವರು ನೂತನ ವಧುವರರೇ ಆಗಿದ್ದರು.

ರಘುಪತಿಯವರು ಅನುಪಮಳಿಗೊಂದು ನೆಕ್ಲೇಸ್, ಸತೀಶನಿಗೊಂದು ಉಂಗುರವನ್ನು ಕೊಟ್ಟು ಶುಭ ಹಾರೈಸಿದರು.

ಶೋಭಳಿಗೆ ಇದೆಲ್ಲ ನುಂಗಲಾರದ ತುತ್ತಾಗಿತ್ತು. ಅನುಪಮ, ಸತೀಶ ಜೊತೆಯಾಗಿ ಎದುರಿಗಿರುವುದು ಅವಳಿಗೆ ಬೇಡವಾಗಿತ್ತು. ತಾನೇನೋ ಕಳೆದುಕೊಂಡಷ್ಟು ವೇದನೆ ಪಟ್ಟಳು.

ಸತೀಶ, ಶೋಭಳ ಮನೆಯಲ್ಲಿ ಉಳಿಯುವುದು ಅಪರೂಪವಾಯಿತು. ಆಗೊಮ್ಮೆ ಈಗೊಮ್ಮೆ ಜೊತೆಯಾಗಿ ಬೇರೆ ಊರುಗಳಿಗೆ ಹೋದರೂ ಸತೀಶ ಅನುಪಮಳ ನೆನಪಿನಲ್ಲೇ ಇರುತ್ತಿದ್ದ. ಅವಳ ಬಗ್ಗೆಯೇ ಮಾತನಾಡುತ್ತಿದ್ದ. ಅವಳನ್ನೇ ವರ್ಣಿಸುತ್ತಿದ್ದ. ಅವಳ ಗುಣಗಳನ್ನು ಕೊಂಡಾಡುತ್ತಿದ್ದ.

ಅನುಪಮಳ ಹೆಸರನ್ನ ಕೇಳಿದರೇನೆ ಶೋಭಳ ಮೈ ಕೋಪದಿಂದ ಕುದಿಯುತ್ತಿತ್ತು. ಅವನನ್ನ ಪೂರ್ತಿ ತನ್ನವನನ್ನಾಗಿ ಮಾಡಿಕೊಳ್ಳಬೇಕೆಂಬ ಹಟದಿಂದ ಅವನಿಗೆ ಪೂರ್ತಿ ಕುಡಿತದ ಚಟವನ್ನು ಕಲಿಸಿದಳು.

ಹಳ್ಳಿಯಿಂದ ಬಂದ ಸರಸ್ವತಮ್ಮ ಮಗನ ಮನೆಯಲ್ಲಿ ಸತ್ಯನಾರಾಯಣ ಪೂಜೆ ಮಾಡಬೇಕೆಂಬ ಅಭಿಲಾಷೆ ವ್ಯಕ್ತಪಡಿಸಿದರು. ಮೊದಲೇ ಜಿಗುಪ್ಸೆಗೊಂಡ ಅನುಪಮ, ಅಶಾಂತಿಯಿಂದ ದಿನಗಳನ್ನು ತಳ್ಳುತ್ತಿದ್ದ ಸತೀಶ ಸಂತೋಷದಿಂದಲೇ ಸಮ್ಮತಿಸಿದರು.

ಸತ್ಯನಾರಾಯಣ ಪೂಜೆಯ ಹಿಂದಿನ ದಿನ ಸರಸ್ವತಮ್ಮನವರು ತಮ್ಮ ದೂರದ ಸಂಬಂಧಿಗಳ ಕೆಲವು ಮನೆಯವರನ್ನು ಆಮಂತ್ರಿಸಲು ಸೊಸೆಯೊಂದಿಗೆ ಹೊರಟರು. ಅದಕ್ಕೆಂದೇ ಸತೀಶ ಕಾರು ಬಿಟ್ಟು ಹೋಗಿದ್ದ.

ಇವರುಗಳು, ಅವರುಗಳನ್ನು ಆಮಂತ್ರಿಸವಷ್ಟು ಹೊತ್ತಿಗೆ ಸಂಜೆ ಆರಾಗಿ ಹೋಯಿತು.

ರಘುಪತಿಯವರ ಮನೆ ಮುಂದೆ ಕಾರು ನಿಂತಾಗ ಸರಸ್ವತಮ್ಮ "ಅನು, ನೀನು ಹೇಳಿಬಿಟ್ಟು ಬಂದುಬಿಡಮ್ಮ. ಅವರಗಳು ಏನಿಲ್ಲ ಅಂದರೂ ಅರ್ಧ ಗಂಟೆ ನಿಲ್ಲಿಸಿಕೊಳ್ಳುತ್ತಾರೆ. ಈಗಾಗಲೇ ಭಾರತಿ, ನರ್ಮದಾ ಬಂದಿರಬೇಕು. ಅವರುಗಳು ಪ್ರಯಾಣದಿಂದ ದಣಿದು ಬಂದಾಗ ನಾವುಗಳು ಮನೆಯಲ್ಲಿರದಿದ್ದರೆ ಬೇಸರ. ನಾನು ಮನೆಗೆ ಹೋಗಿ ಕಾರನ್ನ ಹಿಂದಕ್ಕೆ ಕಳುಹಿಸುತ್ತೀನಿ" ಎಂದರು.

ಅನುಪಮ ಮೌನದಿಂದ ತಲೆಯಾಡಿಸಿ ಒಬ್ಬಳೇ ಕೆಳಗಿಳಿದಳು. ಸರಸ್ವತಮ್ಮನವರನ್ನು ಹೊತ್ತ ಕಾರು ವಿಲ್ಸನ್ ಗಾರ್ಡನ್ ಕಡೆ ಧಾವಿಸಿತು.

ಅನುಪಮ ಒಳಗೆ ಹೋದಾಗ ಆಳು ಫರ್ನಿಚರ್ ಒರೆಸುತ್ತಿದ್ದ. ಅವನು ಅನುಪಮಳನ್ನು ನೋಡಿದ್ದರಿಂದ ಅಮ್ಮಾವರು ಮೇಲಿರುವುದಾಗಿ ತಿಳಿಸಿದ.

ಮೆಟ್ಟಲು ಹತ್ತಿ ಮೇಲೆ ಹೋದ ಅನುಪಮ ಶೋಭಳ ಕೋಣೆಯ ಮುಂದೆ ಸ್ತಬ್ಧಳಾಗಿ ನಿಂತುಬಿಟ್ಟಳು. ಅವಳು ನಿಂತ ಭೂಮಿಯೇ ಕುಸಿದಂತಾಯಿತು. ಇಷ್ಟು ದಿನ ಅವಳ ಹೃದಯದಲ್ಲಿ ಹೊಯ್ದಾಡುತ್ತಿದ್ದ ದೃಶ್ಯ ಅವಳ ಕಣ್ಮುಂದೆ ಇತ್ತು.

ಸತೀಶನ ತೊಡೆಯ ಮೇಲೆ ಮಲಗಿದ್ದ ಶೋಭ ಅವನ ಕೂದಲಿನೊಳಗೆ ಆಟವಾಡುತ್ತಿದ್ದಳು. ಸತೀಶನ ಕೈಗಳು ಅವಳ ದೇಹವನ್ನು ಬಳಸಿತ್ತು.

ಬಾಗಿಲಲ್ಲಿ ನಿಂತ ಅನುಪಮಳಿಗೆ ಒಂದು ಹೆಜ್ಜೆ ಎತ್ತಿ ಹಿಂದಕ್ಕೆ ಇಡುವುದು ದುಸ್ಸಾಧ್ಯವಾಯಿತು. ಅವಳ ಮೈ ಎಲ್ಲ ಚಲನವಲನಗಳನ್ನು ಕಳೆದುಕೊಂಡು ಮರಗಟ್ಟಿದಂತಿತ್ತು. ಒಂದು ಕ್ಷಣ ಗೋಡೆಗೊರಗಿ ಕಣ್ಮುಚ್ಚಿದಳು. ಮರುಕ್ಷಣವೆ ಅವಳ ಕೈ ತಾಕಿದ ಗೋಡೆಯ ಮೇಲಿದ್ದ ವಾಸ್ ನೆಲಕ್ಕುರುಳಿತು.

ಮೂವರು ಒಟ್ಟಿಗೆ ಎಚ್ಚೆತ್ತರು.

ತನ್ನ ಭಾವೋದ್ರೇಕ ಅದುಮಿಟ್ಟ ಅನುಪಮ, ಸತೀಶನಿಂದ ಎದ್ದು ದೂರ ನಿಂತ ಶೋಭಳ ಮುಂದೆ ಕುಂಕುಮದ ಭರಣಿ ಹಿಡಿದು,

"ನಾಳೆ ನಮ್ಮ ಮನೆಯಲ್ಲಿ ಸತ್ಯನಾರಾಯಣ ಪೂಜೆ ಇದೆ. ನೀವು, ನಿಮ್ಮ ತಂದೆ ಪೂಜೆ, ಊಟಕ್ಕೆ ಅಲ್ಲಿಗೆ ಬನ್ನಿ. ಅವರು ಈಗಾಗಲೇ ನಿಮ್ಮಿಬ್ಬರಿಗೆ ಆಹ್ವಾನ ಕೊಟ್ಟಿರಬೇಕು. ಪರಿಸ್ಥಿತಿಗಳನ್ನು ಅರ್ಥಮಾಡಿಕೊಳ್ಳದೆ ನಿಮ್ಮ ಕೋಣೆಗೆ ಬಂದಿದ್ದಕ್ಕೆ ದಯವಿಟ್ಟು..." ಎಂದವಳೆ ನಸು ನಗೆ ಬೀರಿ ಹಿಂದಿರುಗಿದಳು.

ಸತೀಶ, ಶೋಭ ಅವಳು ಹೋದ ಎಷ್ಟೋ ಹೊತ್ತಿನವರೆಗೂ ಕಲ್ಲಿನ ಪ್ರತಿಮೆಗಳಂತೆ ನಿಂತಿದ್ದರು.

ಸತೀಶನ ಪ್ರಜ್ಞೆ ಜಾಗೃತವಾಯಿತು. ಶೋಭ ಅಲ್ಲಿರುವುದನ್ನೇ ಮರೆತು ದಢದಢನೆ ಕೆಳಗಿಳಿದು ಬಂದು ಫೋನ್ ಮಾಡಿ ಟ್ಯಾಕ್ಸಿ ತರಿಸಿ ಮನೆಗೆ ಹೊರಟ. ಅವನ ಹೃದಯ ವೇಗದಿಂದ ಹೊಡೆದುಕೊಳ್ಳುತ್ತಿತ್ತು. ಮಡದಿಯನ್ನು ಕಣ್ಣಾರೆ ನೋಡುವವರೆಗೂ ಅವನಿಗೆ ಸಮಾಧಾನವಿರಲಿಲ್ಲ. ಅವಳೆಲ್ಲಾದರೂ ಜಿಗುಪ್ಸೆಪಟ್ಟುಕೊಂಡು ಆತ್ಮಹತ್ಯೆ ಮಾಡಿಕೊಂಡರೆ?

ಇವರು ಮನೆಗೆ ಬಂದಾಗ ಭಾರತಿ, ನರ್ಮದೆಯರ ನಗುವಿನ ಹೊಳೆಯೇ ಹರಿದಿತ್ತು.

ಒಳಗೆ ಬಂದವನೆ "ಅಮ್ಮ, ಅನುಪಮ ಬಂದಳೆ?" ಎಂದ.

ಅವರು ಇಲ್ಲ ಎಂದ ತಕ್ಷಣ ಅವನ ಮನ ನೂರೆಂಟು ಯೋಚಿಸಿ ಚೀರಾಡಿತು. ಸುಮ್ಮನೆ ಉಪಯೋಗಿಸದೆ ತಂದು ನಿಲ್ಲಿಸಿದ್ದ ಸ್ಕೂಟರನ್ನು ಹೊರಗೆ ತೆಗೆದು ಹೊರಟ. ತಾಯಿ, ತಂಗಿಯರ ಮಾತುಗಳು ಅವನ ಕಿವಿಗೆ ಬೀಳಲೇ ಇಲ್ಲ.

ಮನೆಯಿಂದ ಸ್ಕೂಟರ್ ಫರ್ಲಾಂಗ್ ಓಡಿ ತಟ್ಟನೆ ನಿಂತುಬಿಟ್ಟಿತು. ಅನುಪಮ ತಲೆ ತಗ್ಗಿಸಿಕೊಂಡು ನಿಧಾನವಾಗಿ ಬರುತ್ತಿದ್ದಳು.

ಅವಳ ಗಂಭೀರ, ಹಿರಿಯ ವ್ಯಕ್ತಿತ್ವದ ಮುಂದೆ ಸತೀಶ ಸಣ್ಣ ಹುಳುವಾಗಿದ್ದ.

ಗಂಡನನ್ನು ನೋಡಿದ ತಕ್ಷಣ ಅನುಪಮ ಪ್ರಶ್ನಾರ್ಥಕವಾಗಿ ಅವನ ಕಡೆ ನೋಡಿದಳು. ಸತೀಶ ತಲೆ ತಗ್ಗಿಸಿದ. ಅವಳು ಮೌನವಾಗಿ ಬಂದು ಸ್ಕೂಟರಿನ ಹಿಂಭಾಗದಲ್ಲಿ ಕುಳಿತಳು. ಸ್ಕೂಟರ್ ಮಂದಗತಿಯಲ್ಲಿ ಮನೆ ಕಡೆ ಹೊರಟಿತು.

ಭಾರತಿ, ನಳಿನಿಯರು ಬಂದು ಅಣ್ಣ, ಅತ್ತಿಗೆಯರನ್ನು ಸುತ್ತವರಿದರು. ನಗುನಗುತ್ತ ಮಾತಾಡಿ ಅವರ ಯೋಗಕ್ಷೇಮ ವಿಚಾರಿಸಿದಳು.

"ಅತ್ತೆ, ಮಾವನವರೊಬ್ಬರು ಬಂದಿದ್ದರೆ ಚೆನ್ನಾಗಿತ್ತು. ಮಾವನವರೇನು ಇಷ್ಟು ಹೊತ್ತಾದರೂ ಬರಲೇ ಇಲ್ಲ" ಎಂದಳು ಅನುಪಮ, ಸರಸ್ವತಮ್ಮನವರ ಕಡೆ ತಿರುಗಿ.

"ನಾನು ಬರೋ ಹೊತ್ತಿಗೆ ನಿಮ್ಮಾವನವರು ಬಂದಿದ್ದರು. ನಿಮ್ಮ ತಾಯಿ, ತಂದೇನ ಕರೆದುಕೊಂಡು ಬರೋದಿಕ್ಕೆ ಬಸ್ ಸ್ಟಾಂಡಿಗೆ ಹೋಗಿದ್ದಾರೆ." ತನ್ನ ಹೆತ್ತ ತಾಯಿ, ತಂದೆಯರಿಗಿಂತ ತಮ್ಮ ಮೇಲೆ ಹೆಚ್ಚಿನ ಆಸಕ್ತಿ ವಹಿಸುವ ಸೊಸೆಯ ವಿಷಯದಲ್ಲಿ ಅವರಿಗೆ ಅಭಿಮಾನವೆನ್ನಿಸಿತು.

ಅಣ್ಣನ ಕೋಣೆ ಸೇರಿದ್ದ ಭಾರತಿ, ನಳಿನಿ ಹರಟುತ್ತಿದ್ದರು.

ಮಾರನೆಯ ದಿನದ ಪೂಜೆಗೆ ಬೇಕಾದ ಸಿದ್ಧತೆಗಳು ಆಗಬೇಕಾದುದ್ದರಿಂದ ಎಲ್ಲರೂ ಕೆಲಸಗಳ ಕಡೆ ಗಮನ ಕೊಟ್ಟರು.

ಸತೀಶನಿಗೆ ತಲೆ ಎತ್ತಿ ಹೆಂಡತಿಯ ಕಡೆ ನೋಡುವ ಧೈರ್ಯವಿರಲಿಲ್ಲ. ಪೀತಾಂಬರ ಉಟ್ಟು, ಒಡವೆಗಳನ್ನು ತೊಟ್ಟು ತನ್ನೊಂದಿಗೆ ಮಣೆಯ ಮೇಲೆ ಕುಳಿತು ಸತ್ಯನಾರಾಯಣ ಪೂಜೆ ಮಾಡುತ್ತಿದ್ದ ಅವಳು ಅವನಿಗೆ ದೇವತೆಯಂತೆ ಕಾಣಿಸಿದಳು.

ರಘುಪತಿಯವರು ಪೂಜೆಯ ವೇಳೆಗೆ ಮಗಳೊಂದಿಗೆ ಬಂದರೂ ಊಟಕ್ಕೆ ನಿಲ್ಲಲಿಲ್ಲ.

ಅನುಪಮ, ಶೋಭಳೊಂದಿಗೆ ನಗುನಗುತ್ತಲೇ ಮಾತಾಡಿ ಊಟಕ್ಕೆ ಇರಬೇಕೆಂದು ಬಲವಂತಪಡಿಸಿದಳು.

ಶೋಭಳ ಕಣ್ಣಿಗೆ ಮಣೆಯ ಮೇಲೆ ಕುಳಿತ ಸತೀಶ, ಅನುಪಮ ಅಪರೂಪ ದಂಪತಿಗಳಂತೆ ಕಾಣಿಸಿದರು. ತನ್ನ ಐಶ್ವರ್ಯ, ಅಂತಸ್ತಿನಿಂದ ಅವರನ್ನು ಬೇರ್ಪಡಿಸಿ ಸತೀಶನನ್ನು ತಾನು ಪಡೆಯಲಾರೆನೇನೋ ಎಂದುಕೊಂಡಳು.

ಪೂಜೆಗೆ ಕೂತ ಸತೀಶ ರಘುಪತಿಯವರು, ಶೋಭ ಬಂದದ್ದನ್ನು ಗಮನಿಸಿದರೂ ಕಂಡೂ ಕಾಣದಂತೆ ಪೂಜೆಯಲ್ಲಿ ಮಗ್ನನಾಗಿದ್ದ. ಕಡೆಗೆ ರಂಗಣ್ಣನವರೇ ಬಂದು ಮಗನಿಗೆ ವಿಷಯ ತಿಳಿಸಿ ಕರೆದೊಯ್ದರು. ವಿಧಿ ಇಲ್ಲದೇ ಸತೀಶ ಅವರಿಗೆ ತೋರಿಸಲೇಬೇಕಾದ ಗೌರವ ತೋರಿಸಬೇಕಾಯಿತು.

ಅನುಪಮ ತಾಯಿ, ತಂದೆ ಮಗಳನ್ನು ತಮ್ಮೊಂದಿಗೆ ಕರೆದೊಯ್ಯುವ ಆತುರ ತೋರಿಸಿದರು. ತಾವು ಇಲ್ಲೇ ಸ್ವಲ್ಪ ದಿನ ಇರುವುದರಿಂದ ಸೊಸೆಯನ್ನು ಕಳುಹಿಸಿಕೊಡಲು ಸರಸ್ವತಮ್ಮ ಧಾರಾಳವಾಗಿ ತಮ್ಮ ಒಪ್ಪಿಗೆ ಕೊಟ್ಟರು. ಸತೀಶನಿಗೂ ಸ್ವಲ್ಪ ದಿನ ಈ ಪರಿಸರದಿಂದ ಅವಳು ದೂರವಾಗಿರುವುದೇ ಒಳ್ಳೆಯದೆನಿಸಿತು.

ಅವಳಿಗೆ ಹೋಗುವ ಇಷ್ಟವಿತ್ತೋ ಇಲ್ಲವೋ ಯಾರೂ ಅನುಪಮಳನ್ನು ಕೇಳಲಿಲ್ಲ. ಅವಳು ಮೌನವಾಗಿ ಶಿವಮೊಗ್ಗೆಗೆ ಹೊರಟಳು.

ಸರಸ್ವತಮ್ಮನಿಗೆ ಆಶ್ಚರ್ಯವಾಯಿತು. ಕೆಲವು ದಿನಗಟ್ಟಲೆ ರಾತ್ರಿ ಸಹ ಅವನು ಮನೆಗೆ ಬರುತ್ತಿರಲಿಲ್ಲ. ಅವನ ದಿನಚರಿ ಮೊದಲಿನಿಂದಲೂ ಹೀಗೋ ಅಥವಾ ಹೆಂಡತಿ ತೌರುಮನೆಗೆ ಹೋದ ಮೇಲೆ ಈ ರೀತಿ ವರ್ತಿಸುತ್ತಾನೋ ಅವರಿಗೆ ತಿಳಿಯಲಿಲ್ಲ. ನಿಜಾಂಶ ಕೇಳಿ ತಿಳಿಯಲು ಸೊಸೆ ಇರಲಿಲ್ಲ. ಆಳು ಕಾಳುಗಳನ್ನು ಕೇಳಲು ಅವರ ಮನ ಒಪ್ಪಲಿಲ್ಲ. ಮಗನನ್ನೇ ಕೇಳಿಬಿಡಲು ನಿರ್ಧರಿಸಿದರು.

ರಾತ್ರಿ ಎಂಟು ಗಂಟೆಗೆ ಬಂದು ಊಟ ಮಾಡದೇ ಹೊರಟು ನಿಂತ ಮಗನನ್ನು ನೋಡಿ ಅವರಿಗೆ ಸಿಟ್ಟು ಬಂತು.

"ಏನೋ ಇದು ವಿಚಿತ್ರ. ನಿನಗೆ ಮನೆ ಇದೆ ಅನ್ನೋ ನೆನಪೇ ಇಲ್ಲ. ಈ ನಡುವೆ ಈ ರೀತಿ ಮಾಡುತ್ತೀಯಾ ಇಲ್ಲ ಮೊದಲಿನಿಂದಲೂ ಹೀಗೇನೋ" ಎಂದು ತಮ್ಮ ಅಸಮಾಧಾನವನ್ನು ಮಗನ ಮುಂದೆ ಕಕ್ಕಿದರು.

ಮುಂದೆ ಹೋದ ಸತೀಶ ಹಿಂದಕ್ಕೆ ಬಂದು ತಾಯಿಯ ಮುಂದೆ ನಿಂತ.

"ಅಮ್ಮ, ಒಬ್ಬ ಫ್ಯಾಕ್ಟರಿ ಮ್ಯಾನೇಜರ್ ಆದ ಮಾತ್ರಕ್ಕೆ ಇಷ್ಟು ಐಶ್ವರ್ಯದ ಸಿರಿಯಲ್ಲಿ ಓಡಾಡೋಕೆ ಸಾಧ್ಯವೇ? ನಾನು ಇದಕ್ಕಾಗಿ ತೆರುತ್ತ ಇರುವ ಬೆಲೆ ಜಾಸ್ತಿ. ಎಲ್ಲಕ್ಕಿಂತ ಹೆಚ್ಚಾಗಿ ನಿಮ್ಮೆಲ್ಲರ ಸುಖಕ್ಕಾಗಿ, ಎಲ್ಲಕ್ಕಿಂತ ಹೆಚ್ಚಾಗಿ ನನಗಾಗಿ ಅನುಪಮ ತೆರುತ್ತಿರುವ ಬೆಲೆ ಬಹಳ ಅಧಿಕ" ಎಂದವನೇ ನಿಲ್ಲದೆ ಹೊರಟ ಮಗನನ್ನು ನೋಡಿ ಅವರಿಗೆ ವ್ಯಥೆಯಾಯಿತು. ತಮ್ಮ ಮಗ ಹಗಲು, ರಾತ್ರಿ ಫ್ಯಾಕ್ಟರಿಯ ಪ್ರಗತಿಗಾಗಿ ದುಡಿಯುತ್ತಿದ್ದಾನೆ. ಅದಕ್ಕೆ ಪೂರ್ಣ ಸಹಕಾರ ಕೊಟ್ಟ ಮಡದಿಯ ಬಗ್ಗೆ ಹಾಗೆ ಹೇಳಿದ್ದಾನೆ ಎಂದು ಕೊಂಡರು.

ತಾವು ಕೂತು ಹಿಂದಿನದೆಲ್ಲಾ ಜ್ಞಾಪಿಸಿಕೊಂಡರು-ತಮ್ಮ ಸಂಸಾರ ಇದ್ದ ಹೀನ ಸ್ಥಿತಿ, ಒಂದೊಂದು ಹೊತ್ತಿನ ಊಟಕ್ಕಾಗಿ ಪರದಾಟ, ಸಾಲಾಗಿ ಬೆಳೆದು ನಿಂತ ಹೆಣ್ಣು ಮಕ್ಕಳು, ಕೆಲಸವಿಲ್ಲದೇ ಮಂಕಾಗಿ ಕೂತ ಮಗ. ಅವರ ಕಣ್ಣಲ್ಲಿ ನೀರಾಡಿತು.

ಇಂತಹ ಸಮಯದಲ್ಲಿ ತಮ್ಮ ಮಗನಿಗೆ ಕೆಲಸ ಕೊಟ್ಟು ಉಪಕಾರ ಮಾಡಿದ ರಘುಪತಿಯವರನ್ನು ಕೃತಜ್ಞತೆಯಿಂದ ನೆನಸಿಕೊಂಡು, ಇಂಥ ಯಜಮಾನನಿಗಾಗಿ ಸತೀಶ ಏನು ಮಾಡಿದರೂ ಅವರಿಗೆ ಕಡಿಮೆಯೆನಿಸಿತು.

* * *

ಅನುಪಮಳಿಗೆ ಎದ್ದರೆ, ಕೂತರೆ, ನಿಂತರೆ ಯೋಚನೆಯಾಯಿತು. ಸತೀಶ ಅವಳನ್ನು ಯಾವ ಸಿರಿಸಂಪದದಲ್ಲಿ ಓಲಾಡಿಸದಿದ್ದರೂ ನ್ಯಾಯವಾಗಿ ಅವಳಿಗೆ ಸಿಗಬೇಕಾದ ಪ್ರೀತಿಯನ್ನಿತ್ತಿದ್ದರೆ ಸಾಕಾಗಿತ್ತು. ಅದನ್ನು ಬೇರೆಯವರಿಗೆ ಹಂಚಿ ಅವಳ ಹೃದಯ ಒಡೆದುಬಿಟ್ಟಿದ್ದ.

ಹೊರಗೆ ಬಂದ ರುಕ್ಮಿಣಮ್ಮ ಮಂಕಾಗಿ ಕಿಟಕಿಯಲ್ಲಿ ನೋಡುತ್ತ ನಿಂತ ಮಗಳನ್ನು ನೋಡಿ "ನಿನಗೆ ಆಗಲೇ ಬೆಂಗಳೂರಿನ ಗೀಳು ಹತ್ತಿದ ಹಾಗೆ ಕಾಣೆಸುತ್ತೆ. ತಾಳಿ ಕತ್ತಿಗೆ ಬಿದ್ದಮೇಲೆ ಈಗಿನ ಹುಡುಗಿಯರು ಗಂಡನನ್ನು ಬಿಟ್ಟು ಇರುವುದಕ್ಕೆ ಒಲ್ಲೆ ಎನ್ನುತ್ತಾರೆ. ನಮ್ಮ ಕಾಲದಲ್ಲಿ ತಾಯಿಮನೆ ಅಂದರೆ ಎಂಥಹ ಮಮಕಾರ ಇರುತ್ತಾ ಇತ್ತು."

ಪೇಪರ್ ನೋಡುತ್ತ ಕುಳಿತಿದ್ದ ಅನುಪಮಳ ತಂದೆ ಗೋವಿಂದರಾವ್ "ಸಾಕು ನಿಲ್ಲಿಸೇ ನೋಡಿದ್ದೀನಿ. ನಾನು ಹೋಗು ಅಂದರೂ ನೀನು ಅಪ್ಪನ ಮನೆಗೆ ಹೋಗುತ್ತ ಇದ್ದಿದ್ದು ಅಷ್ಟರಲ್ಲೇ ಇತ್ತು" ಎಂದು ಪೇಪರ್ ಮಡಚಿ ಸ್ಟೂಲಿನ ಮೇಲಿಟ್ಟರು.

ತಂದೆಯ ಮಾತಿಗೆ ಅನುಪಮಳ ಮುಖದ ಮೇಲೆ ನಸುನಗೆ ಅರಳಿತು.

"ಅಣ್ಣ, ಹೇಗೂ ನಾನು ಬಂದಿದ್ದೀನಿ. ಅಕ್ಕನನ್ನಾದರೂ ಕರೆಸು. ಇಬ್ಬರೂ ಒಟ್ಟಿಗಿದ್ದ ಹಾಗಾಗುತ್ತೆ" ಎಂದಳು.

ಗೋವಿಂದರಾವ್ ಹ್ಞೂ ಎನ್ನುವಂತೆ ತಲೆಯಾಡಿಸಿ "ಯಾವ ವ್ಯಾಮೋಹ, ಪ್ರೀತಿ,

ವಿಶ್ವಾಸಗಳು ಇಲ್ಲದ ಹೆಣ್ಣು ಅವಳು. ಮೂರ್ತಿ ಈ ನಡುವೆ ತುಂಬ ಬೇಸರಪಟ್ಟುಕೊಳ್ಳುತ್ತಾನೆ" ಎಂದನು.

ರುಕ್ಮಿಣಮ್ಮ ನಿಟ್ಟುಸಿರು ಬಿಟ್ಟು ಒಳಗೆ ನಡೆದರು.

ಅನುಪಮಳ ಅಕ್ಕ ಶೀಲಾ ರೂಪವಂತೆ, ಗುಣವಂತೆ ಅಷ್ಟೇ ಅಲ್ಲದೆ ವಿದ್ಯಾವಂತೆ ಸಹ. ಆದರೆ ಅವಳಲ್ಲಿದ್ದ ಜಡತ್ವ ಇವನ್ನೆಲ್ಲ ಮರೆಮಾಚಿತ್ತು.

ಶೀಲ ಚಂದುಳ್ಳ ಹೆಣ್ಣೆಂದು ರುಕ್ಮಿಣಮ್ಮನ ತಮ್ಮ ಮದುವೆಯಾಗಲು ಆಸೆಪಟ್ಟ. ಕಡೆಗೆ ಬೇಡಲೇ ಬೇಡೆಂದು ನಿರಾಕರಿಸಿದ. ಅವಳ ರೂಪಕ್ಕೆ ಬೆರಗಾದ ಮೂರ್ತಿ ಬಂದು ನೋಡಿದ ಕೂಡಲೇ ಒಪ್ಪಿಗೆ ಕೊಟ್ಟು ಮದುವೆಯಾದ. ಒಂದು ಮಗುವಾಗುವವರೆಗೂ ಅವಳಲ್ಲಿರುವ ದೋಷ ಅವನಿಗೆ ಕಾಣಲಿಲ್ಲ. ಅನಂತರ ಅವಳ ಪ್ರತಿಯೊಂದು ನಡೆನುಡಿಗಳಲ್ಲಿ ಅತೃಪ್ತಿಯನ್ನೇ ಕಾಣುತ್ತಿದ್ದ. ಅವನ ಪ್ರೇಮಪೂರಿತ ನೋಟಕ್ಕೆ ಸಿಕ್ಕುತ್ತಿದ್ದುದು ಅವಳ ನೀರಸ ಕಣ್ನೋಟ. ಅವನ ಬಿಸಿಯಪ್ಪುಗೆಗೆ ಸಿಕ್ಕುತ್ತಿದ್ದುದು ಅವಳ ತಣ್ಣಗಿನ ದೇಹ. ಯಾವೊಂದು ಘರ್ಷಣೆಗೂ ಅವಕಾಶವಿಲ್ಲದೆ ಕಲ್ಲಿನಂತೆ ವರ್ತಿಸುತ್ತಿದ್ದ ಅವಳ ಮೇಲೆ ಅವನಿಗೆ ಜಿಗುಪ್ಸೆಯುಂಟಾಯಿತು. ಆದರೆ ಅವಳ ಮಗುವಿನಂಥ ಮುಗ್ಧ ಮಾತು ಕಲ್ಮಶವರಿಯದ ಹೃದಯಕ್ಕೆ ಮಾರುಹೋಗಿ ಪಾಲಿಗೆ ಬಂದದ್ದೇ ಪಂಚಾಮೃತ ಎಂದು ಅವಳಲ್ಲೇ ತೃಪ್ತಿ ಕಾಣತೊಡಗಿದ.

"ಅಣ್ಣ, ಅಕ್ಕನ ಸ್ವಭಾವದಲ್ಲಿ ಈಗಲೂ ಏನು ಮಾರ್ಪಾಟಿಲ್ಲವೇ" ಎಂದಳು ಬೇಸರದಿಂದ.

"ಇಲ್ಲ ಇಲ್ಲ. ನಾವೆಷ್ಟು ಪತ್ರ ಬರೆದರೂ ಅವಳಿಂದ ಉತ್ತರವಿರೋಲ್ಲ. ನಾವು ಹೋಗಿ ಅವಳ ಮುಂದೆ ನಿಂತರೇನೆ ಅವಳಿಗೆ ನಮ್ಮ ನೆನಪು, ಕರೆದುಕೊಂಡು ಬಂದರೆ ಬರುತ್ತಾಳೆ, ಇಲ್ಲದಿದ್ದರೆ ಸುಮ್ಮನೆ ಇರುತ್ತಾಳೆ. ಅಲ್ಲೂ ಅಷ್ಟೆ, ಯಾವ ವ್ಯಾಮೋಹವೂ ಹಚ್ಚಿಕೊಳ್ಳದೆ ಇದ್ದಾಳೆ. ಅವಳಿಗಂತು ವ್ಯಾಮೋಹ ಇಲ್ಲದಿದ್ದರೆ ನಮಗೂ ಇರೋಲ್ಲವಾ? ನಾಳೆನೇ ಹೋಗಿ ಕರೆದುಕೊಂಡು ಬರುತ್ತೀನಿ" ಎಂದು ಹೆಂಡತಿ ಕೊಟ್ಟ ಕಾಫಿ ಕುಡಿದು ಮೇಲಕ್ಕೆದ್ದರು.

ಮೊದಲಿನಿಂದಲೂ ಅಕ್ಕನ ಸ್ವಭಾವದ ಪರಿಚಯವಿದ್ದ ಅನುಪಮಳಿಗೆ ಏನೂ ಅನ್ನಿಸಲಿಲ್ಲ.

ಮಾರನೆಯ ದಿನವೇ ಗೋವಿಂದರಾವ್ ಹೋಗಿ ಸಾಗರದಲ್ಲಿದ್ದ ದೊಡ್ಡ ಮಗಳು, ಮೊಮ್ಮಗಳನ್ನು ಕರೆತಂದರು.

ಶೀಲಾಳ ಮಗು ನೀರಜ ತುಂಬಾ ಮುದ್ದುಮುದ್ದಾಗಿದ್ದಳು. ಎಂಥವರ ಮನಸ್ಸಿನಲ್ಲೂ ಎತ್ತಿಕೊಳ್ಳಬೇಕೆನ್ನುವ ಆಸೆ ಹುಟ್ಟಿಸುತ್ತಿದ್ದಳು.

ಬಂದ ಎರಡು ದಿನಗಳಲ್ಲೇ ಚಿಕ್ಕಮ್ಮನಿಗೆ ಹೊಂದಿಕೊಂಡಳು.

ಇದ್ದಕ್ಕಿದ್ದ ಹಾಗೆ ಬಂದಿಳಿದ ಭಾವನನ್ನು ನೋಡಿ ಅನುಪಮಳಿಗೆ ಆಶ್ಚರ್ಯ ವಾಯಿತು.

ಏನು ಭಾವ, ಬರೋ ವಿಷಯ ತಿಳಿಸದೇ ಬಂದುಬಿಟ್ಟಿದ್ದೀರಿ ಅಂದೇ ಮೂರ್ತಿಯಿಂದ ಕಾಗದ ಬಂದಿದ್ದರಿಂದ ಕೇಳಿದಳು. ಅವಳೇ ಆ ಪತ್ರವನ್ನು ಶೀಲಳ ಕೈಗೆ ಕೊಟ್ಟಿದ್ದಳು.

"ಕಾಗದದಲ್ಲಿ ಬರೆದಿದ್ದೇನಲ್ಲ, ಬರುತ್ತೀನಿ ಅಂತ" ಎಂದು ಮೂರ್ತಿ ಬೂಟು ಕಳಚತೊಡಗಿದ.

ತಾಯಿಗೆ ಹೇಳಿ ಹಿತ್ತಲಲ್ಲಿ ಹಳೇ ಗೆಳತಿ ಪಾರ್ವತಿಯೊಡನೆ ಹರಟೆ ಕೊಚ್ಚುತ್ತಿದ್ದ ಶೀಲಾಳಿಗೆ ಹೇಳಲು ಹೋದಳು.

"ಅಕ್ಕ, ಭಾವ ಬಂದಿದ್ದಾರೆ" ಎಂದಳು.

"ಸ್ವಲ್ಪ ಇರೇಮ್ಮ, ಬರುತ್ತೀನಿ" ಎಂದ ಶೀಲ ಅವಳೊಡನೆ ಮಾತಾಡುತ್ತಲೇ ಇದ್ದಳು. ಕಡೆಗೆ ಪಾರ್ವತೀನೇ ಎಚ್ಚರಿಸಿ ಒಳಗೆ ಕಳುಹಿಸಿಕೊಡಬೇಕಾಯಿತು.

ಮದುವೆಯಾಗುವ ಮೊದಲು ಅನುಪಮ ಇಂಥಹ ವಿಷಯಗಳಿಗೆ ಗಮನ ಕೊಡದಿದ್ದರೂ ಈಗ ಅಕ್ಕನ ಪ್ರವೃತ್ತಿಯಲ್ಲಿ ಆಶ್ಚರ್ಯವನ್ನೇ ಕಂಡಳು.

'ಸತೀಶ' ಎನ್ನುವ ಮೂರು ಅಕ್ಷರವೇ ಅವಳಲ್ಲಿ ರೋಮಾಂಚನ ಉಂಟು ಮಾಡುತ್ತಿತ್ತು. ಅವನು ಬರುವ ಬೂಟುಕಾಲಿನ ಶಬ್ದಕ್ಕೆ ಅವಳ ಮನ ಮಧುರವಾಗಿ ಮಿಡಿಯುತ್ತಿತ್ತು. ಅವನ ನೆನಪೇ ಅವಳನ್ನು ಕಲ್ಪನಾ ಲೋಕಕ್ಕೆ ಕೊಂಡೊಯ್ಯುತ್ತಿತ್ತು.

ಅವನ ನಡತೆಯಿಂದ ಜಿಗುಪ್ಸೆಗೊಂಡಿದ್ದರೂ ಅವಳ ಮನ ಸದಾ ಅವನಿಗಾಗಿ ಮಿಡಿಯುತ್ತಿತ್ತು.

ಭಾವನೊಡನೇ ನಗುನಗುತ್ತ ಮಾತಾಡುತ್ತಿದ್ದ ಅಕ್ಕನನ್ನು ನೋಡಿ ಅವಳಿಗೆ ಸಮಾಧಾನವಾಯಿತು. ಅವಳು ಕೊಟ್ಟ ಪತ್ರ ರೇಡಿಯೋ ಮೇಲೆ ನಿದ್ದೆ ಹೋಗುತ್ತಿತ್ತು. ಅದನ್ನು ಒಡೆದು ಸಹ ನೋಡಿರಲಿಲ್ಲ.

ಸುಮ್ಮನೇ ಕುಳಿತು ಮಾತನಾಡುತ್ತಲೇ ಇದ್ದ ಮಗಳನ್ನು ನೋಡಿ ರುಕ್ಮಿಣಮ್ಮನವರಿಗೆ ಬೇಸರವಾಯಿತು.

"ಲೇ ಶೀಲಾ" ಎಂದು ಒಳಕ್ಕೆ ಕರೆದು "ಏನು ಹೇಳಿದರೂ ನಿನ್ನ ಬುದ್ಧಿ ಚುರುಕಾಗುವುದಿಲ್ಲ. ಕಾಫಿ ಕೊಟ್ಟು ಮುಖ ಕೈಕಾಲು ತೊಳಿ ಅಂತ ಹೇಳು."

ಕಾಫಿಯನ್ನು ಗಂಡನ ಮುಂದಿಟ್ಟ ಶೀಲಾ ಗೋಡೆಗೊರಗಿ ನಿಂತಳು. ಮೂರ್ತಿ ಕಾಫಿ ಕುಡಿಯುವಷ್ಟರಲ್ಲಿ ನೀರಜಳ ಕೈ ತಾಕಿ ಅವಳ ಮೇಲೆ ಬಿತ್ತು. ಬಿಸಿ ಕಾಫಿ ಬಿದ್ದುದ್ದರಿಂದ ನೀರಜ ಕಿರುಚಾಡತೊಡಗಿದಳು. ಅದನ್ನು ನೋಡಿ ಮೂರ್ತಿ ಅಂಗಿ ಬಿಚ್ಚಿ ಸಮಾಧಾನ ಮಾಡಬೇಕಾಯಿತು. ಏನು ನಡೆಯಲೇ ಇಲ್ಲ ಎನ್ನುವಂತೆ ಶೀಲಾ ಗೋಡೆಗೊರಗಿ

ನಿಂತಿದ್ದಳು.

ಅನುಪಮ ಭಾವನ ಕೈಗೆ ಸೋಪು, ಟವಲು ಕೊಟ್ಟು ನೀರಜಳನ್ನು ಎತ್ತಿಕೊಂಡು ಹೋಗಿ ಬೇರೆ ಬಟ್ಟೆ ಹಾಕಿದಳು.

ಶೀಲಾ ನಿರ್ಯೋಚನೆಯಿಂದ ಯಾವುದೋ ಹಳೆ ಪ್ರಜಾಮತ ತಿರುವಿ ಹಾಕುತ್ತ ಕುಳಿತಳು.

ಮೂರ್ತಿ ಕೈಕಾಲು ತೊಳೆದು ನೇರವಾಗಿ ಅಡಿಗೆ ಮನೆಗೆ ಹೋದ. ರುಕ್ಮಿಣಮ್ಮ ಅಲ್ಲೇ ಮಣೆ ಹಾಕಿ ತಿಂಡಿ ಕೊಟ್ಟರು.

ಅವರ ಕಣ್ಣುಗಳಲ್ಲಿದ್ದ ನೋವನ್ನು ಗುರ್ತಿಸಿದ ಮೂರ್ತಿ ನಿಟ್ಟುಸಿರು ಬಿಟ್ಟು ಹೇಳಿದ.

"ಅತ್ತೆ, ಅವಳ ಸ್ವಭಾವ ನನಗೇನೂ ಹೊಸದಲ್ಲ. ನಾನು ಮೊದ ಮೊದಲು ತುಂಬಾ ಯೋಚನೆ ಮಾಡಿ ಈಗ ಎಲ್ಲಾ ಬಿಟ್ಟುಬಿಟ್ಟಿದ್ದೀನಿ. ಅವಳಿಗೆ ಜಗತ್ತಿನಲ್ಲಿ ವ್ಯಾಮೋಹ ಇರೋದು ಎರಡರ ಮೇಲೆ ಮಾತ್ರ ಸೀರೆ, ಒಡವೆ. ಅವುಗಳನ್ನು ಬಿಟ್ಟು ಅವಳಿಗೆ ಇನ್ನೇನೂ ಯೋಚನೆ ಇಲ್ಲ. ನಾನು ಹತ್ತಾರು ದಿನ ಮನೆಗೆ ಹೋಗದಿದ್ದರೂ ಅವಳು ಕಳವಳಪಡೋಲ್ಲ. ನಾನು ಬಯ್ದರೂ ತುಟಿ ಎರಡು ಮಾಡೋಲ್ಲ. ಹೆತ್ತ ನಿಮ್ಮ ಬಗ್ಗೆಯಾಗಲಿ, ಇಲ್ಲ ಒಡಹುಟ್ಟಿದ ತಂಗಿ ಬಗ್ಗೆಯಾಗಲಿ ಮಾತನಾಡೋಲ್ಲ. ಯಾರಾದರೂ ಗೆಳತಿಯರು ಸಿಕ್ಕಿದರೆ ದಿನ ಪೂರ್ತಿ ಅವರೊಡನೆ ಮಾತನಾಡುತ್ತ ನಿಂತು ಬಿಡುತ್ತಾಳೆ. ಮೊನ್ನೆ ನಾನು ಊರಿನಲ್ಲಿ ಇರಲಿಲ್ಲ. ಅಮ್ಮ, ಅಪ್ಪ ಹಳ್ಳಿಗೆ ಹೋಗಿದ್ದರು. ಪಕ್ಕದ ಮನೆಯವರು ಕರೆದರು ಅಂತ ಮೂರು ದಿನ ಅವರ ಜೊತೇಲಿ ಬೆಂಗಳೂರಿಗೆ ಹೊರಟುಬಿಟ್ಟಿದ್ದಾಳೆ. ನಾನೇನೋ ತಂಗಿನ ನೋಡೋ ಆಸೆಗೋಸ್ಕರ ಅವರ ಜೊತೆ ಹೋಗಿದ್ದಾಳೆ ಅಂದುಕೊಂಡೆ. ಬಂದ ಮೇಲೆ ಕೇಳಿದರೆ ಹೋಗೇ ಇಲ್ಲ."

ಅವಳ ನಡತೆ ರುಕ್ಮಿಣಮ್ಮನವರಿಗೆ ಹೊಸದಾಗಿರದಿದ್ದರೂ ಅಳಿಯನ ಬಾಯಿಂದ ಅಷ್ಟನ್ನು ಕೇಳಿ ಅವರ ಹೃದಯ ನಾಚಿಕೆಯಿಂದ ಮುದುಡಿತು.

ಮೂರ್ತಿ ಏನು ನಡೆಯಲೇ ಇಲ್ಲವೆನ್ನುವಂತೆ ತಿಂಡಿ ತಿಂದು ಹೊರಗೆ ಬಂದ. ಶೀಲಾ ಇನ್ನೂ ಪ್ರಜಾಮತ ಓದುತ್ತಲೇ ಕುಳಿತಿದ್ದಳು.

"ಶೀಲಾ, ನಾಳೆ ನಾನು ಹೊರಟುಬಿಡಬೇಕು. ಹೇಗೂ ಅನುಪಮಳೂ ಇದ್ದಾಳೆ, ಪಿಕ್ಚರಿಗೆ ಹೋಗೋಣವೇನು?" ಎಂದ ಮಡದಿಯ ಕೈಯಲ್ಲಿದ್ದ ಪ್ರಜಾಮತ ಕಿತ್ತುಕೊಳ್ಳುತ್ತ.

"ಹ್ಞೂ, ಹೋಗೋಣ" ಎಂದಳು.

"ಬೇಗ ಎದ್ದು ರೆಡಿಯಾಗು, ಅನುಪಮನ ಕರೀ."

ಭಾವನ ಮಾತನ್ನು ಕೇಳಿಸಿಕೊಂಡ ಅನುಪಮ ಹೊರಗೆ ಬಂದಳು. ಮೂರ್ತಿಯ ಮುಖದ ಮೇಲೆ ಆಯಾಸದ ಚಿಹ್ನೆ ಇತ್ತು.

"ಭಾವ, ಈಗ ಊರಿಂದ ದಣಿದು ಬಂದಿದ್ದೀರಿ, ಈಗ ಪಿಕ್ಚರಿಗೆ ಹೋಗದಿದ್ದರೆ

ಯಾವ ದೇವರು ಅಳುತ್ತಾನೆ? ನಾಳೆ ಬೇಕಾದರೆ ಹೋಗೋಣ" ಎಂದು ಹೇಳಿ ತಾಯಿಗೆ ಸಹಾಯ ಮಾಡಲು ಅಡಿಗೆ ಮನೆಗೆ ಹೋದಳು.

ಮೂರ್ತಿಯ ಮನಸ್ಸು ಹೊಯ್ದಾಡಿತು. ತನ್ನ ಆಯಾಸ, ಬೇಸರ, ಸಂತೋಷ ಏನೂ ಅರ್ಥಮಾಡಿಕೊಳ್ಳದ ಕಲ್ಲಿನ ಬೊಂಬೆ ಸಿಕ್ಕಿದಳು ನನಗೆ. ಕಡೆ ಪಕ್ಷ ಮೊನ್ನೆ ಮೊನ್ನೆ ವೈವಾಹಿಕ ಜೀವನಕ್ಕೆ ಕಾಲಿಟ್ಟ ಆ ಹುಡುಗಿಗಿರುವ ಬುದ್ಧಿಯಾದರೂ ಇವಳಿಗಿಲ್ಲವೆ. ಆದರೆ...ಬುದ್ಧಿಹೀನೆ...ಎಂದು ಅವಳನ್ನು ಕರೆಯಲು ಅವನ ಮನಸ್ಸು ಒಪ್ಪಲಿಲ್ಲ. ಎಂಥ ಕ್ಲಿಷ್ಟವಾದ ಲೆಕ್ಕವನ್ನಾದರೂ ಮಾಡಿ ಮುಗಿಸಬಲ್ಲವಳಾಗಿದ್ದಳು. ಎಂಥಹ ಹಾಡನ್ನಾದರೂ ಒಂದು ಸಲ ಕೇಳಿದ ಕೂಡಲೇ ಕಲಿತು ಹಾಡಬಲ್ಲ ಸಾಮರ್ಥ್ಯ ಅವಳಿಗಿತ್ತು.

ಒಂದು ಸಲ ಅವಳನ್ನು ಬೆಂಗಳೂರು ಮೆಂಟಲ್ ಆಸ್ಪತ್ರೆಗೆ ಪರೀಕ್ಷೆಗಾಗಿ ಕರೆದೊಯ್ದಾಗ ಡಾಕ್ಟರ್ ನಕ್ಕು "ಅವರಿಗಲ್ಲ ತಲೆ ಕೆಟ್ಟಿರೋದು, ನಿಮಗೆ" ಎಂದಿದ್ದರು.

ಗೋವಿಂದರಾವ್ ಬಂದು ಅವರ ತಾಯಿ, ತಂದೆಯ ಯೋಗಕ್ಷೇಮ ವಿಚಾರಿಸಲು ಕುಳಿತಾಗ ಮೂರ್ತಿ ತನ್ನ ಪ್ರಯೋಜನವಿಲ್ಲದ ಯೋಚನೆಗಳಿಗೆ ಕಡಿವಾಣ ಹಾಕಿ ಅವರ ಮಾತುಗಳೊಂದಿಗೆ ಬೆರೆತುಹೋದರು.

* * *

ಅನುಪಮಾ ಊರಿಗೆ ಹೋದ ಮೇಲೆ ಸತೀಶನಿಗೆ ಹುಚ್ಚು ಹಿಡಿದಂತೆ ಆಯಿತು. ಹಗಲಿರುಳು ಕುಡಿದು ಶೋಭಳ ತೆಕ್ಕೆಯಲ್ಲಿರುತ್ತಿದ್ದ ಅವನಿಗೆ ತಾನು ಮಾಡಿರುವ, ಮಾಡುತ್ತ ಇರುವ ತಪ್ಪಿನ ಸಂಪೂರ್ಣ ಅರಿವಾಗಿತ್ತು.

ಬೇಸತ್ತ ಸತೀಶ ಫ್ಯಾಕ್ಟರಿಯಿಂದ ಹೊರಗೆ ಬಂದು ಕಾಂಪೌಂಡಿನಲ್ಲಿ ನಿಂತ. ಸುಮಾರು ಇಪ್ಪತ್ತೈದರ ಹೆಂಗಸು ಅವನಿಗೆ ಬಂದು ಅಡ್ಡಬಿದ್ದಳು. ಹೊಟ್ಟೆಗಿಲ್ಲದ ಜನ ಕೆಲಸಕ್ಕಾಗಿ ಬಂದು ಬೇಡುವುದು ಅವನಿಗೆ ನಿತ್ಯದ ಅನುಭವವಾಗಿತ್ತು. ಅಂಥ ಸಮಯದಲ್ಲಿ ತನ್ನ ಶಕ್ತಿಮೀರಿ ಸಹಾಯ ಮಾಡುತ್ತಿದ್ದ. ಕೆಲಸ ಕೊಡುವುದಕ್ಕೆ ಸಾಧ್ಯವಿಲ್ಲವಾದಾಗ ತನ್ನ ಪ್ರಭಾವ ಬೀರಿ ಬೇರೆ ಕಡೆ ಕೆಲಸ ಕೊಡಿಸಲು ಪ್ರಯತ್ನಿಸುತ್ತಿದ್ದ.

"ಯಾಕಮ್ಮ" ಎಂದು ಮೃದುವಾಗಿ ಪ್ರಶ್ನಿಸಿದ.

"ಸ್ವಾಮ್ಯೋರೆ, ನಿಮ್ಮ ಫ್ಯಾಕ್ಟರಿನಾಗ ಕೆಲಸ ಮಾಡೋ ಮುದ್ದಣ್ಣನ ಹೆಂಡತಿ ನಾನು. ಅವನು ಇಲ್ಲದ ಉಸಾಬರಿಗೆ ಬಿದ್ದು ನನಗೆ ಅನ್ಯಾಯ ಮಾಡೌನೆ. ನೀವು ಬುದ್ಧಿ ಹೇಳಿ ನನ್ನ ಸಂಸಾರ ಉಳಿಸಬೇಕು" ಎಂದು ಅಳುತ್ತ ಸೆರಗಿನಿಂದ ಕಣ್ಣೊರೆಸಿಕೊಂಡಳು.

ಮೊದಲೇ ಬೇಸತ್ತಿದ್ದ ಸತೀಶನಿಗೆ ರೇಗಿ ಒಳಗೆ ಹೋಗಿಬಿಡುವ ಮನಸ್ಸಾಯಿತು. ಆದರೆ...ಏನೋ...ತನ್ನಿಂದ ಅವಳ ಸಂಸಾರ ನೆಟ್ಟಗಾಗುವ ಹಾಗಿದ್ದರೆ ಆಗಲಿ. ತಾನೇಕೆ ಉದಾಸೀನ ಮಾಡಬೇಕು?

"ಅಲ್ಲಮ್ಮ..." ಏನೋ ಹೇಳುವವನಿದ್ದ.

"ಸ್ವಾಮಿ ನೀವು ಅವನಿಗೆ ಉಗಿದು ಬುದ್ಧಿ ಹೇಳಬೇಕು" ಎಂದು ಗೋಳಾಡ ತೊಡಗಿದಳು.

ವಿಷಯವೇ ತಿಳಿಯದ ಸತೀಶ ಏನೆಂದು ಹೇಳಿಯಾನು? ಅವಳನ್ನು ಸಾಗಹಾಕಿ ಮುದ್ದಣ್ಣನನ್ನು ವಿಚಾರಿಸೋದೇ ಒಳ್ಳೆಯದೆಂದುಕೊಂಡ.

"ನೀನು ಹೋಗಮ್ಮ, ನಾನು ವಿಚಾರಿಸಿ ಅವನಿಗೆ ಬುದ್ಧಿ ಹೇಳುತ್ತೀನಿ" ಎಂದವನೇ ದಢದಢನೆ ಒಳಕ್ಕೆ ನಡೆದುಬಿಟ್ಟ. ಜವಾನನನ್ನೇ ಕರೆದು ಮುದ್ದಣ್ಣನ ಬಗ್ಗೆ ವಿಚಾರಿಸಿದ.

"ಅವನು ಶುದ್ಧ ಕುಡುಕ ಬಡ್ಡಿಮಗ ಸ್ವಾಮಿ. ಅದು ಯಾವ್ಹೋಳ್ನೋ ಕಟ್ಟಿಕೊಂಡು ಕುಡಿದು ಬಿದ್ದಿರುತ್ತಾನೆ. ಪಾಪ, ಈಯಮ್ಮ ಗೋಳಾಡುತ್ತಾಳೆ."

ಅವನ ಮಾತು ಕೇಳಿ ಸತೀಶನ ತಲೆ ಗಿರ್ರೆಂದಿತು. ಸ್ವಲ್ಪ ಸಾವರಿಸಿಕೊಂಡು,

"ಅವನನ್ನು ಕರೆದು ಬುದ್ಧಿ ಹೇಳಿ ಸರಿಯಾಗಿರೋಕೆ ಹೇಳು ಇಲ್ಲದಿದ್ದರೆ..." ಎಂದ ಸತೀಶ ಅರ್ಧದಲ್ಲೇ ನಿಲ್ಲಿಸಿ ಜವಾನನನ್ನು ಹೊರಗೆ ಹೋಗಲು ಹೇಳಿದ.

ಮನೆಯಲ್ಲಿದ್ದ ರಘುಪತಿಯವರಿಗೆ ಫೋನ್ ಮಾಡಿ ತಾನು ಶಿವಮೊಗ್ಗೆಗೆ ಹೋಗುವ ವಿಷಯ ತಿಳಿಸಿದ. ಅವರ ಉತ್ತರಕ್ಕೂ ಕಾಯದೆ ಫೋನನ್ನು ಕೆಳಗಿಟ್ಟು ಮನೆ ಕಡೆ ನಡೆದ.

ಬಂದವನೆ ತಾಯಿಗೆ ತಾನು ಶಿವಮೊಗ್ಗಕ್ಕೆ ಹೋಗಿ ಅನುಪಮಳನ್ನು ಕರೆತರುವ ವಿಷಯ ತಿಳಿಸಿ ಹೊರಟ.

ಕಾರು ಶಿವಮೊಗ್ಗೆಯ ಕಡೆ ಧಾವಿಸುತ್ತಿತ್ತು. ರಘುಪತಿಯವರ ವಿಷ ವರ್ತುಲದಿಂದ ಅವನ ಮನ ಕದಡಿಹೋಗಿತ್ತು.

ಶ್ರೀಮಂತರು ತಾವು ಎಷ್ಟೇ ಅನೀತಿವಂತರಾದರೂ ಸಮಾದ ಕಣ್ಣಿಗೆ ಮಣ್ಣೆರಚಿ ಸಭ್ಯರಂತೆ ಬಾಳಲು ಪ್ರಯತ್ನಿಸುತ್ತಾರೆ. ತಮ್ಮ ವಿಷ ವರ್ತುಲಗಳಲ್ಲಿ ನಮ್ಮಂಥ ಬಡಪಾಯಿಗಳನ್ನ ಸಿಕ್ಕಿಸಿ ನಮ್ಮನ್ನ ನರಳಿಸುವುದಲ್ಲದೆ, ನಮ್ಮನ್ನ ನಂಬಿದವರನ್ನ ಚಿತ್ರವಧೆಗೆ ಗುರಿಮಾಡುತ್ತಾರೆ.

ಮಡದಿಯ ಊರು ಹತ್ತಿರವಾದಂತೆ ಅವನ ಧೈರ್ಯ ಕುಸಿಯತೊಡಗಿತು. ಕೈಹಿಡಿದ ಮಡದಿಗೆ ದ್ರೋಹ ಮಾಡುತ್ತಿರುವ ತನ್ನಂಥ ಅಪ್ರಾಮಾಣಿಕ ಅವಳ ಮುಂದೆ ಹೋಗಿ ಏನೆಂದು ನಿಲ್ಲಲಿ? ಸುಮ್ಮನೆ ಹಿಂದಿರುಗಿಬಿಡುವುದೆ ಒಳ್ಳೆಯದೆಂದುಕೊಂಡ. ಆದರೆ ಅವಯವಗಳು ಅವನ ಮಾತನ್ನು ಕೇಳುವ ಸ್ಥಿತಿಯಲ್ಲಿರಲಿಲ್ಲ.

ಮನೆಯ ಮುಂದೆ ಕಾರು ನಿಂತಾಗ ನಿಶ್ಶಬ್ದ ವಾತಾವರಣ ನೆಲೆಸಿತ್ತು. ಸತೀಶ ಅಳುಕುತ್ತಲೇ ಕಾರಿನಿಂದ ಇಳಿದ. ಅಕ್ಕಪಕ್ಕದ ಮನೆಯವರು ಬಾಗಿಲು ತೆರೆದು ಮೆಲ್ಲನೆ ಇಣಿಕಿ ನೋಡಿ ಪಿಸುಗುಟ್ಟಿದರು.

ಸತೀಶನ ಕೈ ಕಾಲಿಂಗ್ ಬೆಲ್ ಒತ್ತುವಷ್ಟರಲ್ಲಿ ಬಾಗಿಲು ತೆರೆಯಿತು.

ಗಂಡನನ್ನು ನೋಡಿ ಅನುಪಮ ಅವಾಕ್ಕಾದಳು. ಅವನು ಬರುವನೆಂಬ ಕಲ್ಪನೆಯೂ ಸಹ ಅವಳಿಗಿರಲಿಲ್ಲ. ಆಶ್ಚರ್ಯವನ್ನ ತೋರಗೊಡದೆ ಮುಗುಳುನಗೆ ಬೀರಿ ಸ್ವಾಗತಿಸಿದಳು.

ಸತೀಶ ಚೇರಿನ ಮೇಲೆ ಕುಳಿತು ಸುತ್ತಲೂ ನಿರುಕಿಸಿದ. ಯಾರೂ ಇದ್ದ ಸೂಚನೆ ಕಾಣಲಿಲ್ಲ.

"ಅನು, ಮನೆಯಲ್ಲಿ ಯಾರು ಇಲ್ಲವೆ?" ಎಂದ.

ಗಂಡನ ಧ್ವನಿಯಲ್ಲಿ ಕಂಪನ ಗುರುತಿಸಿದ ಅನುಪಮಳ ಹೃದಯ ನೋವಿನಿಂದ ಹಿಂಡಿತು.

"ಅಪ್ಪ, ಅಮ್ಮ ಈಗ ತಾನೆ ಗುಡಿಗೆ ಹೋದರು. ಏಳಿ, ಬಟ್ಟೆ ಬದಲಾಯಿಸುವಿರಂತೆ" ಎಂದು ಕೋಣೆಯೊಳಕ್ಕೆ ನಡೆದಳು. ಸತೀಶ ಅವಳನ್ನ ಹಿಂಬಾಲಿಸಿದ. ಅವನ ಕೈ ಮಡದಿಯತ್ತ ಚಾಚಿತು. ಆದರೆ ಅವಳ ಗಂಭೀರ ಮುಖಮುದ್ರೆ ತಡೆದು ನಿಲ್ಲಿಸಿತು.

ಗಂಡನಿಗೆ ಉಡುಪು ಬದಲಾಯಿಸಲು ಸಹಾಯ ಮಾಡಿದ ಅನುಪಮ ಬಾತ್‌ರೂಮಿಗೆ ಕರೆದೊಯ್ದಳು. ಅವನು ಮುಖ ತೊಳೆದು ಬರುವಷ್ಟರಲ್ಲಿ ಕಾಫಿ ಹಿಡಿದು ಬಂದಳು.

ನೇರವಾಗಿ ಮಡದಿಯ ಕಣ್ಣೋಟದಲ್ಲಿ ತನ್ನ ನೋಟ ಬೆರೆಸಲು ಪ್ರಯತ್ನಪಟ್ಟು ಸೋತ. ಅವನ ಅಂತರಾತ್ಮ ಅವನನ್ನ ಚುಚ್ಚಿ ನುಡಿಯುತ್ತಿತ್ತು.

ಒಂದು ತಿಂಗಳಿಂದ ಅಗಲಿದ್ದ ಗಂಡನ ಬಾಹುಬಂಧನದಲ್ಲಿ ಬಂಧಿಯಾಗಿ ಅವನ ನಲ್ಮೆಯ ಮಾತುಗಳನ್ನು ಕೇಳಬೇಕೆಂದುಕೊಂಡ ಅನುಪಮಳ ಹೃದಯ ಕಲ್ಲಾಯಿತು.

ಅವರು ತನ್ನಿಂದ ಬಯಸುತ್ತ ಇರೋದು ಬಾಹ್ಯ ಜಗತ್ತಿಗೆ ತನ್ನನ್ನ ಸಂಗಾತಿಯನ್ನಾಗಿ ತೋರಿಸಿ ವಂಚಿಸಲು. ಇಂಥದರಲ್ಲಿ ಅವರಿಂದ ತಾನೇನೂ ಬಯಸಬಾರದು. ಅವರು ತನಗೆ ಕೊಡಬಹುದಾದ ವಸ್ತ್ರಾಭರಣಗಳಿಗೆ ಸೋತು ತನ್ನನ್ನ ನೀಡಿದರೆ ವೇಶ್ಯೆಗೂ ತನಗೂ ಏನೇನೂ ವ್ಯತ್ಯಾಸವಿಲ್ಲ. ಈ ಹೆಣ್ಣುತನಕ್ಕೆ, ಮದುವೆಗೆ, ಭಾರತದ ನಾರೀ ಸಂಸ್ಕೃತಿಗೆ ಏನೇನೂ ಅರ್ಥವಿಲ್ಲ. ಹೆಣ್ಣು ಬರೀ ಒಡವೆ, ಸೀರೆಗಳ ಅಥವಾ ಸಮಾಜದಲ್ಲಿ ಸಿಕ್ಕಬಹುದಾದ ಉತ್ತಮ ಸ್ಥಾನಕ್ಕಾಗಿ ಗಂಡನ ಎಲ್ಲಾ ಅನ್ಯಾಯಗಳಿಗೂ ಸಮಭಾಗಿಯಾಗಿ ನಿಂತರೆ ನಮ್ಮ ದೇಶ ಪತನದ ಹಾದಿ ಹಿಡಿದೀತು.

ಸತೀಶ ಮಂಚದ ಮೇಲೆ ಒರಗಿ ಯೋಚಿಸಿದ. ಅನುಪಮ ಇಲ್ಲಿ ಕೋಪ ತೋರಿಸೋ, ಅತ್ತೋ ತನ್ನನ್ನ ನಿಂದಿಸೋ ಇದ್ದರೆ ಅವಳನ್ನ ಹೇಗೋ ಸಮಾಧಾನ ಮಾಡಬಹುದಾಗಿತ್ತು. ಆದರೆ ಅವಳು ಮೌನದಿಂದ, ಅದೇ ನಗುಮುಖದಿಂದ ತನ್ನನ್ನು ಕೊಲ್ಲುತ್ತಿದ್ದಾಳೆ. ಇದನ್ನ ಹೇಗೆ ವಿವರಿಸಿ ಹೇಳಲಿ?

ಮಗಳಿಂದ ಅಳಿಯ ಬಂದ ವಿಷಯ ತಿಳಿದ ಗೋವಿಂದರಾವ್ ಕೋಣೆಯೊಳಗೆ

ಬಂದು ವಿನಯದಿಂದ ಯೋಗಕ್ಷೇಮ ವಿಚಾರಿಸಿದರು. ಅಷ್ಟು ದೊಡ್ಡ ಫ್ಯಾಕ್ಟರಿಗೆ ಮ್ಯಾನೇಜರ್ ಆಗಿರುವ ಅಳಿಯನನ್ನು ಕಂಡರೆ ಅವರಿಗೆ ಬಹಳ ಆದರಾಭಿಮಾನ.

ಸತೀಶ ಸೂಕ್ಷ್ಮವಾಗಿ ತಾನು ಅನುಪಮಳನ್ನ ಕರೆದೊಯ್ಯುವ ವಿಷಯ ತಿಳಿಸಿದ.

"ನಾವು ಇನ್ನೂ ಒಂದು ತಿಂಗಳು ಇಟ್ಟುಕೊಂಡು ಕಳಿಸೋಣವೆಂದಿದ್ದೆವು. ಆದರೆ ಅನುಪಮ ಹೋಗಬೇಕು ಅಂತ ಇದ್ದಳು..." ಎಂದು ಅರ್ಧಂಬರ್ಧ ಸಮ್ಮತಿ ಸೂಚಿಸಿದರು.

ಅನುಪಮಳ ಸ್ವಭಾವದ ಪರಿಚಯವಿದ್ದ ಗೋವಿಂದರಾವ್ ಹಾಗೆ ನುಡಿಯಲೇ ಬೇಕಾಯಿತು.

ಅವಳು ದಿಟ್ಟ ಹುಡುಗಿ. ತನಗೆ ಸರಿಯೆನ್ನಿಸಿದ್ದನ್ನು ಮಾಡೇ ತೀರುತ್ತಿದ್ದಳು. ಸತ್ಯಕ್ಕೆ ದೂರವಾದ ವಿಷಯಗಳಿಗೆ ಎಂದೂ ಒಪ್ಪುತ್ತಿರಲಿಲ್ಲ. ಅಷ್ಟೇ ಧೈರ್ಯವಾಗಿ ಪ್ರತಿಭಟಿಸುತ್ತಿದ್ದಳು.

ಗೋವಿಂದರಾವ್ ಕೋಣೆಯಿಂದ ಮೆಲ್ಲಗೆ ಹೊರಬಂದರು. ಅಳಿಯನಿಗಾಗಿ ಔತಣದ ಅಡಿಗೆ ಏನೇನು ಸಿದ್ಧವಾಗುತ್ತಿರುವುದೋ ಎಂಬುದು ಅವರ ಆತಂಕ.

"ರುಕ್ಮಿಣಿ, ಏನಾದರೂ ತರಬೇಕೇನೆ ಮಾರ್ಕೆಟ್‌ನಿಂದ?" ಎಂದು ಡಬ್ಬಗಳನ್ನು ಕೆಳಗಿಳಿಸುತ್ತಿದ್ದ ಮಡದಿಯನ್ನು ಕೇಳಿದರು.

"ಸ್ವಲ್ಪ ತರಕಾರಿ ತಂದುಬಿಡಿ. ಹಾಗೇ ಹಸಿ ಮೆಣಸಿನಕಾಯಿ, ಕೊತ್ತಂಬರಿ ಸೊಪ್ಪು" ಎನ್ನುತ್ತ ತಮ್ಮ ಕೆಲಸದ ಕಡೆ ಗಮನ ಕೊಟ್ಟರು.

ಗಂಡನೊಬ್ಬನನ್ನೇ ಕೋಣೆಯಲ್ಲಿ ಕುಳ್ಳಿರಿಸಿ ಅಡಿಗೆ ಮನೆಯಲ್ಲಿ ತಾಯಿಗೆ ಸಹಾಯ ಮಾಡುತ್ತಿದ್ದ ಅನುಪಮಳನ್ನು ನೋಡಿ "ಅನು, ಎದ್ದು ಹೋಗು ಅಳಿಯಂದಿರು ಬೇಸರಿಸಿಕೊಂಡಾರು! ನಾನು ಬೇಕಾದರೆ ನಿಮ್ಮಮ್ಮನಿಗೆ ಸಹಾಯ ಮಾಡುತ್ತೀನಿ।"

ಅನುಪಮ ಹೊರಗೆದ್ದು ಬಂದಳು. ಆದರೆ...ಕೋಣೆಯ ಕಡೆ ಹೆಜ್ಜೆ ಹಾಕಲು ಅವಳ ಕಾಲುಗಳು ಮುಂದಾಗಲಿಲ್ಲ. ದಾಂಪತ್ಯದ ಪ್ರಥಮ ಹೆಜ್ಜೆಯಲ್ಲೇ ಸೋತಂತೆ ಕುಕ್ಕರಿಸಿದಳು. ತಂದೆಯ ಧ್ವನಿ ಕೇಳಿ ತಟ್ಟನೆ ಮೇಲಕ್ಕೆದ್ದು ಕೋಣೆಗೆ ನಡೆದಳು.

ಸತೀಶ ಮಂಚ ಒರಗಿ ಕಣ್ಣು ಮುಚ್ಚಿದ್ದ. ಅವನ ಆಕರ್ಷಕ ರೂಪಿಗೆ ಅವನ ನಡತೆ ಮಸಿ ಬಳಿದಂತೆ ಇತ್ತು.

ಕುರ್ಚಿಯ ಮೇಲೆ ಕುಳಿತ ಅನುಪಮ ಟೇಬಲ್ಲು ಮೇಲಿದ್ದ ಭಾನುವಾರದ 'ಸಾಪ್ತಾಹಿಕ ಮಂಜರಿ' ಪುಟವನ್ನು ತೆರೆದು ತಿರುವಿಹಾಕತೊಡಗಿದಳು. ಮಹಿಳಾ ವರ್ಷದ ಆಚರಣೆಯ ಬಗ್ಗೆ ದೊಡ್ಡ ದೊಡ್ಡ ಲೇಖನಗಳು ಬಂದಿದ್ದವು. ನಿಟ್ಟುಸಿರುಬಿಟ್ಟು ಪೇಪರನ್ನು ಪಕ್ಕಕ್ಕೆಸೆದಳು.

ಎಚ್ಚೆತ್ತ ಸತೀಶ ಕಣ್ಣು ಬಿಟ್ಟ. ಅನುಪಮ ಕಿಟಕಿಯ ಕಡೆ ನೋಡುತ್ತ ಕುಳಿತಿದ್ದಳು. ಮಾತನಾಡಿಸಬೇಕೆಂದು ಎಷ್ಟು ಪ್ರಯತ್ನಿಸಿದರೂ ಅವನ ಬಾಯಿಂದ ಮಾತೇ ಹೊರಡಲಿಲ್ಲ.

"ಅತ್ತೆ, ಮಾವ ಹುಷಾರಾಗಿದ್ದಾರಾ?" ಎಂದು ಅನುಪಮಳೇ ಪ್ರಶ್ನಿಸಿದಳು.

"ಹ್ಞೂ" ಎಂದು ಸತೀಶ ಮೇಲಕ್ಕೆದ್ದು ಕುಳಿತು "ಬೆಳಿಗ್ಗೆ ಹೊರಟುಬಿಡಬೇಕು" ಎಂದು ಮಡದಿಯ ಮುಖ ನೋಡಿದ.

ಅನುಪಮಳ ಹೃದಯದಲ್ಲಿ ಕೆಲವು ಘರ್ಷಣೆಗಳಿದ್ದವು. ಸತೀಶನನ್ನು ನೋಡುವ ಮೊದಲು ಬೆಂಗಳೂರಿಗೆ ಹೋಗುವ ಆಸೆ ಅವಳಿಗಿತ್ತು. ಆದರೆ... ಈಗ ಅವನ ಜೊತೆ ಹೋಗಲು ಅವಳ ಮನಸ್ಸು ಹಿಂಜರಿಯುತ್ತಿತ್ತು. ಒಬ್ಬರಲ್ಲಿ ಒಬ್ಬರಿಗೆ ಪ್ರೀತಿ, ಪ್ರೇಮ ಗೌರವ ಇಲ್ಲದ ಮೇಲೆ ಅದೆಂಥ ದಾಂಪತ್ಯ. ನಮ್ಮಿಬ್ಬರ ನಡುವೆ ಆಳವಾದ ಕಂದಕವೇ ಇದೆ. ಜನರನ್ನು ವಂಚಿಸಲು ಸಮಾಜದ ಎದುರಿಗೆ ಗಣ್ಯರೆಂದು ಹೆಸರು ಪಡೆಯಲು ಶ್ರಮಿಸಬೇಕು.

ಬಡವರ ಮನೆಯ ಹೆಣ್ಣು ಒಮ್ಮೆ ಕಾಲು ಜಾರಿದ್ದರೆ ಸಮಾಜದಿಂದ ಅವಳಿಗೆ ಸಿಗಬಹುದಾಗಿದ್ದ ಪ್ರತಿಭಟನೆ, ಅವಹೇಳನ ಅಗಾಧವಾದದ್ದು. ಆದರೆ ಸಿರಿವಂತಿಕೆಯ ಮುಸುಕಿನಲ್ಲಿ ನಡೆಯುತ್ತಿರುವ ಇಂತಹ ಅನ್ಯಾಯಗಳಿಗೆ ಸಮಾಜದ ಪೂರ್ಣ ಸಹಕಾರವಿದೆ. ಈ ಜಗತ್ತಿನಲ್ಲಿ ನ್ಯಾಯ ಎರಡು ಹಾಳಾಗಿ ಒಡೆದಿದೆ.

ಸತೀಶ ಮಡದಿಯ ಮುಖ ನೋಡುತ್ತ ಕುಳಿತ. ಅವಳ ಹೃದಯದಲ್ಲಿ ನಡೆಯುತ್ತಿದ್ದ ಘರ್ಷಣೆಗಳನ್ನು ಅವಳ ಮುಖ ಪ್ರತಿಬಿಂಬಿಸುತ್ತಿತ್ತು. ಅವಳ ಮುಖ ಕೋಪದಿಂದ ಒಂದು ಸಲ ಕೆಂಪಾದರೆ ಅಸಹ್ಯದಿಂದ ಇನ್ನೊಂದು ಸಲ ಬಿಳಿಚಿಕೊಳ್ಳುತ್ತಿತ್ತು.

ಅನುಪಮ ತಟ್ಟನೇ ಮೇಲಕ್ಕೆದ್ದಳು. ಅವಳಲ್ಲಿದ್ದ ವಿವೇಕ ಜಾಗೃತವಾಯಿತು.

"ನಿಮಗೆ ಈಗಾಗಲೇ ತುಂಬ ಬೇಸರವಾಗಿರಬಹುದು. ಆಯಾಸ ಇಲ್ಲದಿದ್ದರೆ ಸ್ವಲ್ಪ ಹೊರಗಡೆ ತಿರುಗಾಡಿಕೊಂಡು ಬರೋಣ" ಎಂದಳು.

ಸತೀಶ ಬಟ್ಟೆ ಧರಿಸಿ ಹೊರಗೆ ಬಂದ. ಅನುಪಮ ಸಾಧಾರಣವಾದ ವಾಯಿಲ್ ಸೀರೆಯುಟ್ಟು ಅವನ ಮುಂದೆ ನಿಂತಿದ್ದಳು. ಸೀರೆ ಸಾಧಾರಣದ್ದಾಗಿದ್ದರೂ ಅವಳ ಚೆಲುವಿಗೇನು ಕುಂದುಂಟಾಗಿರಲಿಲ್ಲ.

ಇಬ್ಬರೂ ಹೊರಗಡೆ ಬಂದರು. ಸತೀಶ ಕಾರಿನಿಂದ ಬಾಗಿಲು ತೆರೆದ. ಅನುಪಮ ಸುಮ್ಮನೆ ಹತ್ತಿ ಕುಳಿತಳು.

ಮನೆಗೆ ಪುನಃ ಹಿಂದಿರುಗುವವರೆಗೂ ಸತೀಶ ತುಟಿ ಎರಡು ಮಾಡಲಿಲ್ಲ. ಅನುಪಮಳೇ ತನ್ನ ವಿದ್ಯಾಭ್ಯಾಸದ ಬಗ್ಗೆ, ಕಾಲೇಜು ಜೀವನದ ಬಗ್ಗೆ, ರಾಷ್ಟ್ರಕ್ಕೆ ಸೇವೆ ಸಲ್ಲಿಸಿದ ಮಹಾನ್ ವ್ಯಕ್ತಿಗಳ ಬಗ್ಗೆ ಮಾತನಾಡುತ್ತಿದ್ದಳು. ಅದನ್ನು ಮೌನವಾಗಿ ಕೇಳುತ್ತ

ಅವಳ ವಿಚಾರ ವಿಮರ್ಶೆಯ ಬಗ್ಗೆ ಆಶ್ಚರ್ಯಪಡುತ್ತಿದ್ದ.

ಗೋವಿಂದರಾವ್, ರುಕ್ಮಿಣಮ್ಮ ಅಷ್ಟು ಅಲ್ಪ ಸಮಯದಲ್ಲೇ ಅಳಿಯನಿಗಾಗಿ ಔತಣದ ಅಡಿಗೆ ತಯಾರಿಸಿದ್ದರು. ಆದರೆ ಅದು ಸತೀಶನಿಗೆ ಬಾಯಿಗೆ ರುಚಿಸುವಂತಿರಲಿಲ್ಲ.

ಸತೀಶ ಮಡದಿಯೊಂದಿಗೆ ಹೊರಟ. ಒಂದೇ ಕಾರಿನಲ್ಲಿ ಜೀವನದ ಸಹ ಪ್ರಯಾಣಿಕರಾದ ಇಬ್ಬರ ಮನಸ್ಸುಗಳು ಬೇರೆ ಬೇರೆ ದೆಸೆಯಲ್ಲಿ ಯೋಚಿಸುತ್ತಿತ್ತು. ಯಾರೊಬ್ಬರಾಗಲಿ ಬಾಯಿಬಿಟ್ಟು ಹೇಳುವಂತಿರಲಿಲ್ಲ.

ಕಾರು ಮನೆ ಮುಂದೆ ನಿಂತ ಕೂಡಲೇ ನರ್ಮದ ಓಡಿ ಬಂದಳು. ಅನುಪಮಳಿಗಷ್ಟೆ ಅಲ್ಲ, ಸತೀಶನಿಗೂ ಅವಳು ಬರುವ ಸಮಾಚಾರವಾಗಲಿ, ಬಂದ ವಿಷಯವಾಗಲಿ ತಿಳಿದಿರಲಿಲ್ಲ.

"ಏನು ನರ್ಮದಾ, ಯಾವಾಗ ಬಂದೆ? ನಿಮ್ಮ ಮನೆಯವರಾರೂ ಬರಲಿಲ್ಲವೇ? ಯಾಕೆ ಸತ್ಯನಾರಾಯಣ ಪೂಜೆಗೆ ಬರಲಿಲ್ಲ?" ಎಂದು ಸ್ವಾಭಾವಿಕವಾಗಿ ಪ್ರಶ್ನಿಸಿದ.

"ನೀನೇ ಬಂದು ಕರೆದುಕೊಂಡು ಹೋಗುತ್ತೀಯಾ ಅಂದುಕೊಂಡಿದ್ದೆ. ಬರಲೇ ಇಲ್ಲ ನೀನು. ಅವರು ತುಂಬಾ ಬೇಸರಪಟ್ಟುಕೊಂಡರು" ಎಂದಳು ಸೊಟ್ಟ ಮುಖ ಮಾಡುತ್ತ.

"ಅಂತು ಪರವಾಗಿಲ್ಲ. ಗಂಡ ಹೆಂಡತಿ ಇಬ್ಬರೂ" ಎಂದ ಸತೀಶ ದಢದಢನೇ ಮೆಟ್ಟಲು ಹತ್ತಿ ತನ್ನ ಕೋಣೆಗೆ ಹೋದ.

ಅವನ ಹಿಂದೆಯೇ ಬಂದ ಅನುಪಮ ಷರಬತ್ತು ತಂದು ಅವನ ಮುಂದೆ ಹಿಡಿದಳು. ಸತೀಶ ಒಂದೇ ನಿಮಿಷಕ್ಕೆ ಕುಡಿದು ಮುಗಿಸಿ ಬಟ್ಟೆ ಸಹ ಬದಲಾಯಿಸದೇ ಮಂಚದ ಮೇಲೆ ಉರುಳಿಕೊಂಡ. ಮಾನಸಿಕವಾಗಿ ಅವನು ಬಹಳ ಆಯಾಸಗೊಂಡಿದ್ದ.

ವಿಜಯಳಿಂದ ಕೂಲಂಕುಷವಾಗಿ ಅರಿತಿದ್ದ ಅನುಪಮ ಗಂಡನ ಬಗ್ಗೆ ಮರುಕಗೊಂಡಳು.

ಕೆಳಗಿನಿಂದ ಸರಸ್ವತಮ್ಮನವರು ಕೂಗಿದ್ದರಿಂದ ಅನುಪಮ ಕೆಳಗಿಳಿದು ಹೋದಳು.

ನರ್ಮದ ತಾಯಿಯೊಡನೆ ಏನೋ ಪಿಸಪಿಸನೆ ಹೇಳುತ್ತಿದ್ದಳು.

"ಏನತ್ತೆ" ಎಂದು ಸರಸ್ವತಮ್ಮನವರ ಎದುರಿನಲ್ಲಿ ಕುಳಿತಳು.

"ಈಗ ನರ್ಮದಾ ಗಂಡನಿಗೆ ಅರ್ಜೆಂಟಾಗಿ ಐದು ಸಾವಿರ ಬೇಕಂತೆ. ಏನು ಮಾಡೋದು? ಸತೀಶ ಬರೋದನ್ನೆ ಎದುರು ನೋಡುತ್ತ ಇದ್ದೆ" ಎಂದರು ಆತಂಕದಿಂದ.

ಅನುಪಮಳಿಗೆ ಬೇಸರವಾಯಿತು. ಹಿಂದೆ ಸರಸ್ವತಮ್ಮನವರ ಸ್ವಭಾವ ಹೇಗಿತ್ತೋ ಅವಳಿಗೆ ಗೊತ್ತಿರಲಿಲ್ಲ. ಈ ನಡುವೆಯಂತೂ ಹೆಣ್ಣುಮಕ್ಕಳ ಸಂಸಾರಗಳಿಗೆ ಬಹಳಷ್ಟು ಹಣವನ್ನು ಮಗನಿಂದ ಸೆಳೆಯುತ್ತಿದ್ದರು. ತಮ್ಮ ಮದುವೆಯಾಗುವ ಕೊನೆಯ ಮಗಳಿಗೆ

ಅಡಿಯಿಂದ ಮುಡಿಯವರೆಗೆ ಒಡವೆ ಮಾಡಿಸಿಟ್ಟಿದ್ದರು.

"ಈಗ ಯಾಕೆ ನರ್ಮದ ದುಡ್ಡು?" ಎಂದು ಅವಳಿಗಿಂತ ನರ್ಮದ ಮೂರು ವರ್ಷ ದೊಡ್ಡವಳಾದರೂ ಅತ್ತಿಗೆ ಎಂಬ ಅಧಿಕಾರದಿಂದ ಪ್ರಶ್ನಿಸಿದಳು.

ನರ್ಮದಳ ಮುಖ ಕೋಪದಿಂದ ಕೆಂಪಾಯಿತು. ಹಿಂದೆ ಎರಡು ಸಲ ದುಡ್ಡು ಕೇಳಿದಾಗ ಸತೀಶ ಬಾಯಿ ತೆರೆಯದೇ ಕೊಟ್ಟಿದ್ದ. ಅಂಥದ್ದರಲ್ಲಿ ಅನುಪಮಳಿಗೆ ವಿಷಯ ತಿಳಿಸಿದ್ದೇ ತಪ್ಪಾಯಿತೇನೋ ಎಂದುಕೊಂಡಳು.

"ನಮಗೆ ಬರೋ ಸಂಬಳದಲ್ಲಿ ಜೀವನ ಮಾಡೋದು ಕಷ್ಟ..."

ಅನುಪಮಳ ನಗುವನ್ನು ನೋಡಿ ಮಧ್ಯದಲ್ಲಿ ನಿಲ್ಲಿಸಿದಳು.

"ಅಲ್ಲ ನರ್ಮದ, ನಿಮಗೆ ಬರೋ ಐದು ನೂರು ರೂಪಾಯಿ ನಿಮ್ಮ ಜೀವನಕ್ಕೆ ಸಾಕಾಗೋದಿಲ್ಲವೇ? ಬರೀ ಮುನ್ನೂರು ರೂಪಾಯಿ ಸಂಬಳ ತಗೊಂಡ ಹತ್ತಾರು ಜನ ಜೀವನ ಮಾಡುತ್ತಾರೆ. ಅಂಥದ್ದರಲ್ಲಿ ನೀವಿಬ್ಬರೂ ಜೀವನ ಮಾಡೋಕೆ ಕಷ್ಟ ಅಂದರೆ ಹೇಗೆ?"

ಸೊಸೆಯ ಮಾತಿನಿಂದ ಸರಸ್ವತಮ್ಮನಿಗೆ ರೇಗಿಹೋಯಿತು. ಅಣ್ಣ ಕೈ ತುಂಬ ದುಡಿಯುತ್ತಿರುವಾಗ ತಂಗಿಯಾದವಳು ಸಹಾಯವನ್ನು ಬಯಸುವುದರಲ್ಲಿ ಅವರಿಗೆ ತಪ್ಪು ಕಾಣಲಿಲ್ಲ.

"ನಾನು ಸತೀಶನಿಗೆ ಹೇಳುತ್ತೀನಿ, ನೀನು ಸುಮ್ಮನಿರು" ಎಂದು ಎದ್ದು ದಢದಢನೇ ಮೆಟ್ಟಲು ಹತ್ತಿ ಮಗನ ಕೋಣೆಗೆ ಹೋದರು.

ಸತೀಶ ಮಲಗಿದ್ದವನು ಎಲ್ಲವನ್ನು ಕೇಳಿಸಿಕೊಂಡೇ ಇದ್ದ.

ತಾಯಿ ಹೇಳಿದಾಗ ಉದಾಸೀನವಾಗೇ ಇದ್ದ. ಹಿಂದೆ ತನ್ನ ಬಗ್ಗೆ ಅಷ್ಟೊಂದು ಪ್ರೀತಿ, ವಿಶ್ವಾಸ ತೋರಿಸುತ್ತಿದ್ದ ತಾಯಿ ಇಂದು ತನ್ನನ್ನು ದುಡ್ಡು ತೆಗೆಯುವ ಹುಂಡಿ ಎಂದುಕೊಂಡಿದ್ದಾರೆ. ಹಿಂದೆ ಆಗಿದ್ದರೆ ತನ್ನ ಬಗ್ಗೆ ಅಷ್ಟೊಂದು ಕಾಳಜಿ ವಹಿಸುತ್ತಿದ್ದವರು ಈಗ ಬರೀ ದುಡ್ಡು, ಒಡವೆ ವಿಷಯ ಬಿಟ್ಟು ತನ್ನ ಬಳಿ ಬೇರೇನು ಮಾತನಾಡುವುದಿಲ್ಲ. ಅವರ ಪ್ರೀತಿ ಅವನಿಗೆ ಗಗನಕುಸುಮವಾದಂತೆ ಭಾಸವಾಯಿತು. ಹಿಂದಿನ ನಿರುದ್ಯೋಗಿ ಸತೀಶನೇ ಆಗಿಬಿಡುವ ಆಸೆ ಅವನಲ್ಲಿ ತಲೆ ಎತ್ತಿತ್ತು.

ಎದ್ದು ಕುಳಿತ ಸತೀಶ ತಾನು ಬಟ್ಟೆ ಬದಲಾಯಿಸದೇ ಮಲಗಿಬಿಟ್ಟಿದ್ದನ್ನು ಜ್ಞಾಪಿಸಿಕೊಂಡು ಬಟ್ಟೆ ಬದಲಾಯಿಸಿ ಬಂದು ಕುಳಿತ.

"ನರ್ಮದೆಯ ಗಂಡ ಇವತ್ತೇ ಹೊರಟುಬಿಡಬೇಕಂತೆ" ಎಂದ ಸರಸ್ವತಮ್ಮ ಮಗನ ಮುಖ ನೋಡಿದರು.

ಸತೀಶ ಮುಖವನ್ನು ಬೇರೆ ಕಡೆ ತಿರುಗಿಸಿಕೊಂಡು 'ಪಾಪ, ರಜಾ ಸಿಗೋದು ಕಷ್ಟ; ಹೋದರೆ ಹೋಗಲಿ' ಎಂದ.

"ಅದು ಸರಿ ಕಣೋ. ದುಡ್ಡಿನ ವಿಷಯ ಏನು ಮಾಡಿದೆ?"

"ಅಮ್ಮ, ಹಗಲಲ್ಲೆ ಸಾವಿರಾರು ರೂಪಾಯಿ ಎಲ್ಲಿಂದ ತರಲಿ? ಅದನ್ನು ನೀನು ಯೋಚನೆ ಮಾಡೋಲ್ಲ. ನಾಳೆ ನಾನೇನಾದರೂ ಈ ಕೆಲಸ ಬಿಟ್ಟು ಬೇರೆ ಸರಕಾರದ ಕೆಲಸಕ್ಕೆ ಸೇರಿಕೊಂಡರೆ ಬರೋ ಮುನ್ನೂರು ನಾನೂರು ರೂಪಾಯಿಗಳಲ್ಲಿ ಜೀವನ ಸಾಗಿಸೋದೆ ಕಷ್ಟವಾಗುತ್ತೆ. ಆಗ ಏನು ಕೊಡಲಿ?"

ಮಗನ ಮಾತಿನಿಂದ ಸರಸ್ವತಮ್ಮ ಗರಬಡಿದವರಂತಾದರು. ಅವರು ಕೇಳಿದ್ದಕ್ಕೆ ಅವನೆಂದೂ ಇಲ್ಲ ಅಂದಿರಲಿಲ್ಲ. ಅವರು ಅದರ ಪ್ರಯೋಜನ ಪಡೆದೇ ಸಾಕಷ್ಟು ದುಡ್ಡು ಸಂಗ್ರಹಣೆ ಮಾಡಿದ್ದರು. ತಮ್ಮ ಹೆಣ್ಣು ಮಕ್ಕಳಿಗೂ ಧಾರಾಳವಾಗಿ ಕೊಡುತ್ತಿದ್ದರು.

"ನರ್ಮದ" ಎಂದು ತಂಗಿಯನ್ನು ಜೋರಾಗಿ ಕೂಗಿದ. ಬಾಗಿಲ ಅಂಚಿನಲ್ಲೇ ನಿಂತು ಇವರ ಮಾತುಗಳನ್ನು ಕದ್ದು ಕೇಳುತ್ತಿದ್ದ ನರ್ಮದ ಎದುರಿಗೆ ಬಂದು ನಿಂತಳು.

"ನಿನಗೆ ಸ್ವಲ್ಪನೂ ಬುದ್ಧಿ ಇರೋ ಹಾಗೆ ಕಾಣೋಲ್ಲ. ನಿಮ್ಮಣ್ಣ ಏನು ಕುಬೇರನ ಮೊಮ್ಮಗ ಅಂತ ತಿಳಿದುಕೊಂಡೆಯಾ? ಇನ್ನೆಂದು ದುಡ್ಡು ಕೇಳೋದಿಕ್ಕೆ ಬರಬೇಡ" ಎಂದವನೇ ಬೀರುವಿನಲ್ಲಿದ್ದ ಐದು ಸಾವಿರವನ್ನು ಅವಳ ಮುಂದೆ ಎಸೆದ.

"ನಿನ್ನ ದುಡ್ಡು ಯಾರಿಗೆ ಬೇಕಾಗಿದೆಯೋ?" ಎಂದವಳೇ ಕೋಪದಿಂದ ನರ್ಮದ ಹೊರಗೆ ನಡೆದಳು. ಸರಸ್ವತಮ್ಮ ಅವಳನ್ನು ಹಿಂಬಾಲಿಸಿದರು.

ಅನುಪಮ ಬಂದು ಯಾರೋ ಬಂದಿರುವ ವಿಷಯ ತಿಳಿಸಿದಾಗ ಸತೀಶ ಬೇಸರದಿಂದ ಇಳಿದು ಬಂದ. ಬಂದವರು ಯಾವುದೋ ಸಂಸ್ಥೆಗೆ ಚಂದ ಕೇಳಲು ಬಂದಿದ್ದಾರೆ ಎಂದು ಊಹಿಸಿಕೊಂಡ.

ಬಂದಿದ್ದ ಸಾಧಾರಣ ಜುಬ್ಬಾಧಾರಿ ಮಧ್ಯವಯಸ್ಕ ಮತ್ತು ಅವರ ಜೊತೆಯಲ್ಲಿದ್ದ ಯುವಕ ಎದ್ದು ನಿಂತು ಸತೀಶನಿಗೆ ವಂದಿಸಿದರು.

ಸತೀಶ ಪ್ರಶ್ನಾರ್ಥಕವಾಗಿ ಅವರ ಕಡೆ ನೋಡಿದ.

"ಕಮಲ ಅಭಯ ಸದನ ಮತ್ತು ಅನಾಥಾಲಯದ ವಿಷಯ ಈಗಾಗಲೇ ತಮಗೆ ತಿಳಿದಿರಬಹುದು. ಈಗಾಗಲೇ ಮುನ್ನೂರು ಜನ ಅಲ್ಲಿದ್ದಾರೆ. ಈಗ ಅವರುಗಳ ಪೋಷಣೆ ಮಾಡುವುದಕ್ಕೆ ಏನು ತೊಂದರೆ ಇಲ್ಲ. ಇನ್ನು ಹೆಚ್ಚಿನ ಜನಕ್ಕೆ..." ಅವರುಗಳು ಪೂರ್ತಿ ಮಾತನಾಡಲು ಅವಕಾಶ ಕೊಡದೇ ಸತೀಶ ಹೇಳಿದ.

ನನಗೆ ಅದರ ಬಗ್ಗೆ ಚೆನ್ನಾಗಿ ಗೊತ್ತು. ಅದರ ಸ್ಥಾಪಕರಾದ ದೇಶಿಕಾಚಾರ್ಯರನ್ನು ಭೇಟಿ ಮಾಡಬೇಕು ಅನ್ನೋ ಅಭಿಲಾಷೆ ನನಗೆ ಬಹಳ ದಿನದಿಂದಲೂ ಇದೆ.

"ನಾನೇ ಆ ನಿರ್ಭಾಗ್ಯ ದೇಶಿಕಾಚಾರ್ಯ" ಎಂದ ಮಧ್ಯ ವಯಸ್ಸಿನ ವ್ಯಕ್ತಿಯ ಕಣ್ಣಲ್ಲಿ ಛಳ್ಳನೆ ನೀರು ಧುಮುಕಿತು.

ಸತೀಶ ತಟ್ಟನೆ ಎದ್ದು ಅವರ ಕೈ ಹಿಡಿದು "ಎಂಥ ಸುಸಂದರ್ಭ. ಅನುಪಮ, ಇಲ್ಲಿ ಬಾ" ಎಂದು ಜೋರಾಗಿ ಮಡದಿಯನ್ನು ಕೂಗಿದ.

ದೇಶಿಕಾಚಾರ್ಯರು ಈಗ್ಗೆ ಹತ್ತು ವರ್ಷಗಳ ಹಿಂದೆ ಲಕ್ಷಾಧಿಪತಿಯಾದ ಒಬ್ಬ ಮಡಿವಂತ ಬ್ರಾಹ್ಮಣರಾಗಿದ್ದರು. ಅವರಿಗೆ ತಮ್ಮ ಜಾತಿಯ ಮೇಲೆ ಅಪಾರ ಅಭಿಮಾನ. ಕೀಳು ಜಾತಿಯವರ ಮುಖ ದರ್ಶನವೇ ಪಾಪ ಎಂದು ಭಾವಿಸುತ್ತಿದ್ದರು. ಅವರಿಗೆ ಸರಿಯಾದ ಹೆಂಡತಿ ಜಾನಕಿಬಾಯಿ, ಆಚಾರ, ವಿಚಾರಗಳಲ್ಲಿ ಸ್ವಲ್ಪವೂ ತಪ್ಪುತ್ತಿರಲಿಲ್ಲ ಈ ಬಡ ದಂಪತಿಗಳು. ಇವರಿಬ್ಬರಿಗೆ ಮಗಳಾಗಿ ಜನಿಸಿದವಳು ಕಮಲ. ಮಗಳನ್ನು ಅದೇ ಪರಿಸರದಲ್ಲಿ ಬೆಳೆಸಿದರು. ಸ್ಕೂಲಿಗೆ ಹೋಗಿ ಬಂದ ಮಗಳಿಗೆ ನಿರ್ದಾಕ್ಷಿಣ್ಯವಾಗಿ ತಣ್ಣೀರಿನ ಸ್ನಾನ ಮಾಡಿಸುತ್ತಿದ್ದರು. ಬ್ರಾಹ್ಮಣರಲ್ಲೇ ಬೇರೆ ಪಂಗಡದವರನ್ನು ಸಹ ತಮ್ಮ ಪಂಕ್ತಿಯಲ್ಲಿ ಊಟಕ್ಕೆ ಕೂಡಿಸುತ್ತಿರಲಿಲ್ಲ.

ಇಂಥ ಮಡಿವಂತಿಕೆಯಲ್ಲಿ ಬೆಳೆದ ಕಮಲ-ಕಾಲೇಜು ಕಟ್ಟೆ ಹತ್ತುವವರೆಗೂ ತಾಯಿ, ತಂದೆಯರ ರೀತಿ ನೀತಿಗಳನ್ನು ಅನುಸರಿಸುತ್ತಿದ್ದಳು. ಆದರೆ ಆಮೇಲೆ ಅವಳ ರೀತಿ ನೀತಿಗಳಲ್ಲಿ ಅಗಾಧ ಮಾರ್ಪಾಟು ಉಂಟಾಯಿತು. ಜಾತೀಯತೆಯನ್ನು ದ್ವೇಷಿಸ ತೊಡಗಿದಳು. ಎಲ್ಲ ಜಾತಿಯ ಸಹಪಾಠಿಗಳಲ್ಲಿ ಬೆರೆತು ಹಿರಿಯರ ಮಡಿವಂತಿಕೆಗೆ ತಿಲಾಂಜಲಿಯನ್ನಿತ್ತಳು. ಅಷ್ಟೇ ಅಲ್ಲದೆ ಹರಿಜನರ ಹುಡುಗನಾದ ಶ್ರೀಧರನನ್ನು ಪ್ರೀತಿಸಿ ಮದುವೆಯಾಗಲು ನಿರ್ಧರಿಸಿದ್ದಳು.

ಮಗಳ ನಿರ್ಧಾರ ತಿಳಿದು ದೇಶಿಕಾಚಾರ್ಯರು ಕೆರಳಿ ಕೆಂಡವಾದರು. ಕಾಲೇಜನ್ನು ತಪ್ಪಿಸಿ ಕೋಣೆಯಲ್ಲಿ ಕೂಡಿ ಹಾಕಿ ಹತ್ತಾರು ದಿನದಲ್ಲೇ ಗಂಡನ್ನು ಗೊತ್ತು ಮಾಡಿ ಮದುವೆ ಮಾಡಲು ನಿರ್ಧರಿಸಿದರು. ಇದನ್ನು ಪ್ರತಿಭಟಿಸಿ ಅತ್ತು ಕರೆದ ಕಮಲ ಇವರನ್ನೆಲ್ಲ ಬಿಟ್ಟು ದೂರದ ಲೋಕಕ್ಕೆ ಹೊರಟುಬಿಟ್ಟಳು.

ಅವಳು ಬರೆದಿಟ್ಟಿದ್ದ ಪತ್ರ ಅವರ ಕಣ್ಣನ್ನ ತೆರೆಸಿತು. ಜಾತಿಯ ಮೂಢಾಭಿಮಾನ ಅವರಿಂದ ದೂರ ಸರಿಯಿತು. ಇತರೆ ಜಾತಿಗಳನ್ನು ಹೀನ ಮಾನದಿಂದ ಬಯ್ಯುತ್ತಿದ್ದ ಅವರ ಬಾಯಿ ಅಂಥವರ ಮಕ್ಕಳನ್ನು ಎತ್ತಿಕೊಂಡು ನಲ್ಮೆಯ ನುಡಿಗಳನ್ನಾಡಿತು. ಅಂಥ ಅನಾಥ ಮಹಿಳೆಯರ ಮತ್ತು ಮಕ್ಕಳ ಸೇವೆಗಾಗಿ ತಮ್ಮ ಆಸ್ತಿ, ಪಾಸ್ತಿಯಲ್ಲದೆ ತಮ್ಮನ್ನೆ ಮುಡುಪಾಗಿಟ್ಟು ಮಹಾತ್ಮರ ಹೆಜ್ಜೆಯ ಜಾಡಿನಲ್ಲಿ ನಡೆಯತೊಡಗಿದರು.

ಅನುಪಮ ಬಂದು ಅವರ ಎದುರಿನಲ್ಲಿ ನಿಂತಳು. ಸತೀಶ ಸೂಕ್ಷ್ಮವಾಗಿ ಅವರ ಪರಿಚಯ ಮಾಡಿಕೊಟ್ಟ. ವಿನಯದಿಂದ ಕೈ ಮುಗಿದಳು.

ಮಡದಿಯನ್ನು ಪಕ್ಕಕ್ಕೆ ಕರೆದು ಸೂಕ್ಷ್ಮವಾಗಿ ಅವರು ಬಂದಿರುವ ವಿಷಯ ತಿಳಿಸಿದ. ಅನುಪಮ ಮಾತನಾಡದೇ ಮೇಲೆ ನಡೆದಳು. ನರ್ಮದ ಬಿಟ್ಟು ಹೋದ ನೋಟಿನ ಕಂತೆಗಳನ್ನು ಕೈಗೆತ್ತಿಕೊಂಡಳು. ಆದರೆ ಅದು ಪ್ರಾಮಾಣಿಕವಾಗಿ ಬಂದ ದುಡ್ಡಾಗಿ ಕಾಣಲಿಲ್ಲ.

ಅವಳಿಗೆ ಯೋಚನೆ ಮಾಡುವುದಕ್ಕೆ ಸಹ ಅವಕಾಶವಿರಲಿಲ್ಲ. ಅದನ್ನು ತಂದು ಕೈಗಿತ್ತು ತಟಸ್ಥಳಾಗಿ ನಿಂತಳು.

ಅಷ್ಟನ್ನು ನಿರೀಕ್ಷಿಸದ ಅವರ ಕಣ್ಣುಗಳು ಮಿನುಗಿದವು.

"ನೀವುಗಳು ನಮ್ಮ ಆಶ್ರಮಕ್ಕೆ ಒಂದು ಸಲ ಬನ್ನಿ" ಎಂದು ಹೇಳಿ ಕೃತಜ್ಞತೆ ತಿಳಿಸಿ ಹೊರಟರು.

ಸತೀಶ ಅಲ್ಲೇ ಕೂತು ಯೋಚಿಸಿದ. ಲಕ್ಷಾಧೀಶರಾದ ಅವರು ಬೇರೆಯವರ ಮುಂದೆ ನಿಂತು ಬೇಡಬೇಕಾಗಿರಲಿಲ್ಲ. ಆದರೂ ಅವರ ಮುಖದಲ್ಲಿ ಎಂಥಹ ಗೆಲುವಿನ ವರ್ಚಸ್ಸಿದೆ. ಜೀವನದಲ್ಲಿ ಕೃತಕೃತ್ಯತೆಯನ್ನು ಕಂಡುಕೊಂಡಿದ್ದಾರೆ.

ಅವನ ಯೋಚನಾಸರಣಿ ಬೇರೆಯ ಕಡೆ ತಿರುಗಿತು. ಅನುಪಮ ಮೇಲಕ್ಕೆ ಹೋದಾಗ ಅವನ ಎದೆ ಢವಗುಟ್ಟಿತ್ತು. ಹತ್ತೋ ಇಪ್ಪತ್ತೋ ತಂದು ಅವರಿಗೆ ನೀಡಿದ್ದರೆ, ಇಲ್ಲ ಅವಳು ಹಾಗೆ ಮಾಡಲಾರಳು ಎಂದುಕೊಂಡಿದ್ದರೂ ಭಯಪಟ್ಟಿದ್ದ. ಆದರೆ ಅನುಪಮ ತಾನು ಕೇವಲ ದುಡ್ಡಿನ ಲಾಲಸೆಗೆ ಬಿದ್ದವಳಲ್ಲ ಎಂದು ತೋರಿಸಿಕೊಡುವಂತೆ ಐದು ಸಾವಿರ ರೂಪಾಯಿಗಳನ್ನು ನಗುನಗುತ್ತಲೇ ನೀಡಿದಳು.

ನರ್ಮದಳ ಕೋಪ ಶಾಂತವಾದ ಮೇಲೆ ತಾಯಿಗೆ ಹೇಳಿದಳು "ಅಮ್ಮ, ಆ ದುಡ್ಡು ಅಲ್ಲೇ ಬಿದ್ದಿರಬೇಕು, ತಗೊಂಡು ಬಾ ಹೋಗು."

ಸರಸ್ವತಮ್ಮ ಬೇಸರದಿಂದ ಎದ್ದು ಹೋದವರು ನಿರಾಶೆಯಿಂದ ಹಿಂದಿರುಗಿದರು.

"ಅಲ್ಲಿಲ್ಲಮ್ಮ, ಸತೀಶ ಏನಾದರೂ ತೆಗೆದಿಟ್ಟನೋ ಏನೋ!" ಎನ್ನುತ್ತ ಅಲ್ಲೇ ಕುಳಿತರು.

ಮಗನಿಂದ ಪ್ರತಿಭಟನೆ ಬಂದದ್ದು ಇದು ಪ್ರಥಮ ಸಲವಾಗಿತ್ತು. ಅವನು ಒಬ್ಬನೇ ಮಗನೆಂದು ಅತಿಯಾಗಿ ಪ್ರೀತಿಯಿಂದ ಸಾಕಿ ತಮ್ಮ ಸರ್ವಸ್ವವನ್ನೂ ಧಾರೆಯೆರೆದಿದ್ದರು. ಅದನ್ನರಿತ ಸತೀಶ ತಾಯಿಯ ಮನಸ್ಸನ್ನು ನೋಯಿಸದೆ ಅವರು ಹೇಳಿದ್ದಕ್ಕೆಲ್ಲ ಹ್ಞೂ ಎನ್ನುತ್ತಿದ್ದ. ಆದರೆ ಇಂದು ಅನುಪಮ ಹೇಳಿದ ಮಾತಿನಿಂದ ಅವನ ಕಣ್ಣು ತೆರೆಯಿತು.

ನರ್ಮದಾಳ ಮದುವೆಗೆ ಬೇಕಾದಷ್ಟು ಖರ್ಚು ಮಾಡಿ ವಿಜೃಂಭಣೆಯಿಂದಲೆ ಮಾಡಿದ್ದ. ಅಳಿಯನಿಗೆ ಕೊಡಬೇಕಾದ್ದಕ್ಕಿಂತ ಹೆಚ್ಚಿನ ಉಡುಗೊರೆ ಕೊಟ್ಟು ಅಕ್ಕರೆಯನ್ನು ತೋರಿಸಿದ್ದು ಅಷ್ಟೇ ಅಲ್ಲದೆ ಬಂದು ಬಂದಾಗಲೆಲ್ಲ ಅವಳಿಗಿಷ್ಟವಾದ ಒಡವೆ, ಸೀರೆಗಳನ್ನು ತೆಗೆಸಿಕೊಟ್ಟಿದ್ದು, ಕೇಳಿದಾಗಲೆಲ್ಲ ದುಡ್ಡು ಕೊಟ್ಟಿದ್ದ.

ಈಗ ಅವರೆಲ್ಲ ಆತ್ಮೀಯ ವ್ಯಕ್ತಿಗಳಾಗಿ ಕಾಣಲಿಲ್ಲ. ತನ್ನನ್ನು ಸುಲಿಯಲು ನಿಂತ ಸುಲಿಗೆದಾರರು. ತಾನು ಹೇಗಾದರೂ ಕಷ್ಟಪಡಲಿ; ಅವರಿಗೆ ಬೇಕಾದದ್ದು ನನ್ನ ಸುಖವಲ್ಲ, ನನ್ನ ದುಡ್ಡು. ಇಷ್ಟು ಶ್ರೀಮಂತ ಜೀವನ ನಡೆಸಿ ಇವರ ಬೇಕು ಬೇಡಗಳನ್ನು ತೀರಿಸುತ್ತಿರುವ ನನ್ನ ಬಗ್ಗೆ ಇವರಿಗೆ ಯೋಚನೆ ಇಲ್ಲ. ಇವರನ್ನೆಲ್ಲ ಮನೆಯಿಂದ ಹೊರಗೆ ಹಾಕಿಬಿಡಬೇಕು

ಎನ್ನುವ ಹಂಬಲ ಅವನಲ್ಲಿ ಮೊಳಕೆಯೊಡೆಯಿತು. ಆದರೆ ಕಾರ್ಯಗತ ಮಾಡುವ ಶಕ್ತಿ ಅವನಲ್ಲಿರಲಿಲ್ಲ.

ಅನುಪಮ ಬಿಚ್ಚಿಹಾಕಿದ್ದ ಗಂಡನ ಬಟ್ಟೆಗಳನ್ನು ಹ್ಯಾಂಗರ್‌ಗೆ ಹಾಕುತ್ತಿದ್ದಾಗ ಸರಸ್ವತಮ್ಮ ಕೋಣೆಯೊಳಕ್ಕೆ ಬಂದರು. ಅನುಪಮ ಅವಳ ಕೆಲಸದಲ್ಲಿ ತನ್ಮಯಳಾಗಿದ್ದಳು.

"ಇಲ್ಲಿದ್ದ ದುಡ್ಡೇನಾದರೂ ನೋಡಿದೆಯಾ?" ಎಂದರು ಮೆಲ್ಲಗೆ.

ಕಿಟಕಿಯಲ್ಲಿ ನೋಡುತ್ತ ನಿಂತ ಸತೀಶ ಮಡದಿ ಏನು ಹೇಳಬಹುದೆಂದು ಕಿವಿ ನಿಮಿರಿಸಿ ನಿಂತ.

"ಹೌದು, ನಾನೆ ತಗೊಂಡು ಈಗ ಬಂದಿದ್ದರಲ್ಲ 'ಕಮಲ ಅಭಯ ಸದನ'ದವರಿಗೆ ಕೊಟ್ಟೆ" ಅವಳ ಮಾತಿನಲ್ಲಿ ಯಾವ ಅಳುಕೂ ಇರಲಿಲ್ಲ.

"ನಿನಗೇನು ತಲೆ ಕೆಟ್ಟಿಲ್ಲ ತಾನೆ? ಐದಲ್ಲ, ಹತ್ತಲ್ಲ, ಹದಿನೈದು ಸಾವಿರ ರೂಪಾಯಿಯನ್ನು 'ಅಭಯ ಸದನ'ದವರಿಗೆ ಕೊಟ್ಟೆಯೇನು? ನಿಮ್ಮಪ್ಪನ ಮನೆಯಿಂದ ತಂದಿದ್ದರೆ ನಿನಗೆ ಗೊತ್ತಾಗುತ್ತಿತ್ತು ಅವನು ಕಷ್ಟಪಟ್ಟು ದುಡಿದು ತಂದುಹಾಕುತ್ತಾನೆ. ನೀನು ಅವರಿವರಿಗೆ ದಾನ ಮಾಡಿ ಪುಣ್ಯ ಸಂಪಾದನೆ ಮಾಡಿಕೋ."

ಸರಸ್ವತಮ್ಮನವರ ಹೊಟ್ಟೆ ಉರಿಯುತ್ತಿತ್ತು. ಐದು ಸಾವಿರ ಮಗಳಿಗೆ ಕೊಟ್ಟಿದ್ದರೆ ಅದು ಸ್ವಲ್ಪ ಮೊತ್ತವಾಗುತ್ತಿತ್ತು. ಆದರೆ ಅದು ದಾನವಾಗಿ ಹೋದುದರಿಂದ ಅದು ದೊಡ್ಡ ಮೊತ್ತವಾಗಿ ಅವರಿಗೆ ಕಾಣಿಸಿತು.

ಅನುಪಮ ಮಾಡುತ್ತಿದ್ದ ಕೆಲಸವನ್ನು ನಿಲ್ಲಿಸಲೂ ಇಲ್ಲ, ಯಾವ ಭಾವೋದ್ವೇಗಕ್ಕೂ ಒಳಗಾಗಲೂ ಇಲ್ಲ. ಸಮಾಧಾನವಾಗಿ ಹೇಳಿದಳು.

"ಅತ್ತೆ, ನೀವು ಯಾಕೆ ಅಷ್ಟು ಭಾವೋದ್ವೇಗಕ್ಕೆ ಒಳಗಾಗುತ್ತೀರಿ. ನರ್ಮದೆಗೆ ಆ ದುಡ್ಡು ಕೊಟ್ಟಿದ್ದರೆ ರಾಜೇಶ ಕುದುರೆ ಬಾಲಕ್ಕೆ ಕಟ್ಟಿ ಸೋತು ಬರುತ್ತ ಇದ್ದ. ಆದರೆ ಈಗ ಆ ದುಡ್ಡು ಸತ್ಪ್ರಯೋಜಕವಾಗಿದೆ. ದುರದೃಷ್ಟ ಹೆಣ್ಣುಮಕ್ಕಳ ಪಾಲನೆಗೆ ಕೈ ಹಾಕಿರುವ ಒಬ್ಬ ಪುಣ್ಯಾತ್ಮರ ಕೈ ಸೇರಿದೆ. ಆದ್ದರಿಂದ ಒಬ್ಬಿಬ್ಬ ಅನಾಥರ ನೆರವಿಗೆ ಬರುತ್ತೆ ಆ ದುಡ್ಡು."

ಸರಸ್ವತಮ್ಮನ ಅಸಮಾಧಾನ ಆಕ್ರೋಶವಾಗಿ ಮಾರ್ಪಟ್ಟಿತು. ಸೊಸೆಗೆ ಸಹಸ್ರನಾಮ ಹಾಕುತ್ತ ಕೆಳಗಿಳಿದು ಹೋದರು.

ಅತ್ತೆಯ ಸಿಟ್ಟು, ಅಸಮಾಧಾನ ಅನುಪಮಳ ಮೇಲೆ ಯಾವ ಪರಿಣಾಮವೂ ಬೀರಲಿಲ್ಲ.

* * *

ಅನುಪಮ ತನಗಾಗಿ ಗಂಡ ತಂದು ಕೊಟ್ಟಿದ್ದ ಒಡವೆಗಳನ್ನೆಲ್ಲ ತೆಗೆದಿಟ್ಟಳು. ಗಳಿಗೆ

ಗಳಿಗೆಗೂ ಅವಳಿಗೆ ಶೋಭಳ ನೆನಪನ್ನು ತಂದುಕೊಡುತ್ತಿದ್ದವು.

ಗಂಡ, ಹೆಂಡಿರಲ್ಲಿ ಬಹಳಷ್ಟು ಮಾತುಕತೆ ಕಮ್ಮಿಯಾಗಿದ್ದವು. ಅಷ್ಟೆ ಅಲ್ಲದೆ ಅವರಲ್ಲಿ ಯಾವ ದೈಹಿಕ ಸಂಬಂಧವೂ ಇರಲಿಲ್ಲ. ಸತೀಶನ ನಡತೆಯಲ್ಲಿ ಯಾವ ವ್ಯತ್ಯಾಸವೂ ಆಗಲಿಲ್ಲ. ಅವನಿಗೆ ಎಲ್ಲ ದೈಹಿಕ ಸುಖ ನೀಡಲು ಶೋಭ ಸಿದ್ಧವಾಗಿದ್ದಳು. ಆದರೆ ಅದರಲ್ಲಿ ಸತೀಶನಿಗೆ ತೃಪ್ತಿ ಕಾಣಲಿಲ್ಲ. ಅವನು ಪ್ರಬಲವಾದ ಮಾನಸಿಕ, ದೈಹಿಕ ಅಶಾಂತಿಗೆ ತುತ್ತಾದ.

ಕೋಪಿಸಿಕೊಂಡು ನರ್ಮದ, ಸರಸ್ವತಮ್ಮ ಊರಿಗೆ ಹೋದ ಮೇಲೆ ಮನೆಯಲ್ಲಿ ಒಬ್ಬಳೇ ಆದಳು ಅನುಪಮ. ತನ್ನ ಬಿಡುವಿನ ಎಲ್ಲಾ ಸಮಯವನ್ನ ದುರ್ವಿನಿಯೋಗ ಮಾಡದೆ ಗಡಿಗಳಲಿದ್ದ ತಮ್ಮ ಯೋಧರಿಗಾಗಿ ಸ್ವೆಟರು, ಕಾಲುಚೀಲ ಹಾಕಿ ಕಳುಹಿಸುವುದು, ಕಮಲಸದನದ ಮಕ್ಕಳಿಗಾಗಿ ಬಟ್ಟೆ ಗೊಂಬೆ ಮೊದಲಾದುವುಗಳನ್ನು ತಾನೆ ಹೊಲಿದು ಸಿದ್ಧಪಡಿಸಿ ಕಳುಹಿಸುವುದು, ಜ್ಞಾನಾರ್ಜನೆಗಾಗಿ ಬೇಕಾದಷ್ಟು ಪುಸ್ತಕಗಳನ್ನು ಓದುವುದು, ಇವುಗಳಲ್ಲಿ ತನ್ನ ಸಮಯವನ್ನು ಕಳೆಯುತ್ತಿದ್ದಳು.

ಇದ್ದಕ್ಕಿದ್ದ ಹಾಗೆ ಸತೀಶ ಬಂದಾಗ ಅನುಪಮಳಿಗೇನೂ ಆಶ್ಚರ್ಯವಾಗಲಿಲ್ಲ. ಎಷ್ಟೋ ರಾತ್ರಿಗಳು ಟೂರ್ ನೆಪ ಹೇಳಿ ಹೊರಗಡೆ ಉಳಿಯುತ್ತಿದ್ದ. ಆದರೆ ನಿಜಾಂಶ ಪೂರ್ಣ ಅರಿವಿದ್ದ ಅನುಪಮ ಅವನನ್ನು ಪ್ರಶ್ನಿಸುತ್ತಿರಲಿಲ್ಲ.

ಅವನು ಬಂದಾಗ ಅನುಪಮ ಮಲಗುವ ಸಿದ್ಧತೆಯಲ್ಲಿದ್ದಳು. ನಿದ್ದೆ ಅವಳ ಪಾಲಿಗೆ ಗಗನಕುಸುಮವಾಗಿದ್ದರೂ ಅದನ್ನೆಂದೂ ಅವಳು ತೋರ್ಪಡಿಸಿಕೊಳ್ಳುವುದಕ್ಕೆ ಇಷ್ಟಪಡುತ್ತಿರಲಿಲ್ಲ. ಅಷ್ಟೇ ಅಲ್ಲದೆ ಗಂಡನ ಪ್ರೀತಿಯನ್ನು ಅತ್ತು, ಕರೆದು ಬಲವಂತದಿಂದ ಪಡೆಯಲು ಅವಳು ಸಿದ್ಧಳಿರಲಿಲ್ಲ.

ಸತೀಶನ ಮುಖ ಕಂಡೆ ಅವಳು ಊಹಿಸಿಕೊಂಡಳು. ಅವನು ಸಾಮಾನ್ಯ ಸ್ಥಿತಿಯಲ್ಲಿ ಬಂದಿಲ್ಲ. ಬಹುಶಃ ಕುಡಿದು ಬಂದಿರಬೇಕು.

"ಊಟ ಮಾಡಿ ಬನ್ನಿ" ಎಂದಳು ಅಳುಕದೆ.

"ನನಗೆ ಬೇಡ" ಎಂದವನೆ ಬಾಗಿಲಿಗೆ ಅಡ್ಡವಾಗಿ ನಿಂತ.

ಅನುಪಮಳಿಗೆ ಅಂತಹ ಸಮಯದಲ್ಲೂ ನಗು ಉಕ್ಕಿಬಂತು. ತನ್ನ ಮನೆಯಲ್ಲಿ ತನ್ನ ವಸ್ತು ಮೇಲೆ ದೌರ್ಜನ್ಯ ನಡೆಸಲು ಬಂದಿರುವುದು ಎಂತಹ ಮೂರ್ಖತನ.

"ಸ್ವಲ್ಪ ಬಾಗಿಲು ಬಿಟ್ಟು ಸರಿಯಿರಿ. ಹಾಲು ತಗೊಂಡು ಬರುತ್ತೀನಿ ಎಂದವಳೆ ಅವನನ್ನ ಸವರಿಕೊಂಡು ಹೊರಗೆ ಹೋದಳು. ಸತೀಶನಿಗೆ ಕುಡಿದ ಅಮಲಿರದಿದ್ದರೆ ಅವನು ಈ ರೀತಿ ವರ್ತಿಸುತ್ತಿರಲಿಲ್ಲವೇನೋ."

ಹಾಲು ತಂದ ಅನುಪಮ ಅವನ ಮುಂದಿಟ್ಟು ಸಹಜವಾಗಿ ಹಾಸಿಗೆಯನ್ನು ಸರಿಪಡಿಸತೊಡಗಿದಳು.

ಸತೀಶನ ಬಲಿಷ್ಟವಾದ ತೋಳುಗಳು ಮಡದಿಯನ್ನು ಬಿಗಿಯಾಗಿ ಬಂಧಿಸಿದವು. ಅವಳಿಗೆ ಉಸಿರು ಕಟ್ಟುವಂತೆ ಆಯಿತು. ಅವನ ಬಾಯಿಂದ ಬರುತ್ತಿದ್ದ ವಿದೇಶಿ ಮದ್ಯದ ವಾಸನೆ ಅವಳಿಗೆ ವಾಕರಿಕೆ ತಂದು ತನ್ನೆಲ್ಲ ಶಕ್ತಿಯನ್ನ ಉಪಯೋಗಿಸಿಕೊಂಡು ಅವನ ಬಾಹುಗಳಿಂದ ಹೊರಗೆ ಬಂದಳು. ಗಂಡನ ಬಿಗಿಯಪ್ಪುಗೆಯಲ್ಲಿ ಉಂಟಾಗಬೇಕಾಗಿದ್ದ ಮಧುರ ಭಾವನೆ ಅವಳಿಗುಂಟಾಗಲಿಲ್ಲ.

"ನಿಮ್ಮ ಬುದ್ಧಿ ನಿಮ್ಮ ಸ್ವಾಧೀನದಲ್ಲಿಲ್ಲ. ನೀವು ಕೈ ಹಿಡಿದ ಮಡದಿಯಿಂದ ಇಂತಹ ಪ್ರತಿಭಟನೆ ಪಡೆಯಬಾರದಾಗಿತ್ತು" ಎಂದವಳೇ ಕೋಣೆಯಿಂದ ಹೊರಗೆ ಹೋದಳು.

ಮಡದಿಯ ಒಂದೇ ಮಾತಿನಿಂದ ಸತೀಶನ ಅಮಲು ಇಳಿಯಿತು. ಆದರೆ... ಅಮಲಿನಿಂದ ಮುಕ್ತನಾಗಲು ಬಯಸಲಿಲ್ಲ.

ಅನುಪಮ ಬೇರೊಂದು ಕೋಣೆಗೆ ಬಂದು ಮಂಚದ ಮೇಲೆ ಉರುಳಿಕೊಂಡಳು. ಅವಳ ತಲೆ ಸಿಡಿಯುತ್ತಿತ್ತು. ಯಾವ ಗಂಡನ ಮಾತಿನಿಂದ ಅವಳ ಹೃದಯ ಮಧುರವಾಗಿ ಕಂಪಿಸಬೇಕಾಗಿತ್ತೋ ಅದು ಕಲ್ಲಾಗಿತ್ತು.

ಅವನ ದುಶ್ಚಟಗಳಿಗೆ ಸೋತು ತಾನು ಅವನವಳಾಗಿ ಅವನ ಕೃತ್ಯದಿಂದ ಪಾರಾಗಲಾರೆ ಎಂದು ಒಪ್ಪಿಕೊಳ್ಳಲು ಅವಳ ಆತ್ಮ ಸಿದ್ಧವಾಗಿರಲಿಲ್ಲ.

ಎಷ್ಟೇ ತಡೆಹಿಡಿದರೂ ಅವಳ ದುಃಖ ಕಣ್ಣೀರಿನ ರೂಪವಾಗಿ ಹರಿಯಿತು. ದಿಂಬಿಗೆ ಆತುಕೊಂಡು ಬಿಕ್ಕಿ ಬಿಕ್ಕಿ ಅತ್ತಳು.

ಬೆಳಿಗ್ಗೆ ಸತೀಶ ಎದ್ದಾಗ ಆಗಲೇ ಒಂಬತ್ತು ಗಂಟೆಯಾಗಿತ್ತು. ಅವನು ಎಚ್ಚರಗೊಂಡಿದ್ದನ್ನ ಗಮನಿಸಿ ಅನುಪಮ ಕಾಫಿ ತಂದು ಕೊಟ್ಟು ಸೇವಿಂಗ್ ಸೆಟ್ ರೆಡಿ ಮಾಡಿ ಇಟ್ಟಳು.

"ಅನುಪಮಾ, ನಿಂತುಕೋ.." ಕೋಣೆಯಿಂದ ಹೊರಟ ಸತೀಶನ ಮಾತು ಅವಳನ್ನು ಹಿಡಿದು ನಿಲ್ಲಿಸಿತು! ಪ್ರಶ್ನಾರ್ಥಕವಾಗಿ ಗಂಡನ ಕಡೆ ನೋಡಿದಳು.

"ಇನ್ನು ಎಷ್ಟು ದಿನ ಹೀಗೆ ನನ್ನಿಂದ ದೂರ ಇರೋದಿಕ್ಕೆ ಬಯಸುತ್ತೀಯಾ?" ಎಂದ ಸತೀಶ ಕಾಫಿ ಲೋಟ ಹಿಡಿದು ಗಂಭೀರವಾಗಿ.

"ಅದನ್ನ ನೀವು ಹೇಳಬೇಕು" ಅವಳ ಮಾತಿನಲ್ಲಿ ಯಾವ ಅಳುಕೂ ಇರಲಿಲ್ಲ.

"ನಾವಿಬ್ಬರೂ ಮದುವೆಯಾದ ಗಂಡ ಹೆಂಡಿರು ಅನ್ನೋ ಅಂಶ ನಿನ್ನ ನೆನಪಿನಲ್ಲಿ ಉಳಿದಿರಲಿಕ್ಕಿಲ್ಲ."

ಅನುಪಮಳ ಮುಖದ ಮೇಲೆ ನಿರಾಶೆಯ ನಗು ತೇಲಿತು.

"ಆ ಅಂಶ ನನ್ನ ನೆನಪಿನಲ್ಲಿ ಇರುವುದರಿಂದಲೇ ಈ ಮನೆಯಲ್ಲಿ ಉಳಿದಿದ್ದೀವಿ. ಬರೀ ನಮ್ಮ ಒಂದು ಸಂಪ್ರದಾಯಕ್ಕೆ ಕಟ್ಟುಬಿದ್ದು ನಿಮ್ಮ ಜೊತೆಗೆ ಬಂದಿದ್ದರೆ ನಿಮ್ಮನ್ನಗಲಿ ಎಂದೋ ಹೋಗುತ್ತಿದ್ದೆ. ಇಂದಿನ ಜನಾಂಗ ಮದುವೆ ಎನ್ನುವುದು ಒಂದು ಮೂಢ

ಸಂಪ್ರದಾಯ ಅಂತ ಹೀಯಾಳಿಸಿದರೂ ಅದರಲ್ಲಿ ಅರ್ಥವಿದೆ. ಕಾನೂನೇ ಇಲ್ಲದೆ ಇದ್ದಿದ್ದರೆ ಜನ ಯಾವ ಕಟ್ಟುಪಾಡು ಇಲ್ಲದೆ ಹಾಳಾಗುತ್ತಿದ್ದರೋ ಹಾಗೆ ಪ್ರತಿಯೊಂದಕ್ಕೂ ಒಂದು ಕಟ್ಟುಪಾಡು ಅಗತ್ಯ. ಯಾವುದೋ ಒಂದು ಗಂಡು, ಒಂದು ಹೆಣ್ಣನ್ನ ಒಂದುಗೂಡಿಸುವಾಗ ಅವರಿಗೆ ಸಂಪ್ರದಾಯ ಸಂಕೋಲೆಯಿಂದ ಬಂಧಿಸುತ್ತಾರೆ. ಯಾಕೆಂದರೆ ಅವರಲ್ಲಿ ಏಳುವ ಸಣ್ಣ, ಪುಟ್ಟ ಘರ್ಷಣೆಗಳಿಂದ ಬೇರ್ಪಡದಿರಲಿ ಅಂತ. ಈಗಾದರೂ ನಿಮಗೆ ಅರ್ಥವಾಗಿರಬೇಕು" ಎಂದು ಗಂಡನ ಕಡೆ ನೋಡಿದಳು.

"ನಿನಗೆ ನಾನೇನು ಕಮ್ಮಿ ಮಾಡಿದ್ದೀನಿ...?" ಅಳುಕುತ್ತಲೇ ಕೇಳಿದ.

"ಎಲ್ಲಾ ಇದೆ. ಒಬ್ಬ ನಿಜವಾದ ಮಡದಿ ಗಂಡನಿಂದ ಏನು ಬಯಸುತ್ತಾಳೆ ಅನ್ನೋದು ತಿಳಿದಿದ್ದರೆ ನೀವು ಈ ಮಾತು ಆಡುತ್ತಿರಲಿಲ್ಲ. ಸಮಾಜದ ಎದುರು ಕಣ್ಣಾಮುಚ್ಚಾಲೆ ಆಡಲು ನಿಮಗೊಬ್ಬ ಮಡದಿಯ ಅವಶ್ಯಕತೆ ಇತ್ತು. ಅದಕ್ಕಾಗಿ ಮದುವೆಯಾದಿರಿ...ನೀವು ಮದುವೆಯಾದಾಗ ಯಾವ ಉದ್ದೇಶ ನಿಮ್ಮಲ್ಲಿತ್ತೋ ಅಷ್ಟನ್ನು ಮಾತ್ರ ಬಯಸಿದಿರಿ" ಎಂದು ಹೇಳಿದವಳೇ ನಿಲ್ಲದೆ ಹೊರಗೆ ಹೊರಟಳು.

ಸತೀಶನ ತಲೆಯೇ ಕೆಟ್ಟುಹೋಯಿತು.

ಅಯ್ಯೋ ದೇವರೇ, ತಾನೊಬ್ಬ ಸಣ್ಣ ಕಾರಕೂನನಾಗಿದ್ದರೂ ಇದ್ದುದ್ದರಲ್ಲೇ ಮಡದಿಯ ಜೊತೆ ಸಂತೋಷವಾಗಿರುತ್ತಿದ್ದೆ. ಇದೆಂಥ ಅರ್ಥವಿಲ್ಲದ ಜೀವನ. ಇದರಿಂದ ಆದಷ್ಟು ಬೇಗ ಬಿಡುಗಡೆ ಹೊಂದಬೇಕು.

ಅವನ ಇನ್ನೊಂದು ಮನಸ್ಸು ಇದನ್ನು ನಿರಾಕರಿಸಿತು. ಯಾವಾಗಲೂ ಕಾರಿನಲ್ಲಿ ಓಡಾಡುತ್ತ ಭವ್ಯವಾದ ಬಂಗಲೆಯಲ್ಲಿ ವಾಸ ಮಾಡುತ್ತಿದ್ದ ತಾನು ಒಂದು ಮುರುಕು ಬಾಡಿಗೆ ಕೋಣೆಯಲ್ಲಿ ತನ್ನ ಜೀವನ ಪೂರ್ತಿ ಕಳೆಯಲಾರೆ. ಶೋಭ ತನಗೆ ಎಲ್ಲ ಬಗೆಯ ಸುಖವನ್ನು ನೀಡುತ್ತಿದ್ದಾಳೆ. ಅಂಥದ್ದರಲ್ಲಿ ಅನುಪಮಳ ಸಂಪರ್ಕಕ್ಕಾಗಿ ಏಕೆ ಹಾತೊರೆಯಬೇಕು? ಎಷ್ಟು ದಿನ ಅನುಪಮ ಹೀಗಿರಲು ಸಾಧ್ಯ? ಒಂದಲ್ಲ ಒಂದು ದಿನ ಪರಿಸ್ಥಿತಿಗನುಗುಣವಾಗಿ ಬದಲಾಯಿಸುತ್ತಾಳೆ. ಅಷ್ಟರಲ್ಲಿ...ಅನಿಲ್ ಬಂದರೆ ತನ್ನ ಸಮಸ್ಯೆಗಳಿಗೆಲ್ಲ ಪರಿಹಾರ ಸಿಕ್ಕುತ್ತದೆ.

* * *

ಮಹಿಳೆಯರ ದೊಡ್ಡ ಗುಂಪೇ ಬಂದಾಗ ಅನುಪಮಳಿಗೆ ಆಶ್ಚರ್ಯವಾಯಿತು. ಇವರ್‍ಯಾರೋ ಮಹಿಳಾ ಸಮಾಜದವರಿರಬೇಕು ಎಂದುಕೊಂಡಳು.

ಬಂದವರು ಆತ್ಮೀಯವಾಗಿ ಸ್ವಾಗತಿಸಿದ ಅನುಪಮ ಸತ್ಕರಿಸಿ ವಿಚಾರಿಸಿದಳು.

"ತಾವುಗಳು ಯಾರು?"

ಅವಳು ಮಾತು ಪೂರ್ತಿ ಮಾಡದ ಮೊದಲೇ ಅಜಂತ ಗಂಟಿನ ಬೊಜ್ಜು ಮೈಯಾಕೆ ಉತ್ತರಿಸಿದಳು.

"ನಾವು 'ಶೋಭ ಗ್ಲಾಸ್ ಫ್ಯಾಕ್ಟರಿ'ಯ ನೌಕರರ ಮನೆಯವರು. ಹಿಂದೆನೇ ನಾವುಗಳು ಒಂದು ಮಹಿಳಾ ಸಮಾಜ ಮಾಡಿಕೊಂಡಿದ್ದೆವು. ಅದು ಯಾಕೋ ಸರಿಯಾಗಿ ನಡೆಯಲಿಲ್ಲ. ಅದಕ್ಕೋಸ್ಕರ ಈ ಸಲ ಮಿಸ್. ಶೋಭ ಅವರನ್ನು ನಮ್ಮ ಮಹಿಳಾ ಸಮಾಜದ ಅಧ್ಯಕ್ಷಿಣಿಯನ್ನಾಗಿ, ನಿಮ್ಮನ್ನು ಕಾರ್ಯದರ್ಶಿನಿಯನ್ನಾಗಿ ಮಾಡಬೇಕು ಅಂತ ತೀರ್ಮಾನ ಮಾಡಿದ್ದೀವಿ."

ಅನುಪಮಳಿಗೆ ಹಿಂದೆ ಕುಳಿತ ಮಹಿಳಾಮಣಿಗಳು ಪಿಸಿಪಿಸಿ ಅಂತ ಮಾತನಾಡಿ ನಗುತ್ತಿರುವುದು ಕಂಡಿತು. ಅವರ ನಗುವಿನ ಅರ್ಥವು ತಿಳಿಯಿತು.

ತಾನೇ ಜೋರಾಗಿ ನಗುತ್ತ ಅನುಪಮ "ಅಂತು ಒಳ್ಳೆ ಆಯ್ಕೆ. ಹೋಗಿದ್ದಿರಾ ಶೋಭಾದೇವಿಯವರ ಮನೆಗೆ?" ಎಂದಳು.

ಹಿಂದುಗಡೆ ನಗುತ್ತಿದ್ದವರು ಪೆಚ್ಚಾದರು.

ಇಷ್ಟೊತ್ತು ಅವಳ ಕೈಯಲ್ಲಿದ್ದ ಚಿನ್ನದ ಬಳೆಗಳನ್ನೇ ನೋಡುತ್ತ ಕುಳಿತಿದ್ದ ತೆಳು ಮೈನ ಕೋಕಿಲಾವಾಣಿ ವರದಿ ಒಪ್ಪಿಸಿದಳು.

"ಈಗ ಅಲ್ಲಿಂದಲೇ ಬರುತ್ತಾ ಇರೋದು. ಮೊದಲು ಅವರು ನನಗೆ ಬೇಡ ಅಂತ ಅಂದರು. ನಾವೆಲ್ಲ ತುಂಬ ಬಲವಂತ ಮಾಡಿದ ಮೇಲೆ ಒಪ್ಪಿಕೊಂಡರು. ಅವರು ನಮ್ಮ ಸಂಘಕ್ಕೆ ಅಧ್ಯಕ್ಷಿಣಿಯಾದರೇ ನಮಗೆ ಹಣಕಾಸಿನ ಕೊರತೆ ಇರೋಲ್ಲ."

"ಅವರು ಅಧ್ಯಕ್ಷಿಣಿಯಾದರೇ ಹಣಕಾಸಿನ ತೊಂದರೆ ಇರೋಲ್ಲ ಸರಿ. ಆದರೆ ನನ್ನಂಥವಳು ಕಾರ್ಯದರ್ಶಿನಿಯಾದರೆ ನಿಮ್ಮ ಸಮಾಜದ ಕೆಲಸ ಕಾರ್ಯಗಳೇ ನಡೆಯೋಲ್ಲ. ದಯವಿಟ್ಟು ನನಗೆ ಇದೆಲ್ಲ ಬೇಡ, ಬೇರೆ ಯೋಗ್ಯರನ್ನ ನೀವು ಆಯ್ಕೆ ಮಾಡಿ."

ಅವರುಗಳು ಅನುಪಮಳ ಮಾತುಗಳಿಗೆ ಒಪ್ಪುವಂತಿರಲಿಲ್ಲ. ಅವರುಗಳೆಲ್ಲ ನಿರ್ಣಯಿಸಿಕೊಂಡೇ ಬಂದಿದ್ದರು, ಹಿಡಿದ ಪಟ್ಟನ್ನು ಬಿಡಲಿಲ್ಲ.

ಕಡೆಗೆ ಅನುಪಮ ಅಸ್ತು ಅನ್ನಬೇಕಾಯಿತು.

"ಹಿಂದೆ ಈ ಸಮಾಜ ಅಸ್ತಿತ್ವದಲ್ಲಿದ್ದರೂ ಈಗ ಅದನ್ನು ಹೊಸದಾಗೇ ಪ್ರಾರಂಭಿಸೋಣ. ಅದರ ಉದ್ಘಾಟನೆಯನ್ನು ನಮ್ಮ ಫ್ಯಾಕ್ಟರಿಯ ಮಾಲಿಕರ ಕೈಯಲ್ಲೇ ಮಾಡಿಸೋಣ."

ಅವರುಗಳ ಮಾತಿಗೆ ಬೇಸತ್ತ ಅನುಪಮ ತಲೆಯಾಡಿಸಿ "ಆಯಿತು, ನಿಮಗೆ ಹೇಗೆ ಬೇಕೋ ಹಾಗೆ ಮಾಡಿ" ಎಂದವಳೇ ಮೇಲಕ್ಕೆದ್ದಳು.

ಅವರುಗಳೆಲ್ಲ ವಿಧಿ ಇಲ್ಲದೇ ಕುಳಿತು ಪ್ರಯೋಜನವಿಲ್ಲವೆಂದು ತಿಳಿದು ಹೊರಟರು.

ಅನುಪಮ ಬೇಸರದಿಂದ ಕುಕ್ಕರಿಸಿದಳು. ಸತೀಶ ಬಂದಿದ್ದರ ಅರಿವು ಸಹ

ಅವಳಿಗಿರಲಿಲ್ಲ.

ಕಾರನ್ನು ಷೆಡ್ಡಿಗೆ ತಳ್ಳಿ ಬಂದ ಸತೀಶ ಮಡದಿಯನ್ನು ಕಂಡು ಬೆರಗಾಗಿ ನಿಂತ. ಬಿಳಿ ಖಾದಿ ರೇಷ್ಮೆ ಸೀರೆಯುಟ್ಟು ಒಂದು ಜಡೆ ಹೆಣೆದು ಯಾವೊಂದು ಮುಖಾಲಂಕಾರವೂ ಇಲ್ಲದೇ ಕುಂಕುಮದ ಬಟ್ಟಲಿನಿಂದ ವಿರಾಜಿಸುತ್ತಿದ್ದ ಅವಳ ಮುಖ ಅವನನ್ನು ಆಕರ್ಷಿಸಿತು. ಎಲ್ಲವನ್ನು ಮೆಟ್ಟಿ ದೇವರ ಸಾಕ್ಷಾತ್ಕಾರಕ್ಕೆ ನಿಂತ ವಿರಾಗಿಣಿಯಂತೆ ಗೋಚರಿಸಿದಳು. ಈ ದೇವತೆಯ ಮುಂದೆ ಶೋಭ ಒಬ್ಬ ಸಾಧಾರಣ ಹೆಣ್ಣು ಎನ್ನಿಸಿತು.

"ಅನುಪಮ" ಎಂದ ಅನುರಾಗಭರಿತ ಧ್ವನಿಯಲ್ಲಿ.

ಕಣ್ಣು ಮುಚ್ಚಿ ಕುಳಿತ ಅನುಪಮ ಮೆಲ್ಲನೇ ಕಣ್ಣು ತೆರೆದಳು. ಗಂಡನ ನೋಟವನ್ನು ಕಂಡು ಕಸಿವಿಸಿಗೊಂಡಳು.

"ಓಹೋ, ಈಗ ಬಂದಿರಾ?" ಎಂದವಳೇ ಮೇಲಕ್ಕೆದ್ದಳು.

ಮಹಡಿ ಮೇಲಿದ್ದ ಫೋನ್ ಒಂದೇ ಸಮನೇ ಶಬ್ದ ಮಾಡುತ್ತಿತ್ತು. ಸತೀಶ್ ರಿಸೀವ್ ಮಾಡಲು ಓಡಿದ.

ಕಾಫಿ ತಂದ ಮಡದಿಗೆ ಹೇಳಿದ "ನಮಗೆ ಬೇಕಾದ ಜನರ ಮನೆಯಲ್ಲಿ ಸಂಜೆಗೆ ಆರತಕ್ಷತೆ ಇದೆ. ಅದಕ್ಕೆ ನಿನ್ನ ಕರೆದೊಯ್ಯಲು ಬಂದೆ" ಎಂದ.

"ಆಯಿತು" ಎಂದವಳೇ ಹಿಂದಿರುಗಿದಳು. ಆದರೆ ಸತೀಶ ಅವಳ ಕೈ ಹಿಡಿದು ನಿಲ್ಲಿಸಿದ.

"ಎಷ್ಟು ದಿನ ಅಂತ ಹೀಗೆ ವಿರಾಗಿಣಿಯ ಹಾಗೆ ಕಾಲ ತಳ್ಳುತ್ತೀಯಾ. ಇನ್ನಾದರೂ ಪರಿಸ್ಥಿತಿಗೆ ಹೊಂದಿಕೊಳ್ಳುವ ಪ್ರಯತ್ನ ಮಾಡು."

ಅಲ್ಲೇ ನಿಂತ ಅನುಪಮ ಗಂಡನ ಮುಖ ನೋಡದೇ ಪಕ್ಕಕ್ಕೆ ತಿರುಗಿಕೊಂಡೇ ಕೇಳಿದಳು.

"ನೀವೇ ನನ್ನ ಪರಿಸ್ಥಿತಿಯಲ್ಲಿದ್ದರೆ...?"

ಸತೀಶ ಮಾತನಾಡದೇ ಗರಬಡಿದವನಂತೆ ನಿಂತ.

"ನೀವು ಏನೂ ಹೇಳಲಾರಿರಿ ನನಗೆ ಗೊತ್ತು. ಗಂಡ ಹೆಂಡತಿಯರ ಸಂಬಂಧ ಬರೀ ದೈಹಿಕ ಆಕರ್ಷಣೆ ಮಾತ್ರವಲ್ಲ. ಮಾನಸಿಕವಾಗಿ ಹೃದಯಗಳ ಮಿಲನಗಳ ಅಗತ್ಯವಿದೆ."

"ಅನು, ಹೃದಯಸಾಕ್ಷಿಯಾಗಿ ನಾನು ನಿನ್ನ ಪ್ರೀತಿಸುತ್ತೇನೆ."

ಸತೀಶನ ಮಾತನ್ನು ಕೇಳಿ ಅನುಪಮ ನಕ್ಕುಬಿಟ್ಟಳು.

ಅವಳು ಏನು ಹೇಳುವವಳಿದ್ದಳೋ ಪುನಃ ಟೆಲಿಫೋನ್ ಶಬ್ದ ಮಾಡಿದಾಗ ಸತೀಶ ಅದರ ಬಳಿಗೆ ಹೋದ.

ಅನುಪಮ ಎಲ್ಲ ಮರೆತವಳಂತೆ ಅಲಂಕರಿಸಿಕೊಂಡು ಬಂದಳು. ಝಗ ಝಗಿಸುವ

ಆಭರಣಗಳನ್ನು ತೊಟ್ಟು ಪೀತಾಂಬರ ಉಟ್ಟು ಸತೀಶನ ಮುಂದೆ ನಿಂತಾಗ ಅವನು ಬೆರಗಾದ. ಅವಳೆಂದೂ ಅಲಂಕಾರಕ್ಕೆ ಗಮನ ಕೊಡುತ್ತಿರಲಿಲ್ಲ. ಯಾವಾಗಲೂ ಸಾಧಾರಣವಾಗಿರುತ್ತಿದ್ದಳು. ಮದುವೆಯಾದ ಮೇಲೆ ಅವಳು ಪ್ರಥಮ ಬಾರಿ ಎಲ್ಲಾ ಆಭರಣಗಳನ್ನು ತೊಟ್ಟಿದ್ದಳು.

"ನೀವು ಇಷ್ಟನ್ನೇ ನನ್ನಲ್ಲಿ ಬಯಸಿದ್ದು. ನಿಮ್ಮಗಳ ಕಾಮಕೇಳಿಯನ್ನು ಸಮಾಜದ ಕಣ್ಮುಂದೆ ಮರೆಸಲು ಮಡದಿ ಎನ್ನುವ ಒಂದು ಸಾಧನ ಬೇಕಾಗಿತ್ತು ಅಷ್ಟೆ" ಎಂದವಳೇ ಹೊರಗೆ ಹೋಗಿ ನಿಂತಳು.

ಸಂಧ್ಯಾದೇವಿಯ ಹೊಂಗಿರಣ ಅವಳ ಮೇಲೆ ಬಿದ್ದು ಅವಳ ಚೆಲುವು ಇಮ್ಮಡಿಸಿತು. ತಲೆ ಎತ್ತಿ ಆಕಾಶದ ಕಡೆ ನೋಡಿದಳು. ಆಗಸದಲ್ಲಿ ಮೋಡಗಳು ನಯನಮನೋಹರವಾಗಿ ಕಂಗೊಳಿಸುತ್ತಿತ್ತು. ವಿಶ್ವದೊಡೆಯ ತನ್ನ ಕುಂಚದಿಂದ ಅಲ್ಲಿ ಚಿತ್ರ ವಿಚಿತ್ರ ಚಿತ್ರಿಸಿ ಕಣ್ಣುಗಳಿಗೆ ಹಬ್ಬವನ್ನುಂಟು ಮಾಡಿದ್ದ.

ಸತೀಶ ಕಾರನ್ನು ಷೆಡ್ಡಿನಿಂದ ತಂದು ಹೊರಗೆ ನಿಲ್ಲಿಸಿ ಮಾತನಾಡದೇ ಕಾರಿನ ಮುಂಬಾಗಿಲನ್ನು ತೆಗೆದ. ಅನುಪಮ ಬಂದು ಕುಳಿತಳು.

ಕಾರು ರಭಸದಿಂದ ಹೊರಟಿತು.

ಹತ್ತಾರು ಕಾರುಗಳು ನಿಂತ ಸ್ಥಳದಲ್ಲಿ ಕಾರನ್ನು ನಿಲ್ಲಿಸಿ ಸತೀಶ ಇಳಿದ. ಅನುಪಮ ಅವನ ಹಿಂದೆ ಇಳಿದಳು. ಭವ್ಯವಾದ ಬಂಗಲೆಗೆ ವಿದ್ಯುದ್ದೀಪದ ಅಲಂಕಾರ ಮಾಡಿದ್ದರು. ಅದೊಂದು ಪುಟ್ಟ ಅರಮನೆಯಂತೆ ಕಂಗೊಳಿಸುತ್ತಿತ್ತು. ಹತ್ತಾರು ತರುಣಿಯರು ಅಲಂಕರಿಸಿಕೊಂಡು ಓಡಾಡುತ್ತ ಅದರ ಚೆಲುವನ್ನು ಹೆಚ್ಚಿಸಿದ್ದರು. ಬರುವ ಹೋಗುವವರ ಸಂಖ್ಯೆ ಅಧಿಕವಾಗಿತ್ತು.

ಸತೀಶ, ಅನುಪಮರನ್ನು ನೋಡಿದ ಕೂಡಲೇ ಬಾಗಿಲಿನಲ್ಲಿ ಸ್ವಾಗತಿಸುತ್ತಿದ್ದ ಯುವಕ, ಯುವತಿ ಸಂತೋಷ ವ್ಯಕ್ತಪಡಿಸಿ ಹೆಚ್ಚಿನ ಆತ್ಮೀಯತೆಯಿಂದ ಸ್ವಾಗತಿಸಿದರು.

ಹತ್ತಾರು ಶ್ರೀಮಂತ ಜೋಡಿಗಳು, ಅಧಿಕಾರಿಗಳು, ರಾಜಕಾರಣಿಗಳು ಬಹು ದೊಡ್ಡ ಸಂಖ್ಯೆಯಲ್ಲಿ ನೆರೆದಿದ್ದರು.

ರಘುಪತಿಯವರ ಪಕ್ಕದಲ್ಲಿ ಕುಳಿತ ಶೋಭ ಮುಗುಳುನಗೆ ಬೀರಿದಳು. ಅವಳು ಬೀರಿದ ಮುಗುಳುನಗೆ ಯಾರಿಗೆಂದೇ ಇಬ್ಬರಿಗೂ ಅರ್ಥವಾಗಲಿಲ್ಲ.

ಹುಡುಗಿಯ ತಂದೆ ಶ್ರೀಮಂತ ಭಾಸ್ಕರಶೆಟ್ಟರು ಬಂದು ಸತೀಶ ದಂಪತಿಗಳನ್ನು ಆತ್ಮೀಯವಾಗಿ ಮಾತನಾಡಿಸಿ, ಊಟ ಮುಗಿಸಿಕೊಂಡೇ ಹೋಗಬೇಕೆಂದು ಒತ್ತಾಯ ಪಡಿಸಿದರು.

ಸತೀಶ ಮಡದಿಯನ್ನು ಕರೆದೊಯ್ದು ತಂದ ಪ್ರಸೆಂಟೇಷನ್ ನೂತನ ವಧೂವರರಿಗಿತ್ತು ಅಭಿನಂದಿಸಿ ಬಂದ.

ತಾನು ನಿಜಜೀವನದಲ್ಲಿಲ್ಲ, ನಾಟಕರಂಗದ ಮೇಲಿದ್ದೇನೆ ಎನ್ನುವಂತೆ ಭಾಸವಾಯಿತು. ಕೆಲವಾರು ಸಲ ಗಂಡ ಬೀರಿದ ಮುಗುಳುನಗೆಗೆ ಮರುತ್ತರವಿತ್ತಿದ್ದಳು ಅನುಪಮ.

ರಘುಪತಿಯವರು ಹಿಂದಿರುಗಿ ಸತೀಶನನ್ನು ಕೂಗಿದರು. ಅವನು ಎದ್ದು ಹೋಗುವ ಮೊದಲು ಮಡದಿಯ ಕಡೆ ನೋಡಿದ. ಅವಳು ಆರ್ಕೆಸ್ಟ್ರಾ ಕೇಳುವುದರಲ್ಲಿ ಮಗ್ನಳಾಗಿದ್ದಳು.

ಅಲ್ಲಿದ್ದ ಹೊಸಬರಿಗೆ ಸತೀಶನ ಪರಿಚಯ ಮಾಡಿಕೊಟ್ಟು ಅಲ್ಲೇ ಕುಳಿತುಕೊಳ್ಳಲು ಹೇಳಿದರು. ಸತೀಶ ಅನುಮಾನಿಸಿ ಅನುಪಮ ಬಂದಿರುವ ವಿಷಯ ತಿಳಿಸಿದ. ಅವರೇ ಅವಳನ್ನು ಖಂಡಿತ ಕರೆದುಕೊಂಡು ಬರಲು ತಿಳಿಸಿದ್ದರು.

"ಅಯ್ಯೋ, ನಾನು ಮರೆತುಬಿಟ್ಟೆ. ಇಲ್ಲಿಗೆ ಕರೆದುಕೊಂಡು ಬಾ ಹೋಗು. ಊಟ ಮುಗಿಸಿಕೊಂಡು ಒಟ್ಟಿಗೆ ಹೋಗೋಣ."

ರಘುಪತಿಯವರ ಮಾತು ಕೇಳಿ ಸತೀಶನಿಗೆ ಬೇಸರವಾಯಿತು. ಇದಕ್ಕೆ ಅನುಪಮಳಿಂದ ಎಂತಹ ಪ್ರತಿಕ್ರಿಯೆ ಸಿಗುತ್ತೆ ಅನ್ನೋ ವಿಷಯವೂ ಅವನಿಗೆ ಗೊತ್ತಿತ್ತು.

ಅನುಪಮ ಪಕ್ಕದಲ್ಲಿ ಕುಳಿತ ಯಾರ ಸಂಗಡವೋ ಮಾತನಾಡುತ್ತಿದ್ದಳು.

"ಅವಳ ಸ್ನೇಹಿತರು ಯಾರೋ ಸಿಕ್ಕಿದ್ದಾರೆ..." ಮುಂದಿನದನ್ನು ಹೇಳದೇ ಅರ್ಧದಲ್ಲೇ ನಿಲ್ಲಿಸಿದ.

ಹಿಂದಿರುಗಿ ನೋಡಿದ ರಘುಪತಿ ಮತ್ತು ಆ ಹೊಸ ಮನುಷ್ಯ ದಂಗಾದರು. ಅಲ್ಲಿ ನೆರೆದ ಸ್ತ್ರೀ ಸಮೂಹದಲ್ಲೇ ಎದ್ದು ಕಾಣುತ್ತಿದ್ದಳು ಅನುಪಮ. ಅವಳ ಮುಗ್ಧ ಗಂಭೀರ ಮುಖ ಅಂಗಾಂಗಗಳು ಪ್ರದರ್ಶನವಿಲ್ಲದೇ ಅಲಂಕರಿಸಿಕೊಂಡಿದ್ದ ಅವಳ ಉಡುಗೆ ತೊಡಿಗೆ ಅವಳನ್ನು ಸಾಮಾನ್ಯಳ ಗುಂಪಿಗೆ ಸೇರಿಸುವಂತಿರಲಿಲ್ಲ. ರವಿವರ್ಮನ ಸರಸ್ವತಿಯಂತೆ ಕಂಗೊಳಿಸುತ್ತಿದ್ದಳು.

ಭಾಸ್ಕರಶೆಟ್ಟರು ಬಂದು ಬಲವಂತದಿಂದ ಎಲ್ಲರನ್ನು ಊಟಕ್ಕೆ ಎಬ್ಬಿಸಿಕೊಂಡು ಹೋದರು. ಸತೀಶನ ಜೊತೆ ಹೋದ ಅನುಪಮ ದಂಗಾಗಿ ಹೋದಳು. ಅಲ್ಲಿ ಆಗಲೇ ನೂರಾರು ಜನರು ಊಟ ಮಾಡುತ್ತಿದ್ದರು. ಅತಿಥಿ ನಿಯಂತ್ರಣ ಅವಳ ಮುಂದೆ ಅಣಕಿಸಿ ನಿಂತಂತೆ ಆಯಿತು. ಅಲ್ಲಿ ಕುಳಿತಿದ್ದ ಜನ ಬರೀ ಬಾಯಿ ಎಂಜಲು ಮಾಡಿ ತಮ್ಮ ಶ್ರೀಮಂತಿಕೆ ಉಳಿಸಿಕೊಳ್ಳಲು ಪ್ರಯತ್ನಪಟ್ಟಂತೆ ಇತ್ತು. ಎಲ್ಲರ ಎಲೆಯ ಭಕ್ಷ್ಯ ಭೋಜ್ಯಗಳು ದಿಕ್ಕಿಲ್ಲದಂತೆ ಬಿದ್ದಿದ್ದವು. ಅವೆಲ್ಲ ಮುಂದೆ ಕಸದ ತೊಟ್ಟಿ ಸೇರುವುದು ಎಂದು ನೆನಪಾದೊಡನೇ ಅನುಪಮಳ ಹೃದಯ ನೋವಿನಿಂದ ಹಿಂಡಿತು.

ಸರಕಾರದವರು ಆಹಾರ ವಸ್ತುಗಳು ಯಾವ ರೀತಿಯಿಂದಲೂ ಪೋಲಾಗದಿರಲಿ ಅಂತ ಕಾನೂನು ಮಾಡಿದ್ದಾರೆ. ಅಂಥದ್ದರಲ್ಲಿ ಕೆಲವು ಜನ ಕಾನೂನು ಕಣ್ಣಿಗೆ ಮಣ್ಣೆರಚಿ

ತಮ್ಮ ಶ್ರೀಮಂತಿಕೆಯನ್ನು ಮೆರೆಸುತ್ತಿದ್ದಾರಲ್ಲ ಎಂದು ಅನುತಾಪಪಟ್ಟಳು.

ಎಲೆ ಮುಂದೆ ಕುಳಿತ ಶೋಭ ಜಹಂಗೀರನ್ನು ಅರ್ಧ ಕಚ್ಚಿ ಸುಮ್ಮನೇ ಕುಳಿತುಬಿಟ್ಟಳು. ಮೊದಲೇ ಬೇಸತ್ತ ಅನುಪಮ ಊಟ ಮುಗಿಸಿ ಮೇಲೆದ್ದಳು.

ಹೊರಗೆ ಬಂದ ರಘುಪತಿಯವರು ಅನುಪಮಳ ಬಳಿಗೆ ಬಂದರು.

"ಇವರು ನಮ್ಮ ಅನಿಲನ, ಚಿಕ್ಕಪ್ಪನವರ ಮಕ್ಕಳು. ಇಷ್ಟು ದಿನ ವಿದೇಶದಲ್ಲಿ ನಮ್ಮ ಅನಿಲನ ಸಂಗಡ ವ್ಯಾಸಂಗ ನಡೆಸುತ್ತಿದ್ದರು" ಎಂದು ಹೇಳಿದರು.

ಅನುಪಮ ಮೌನವಾಗಿ ಕೈ ಮುಗಿದಳು.

"ನೀನು ಅಂದು ಪಾರ್ಟಿಗೆ ಬಂದವಳು ಪುನಃ ಬರಲೇ ಇಲ್ಲ. ಸತೀಶನ ಜೊತೆ ಆಗಾಗ ಬರುತ್ತ ಇರು" ಎಂದು ಪುನಃ ಅವರೇ ಹೇಳಿದರು.

ಅನುಪಮ ತಲೆಯಾಡಿಸಿ ಸುಮ್ಮನಾದಳು.

ಅವರ ಬಗ್ಗೆ ಮಾತನಾಡುವುದೇ ಅವಳಿಗೆ ಅಸಹ್ಯವಾಯಿತು. 'ಯಾವ ತಂದೆ ತನ್ನ ಮಗಳ ಶೀಲ ಕಾಯಬೇಕಾಗಿತ್ತೋ ಅದೇ ತಂದೆ...' ಮುಂದೆ ಯೋಚಿಸುವುದೇ ಅವಳಿಗೆ ಕಷ್ಟವಾಯಿತು.

ಅನುಪಮಳ ದೃಷ್ಟಿ ಶೋಭಳ ಕಡೆ ಹೊರಳಿತು. ಅವಳು ತದೇಕಚಿತ್ತಳಾಗಿ ಸತೀಶನೆಡೆಗೆ ನೋಡುತ್ತಿದ್ದಳು. ಅವಳ ನೋಟದಲ್ಲಿ ನೂರಾರು ಭಾವನೆಗಳಿದ್ದವು. ಸತೀಶ ಇದನ್ನು ಗಮನಿಸಿದಂತೆ ಇದ್ದಿಲ್ಲ. ಅವನ ನೋಟ ಮಾತನಾಡುತ್ತಿದ್ದ ರಘುಪತಿಯವರ ಮೇಲಿತ್ತು. ಅನುಪಮಳ ಮನ ಒಂದು ಕ್ಷಣ ಅಸೂಯೆಯಿಂದ ಕುದಿಯಿತು. ಎದುರು ನಿಂತ ಶೋಭ ಅವನ ಜೀವನದ ಪ್ರತಿಸ್ಪರ್ಧಿಯಂತೆ ಕಂಡಳು.

"ಅನು, ಹೋಗೋಣವಾ?" ಎಂದಾಗಲೆ ಅವಳು ವಾಸ್ತವಕ್ಕೆ ಬಂದದ್ದು.

"ಹೋಗೋಣ" ಎಂದು ಹೇಳಿ ನಿಂತಿದ್ದ ರಘುಪತಿಯವರಿಗೆ ಕೈ ಮುಗಿದು ಶೋಭಳ ಕಡೆ ಮುಗುಳುನಗೆ ಬೀರಿ ಬಂದು ಕಾರಿನಲ್ಲಿ ಕುಳಿತಳು. ಸತೀಶನ ದೃಷ್ಟಿ ಏನಾದರೂ ಶೋಭಳ ಕಡೆಗಿದೆಯೇನೋ ಎಂದು ಪರೀಕ್ಷಕಳಂತೆ ಗಂಡನನ್ನು ನೋಡಿದಳು. ಸತೀಶನಿಗೆ ಅವಳ ಕಡೆ ಗಮನವಿದ್ದಂತೆ ಕಾಣಲಿಲ್ಲ. ಅವಳ ಮನ ಸಮಾಧಾನ ಸ್ಥಿತಿಗೆ ಬಂತು.

ಸತೀಶನ ಕಾರು ಮನೆಯ ಮುಂದೆ ಬಂದು ನಿಂತಿತು. ಆಳು ಬಂದು ಗೇಟು ತೆಗೆದು ಕಾರನ್ನು ಷಡ್‌ಗೆ ತಳ್ಳಿದ. ಸತೀಶ ಕೋಣೆಗೆ ಬಂದು ಬಟ್ಟೆ ಬದಲಾಯಿಸದೆ ಒಂದಾದ ಮೇಲೊಂದರಂತೆ ಸಿಗರೇಟು ಎಳೆಯತೊಡಗಿದ.

ಹಾಲು ತಂದಿಟ್ಟ ಅನುಪಮ ಎರಡು, ಮೂರು ಸಲ ಕುಡಿಯಲು ಹೇಳಿ ಸೋತಳು. ಅವಳ ಸಹನೆ ಸೋತಿತು. ಗಂಡನ ಆರೋಗ್ಯದ ಬಗ್ಗೆ ಅವಳ ಮನ ಕಳವಳಗೊಂಡಿತು.

ಸತೀಶನ ಮುಂದಿದ್ದ ಸಿಗರೇಟು ಪ್ಯಾಕನ್ನು ತೆಗೆದಿಟ್ಟು ಅವನ ಕೈಯಲ್ಲಿದ್ದ ಸಿಗರೇಟನ್ನು

ಕಿತ್ತೆಸೆದು ಹಾಲಿನ ಲೋಟ ಅವನ ಮುಂದಿಡಿದಳು.

ಸತೀಶ ನಿರಾಸೆಯ ನಗು ನಕ್ಕು ಸುಮ್ಮನೆ ನಿಂತ.

ಅವನು ಶೋಭಳ ಮನೆಗೆ ಹೋಗುವವ, ಆದ್ದರಿಂದಲೇ ಬಟ್ಟೆ ಬದಲಾಯಿಸಿಲ್ಲ ಎಂದುಕೊಂಡಿದ್ದ ಅನುಪಮ ಕಡೆಗೆ "ಹಾಲು ಕುಡಿದು ಬಟ್ಟೆ ಬದಲಾಯಿಸಿ. ಈಗಲೇ ಬಹಳ ವೇಳೆಯಾಗಿದೆ" ಎಂದವಳೆ ಅವನ ಕತ್ತಿನಲ್ಲಿದ್ದ ಟೈ ಸಡಿಲಿಸಿದಳು.

"ಅನುಪಮ, ದೇವರು ಬಹಳ ಚಾಣಾಕ್ಷ. ನಾನು ಮಾಡಿದ ತಪ್ಪಿಗೆ ಎಂಥ ಶಿಕ್ಷೆ ಕೊಡುತ್ತಿದ್ದಾನೆ ಗೊತ್ತೆ?" ಎಂದವನೆ ದೂರ ಸರಿದು ಬಟ್ಟೆ ಬದಲಾಯಿಸಿ ಮಂಚದ ಮೇಲುರುಳಿದ.

ಅವನ ಮನ ಮಡದಿ ಹೇಳಿದ ಮಾತನ್ನು ಮೆಲುಕು ಹಾಕುತ್ತಿತ್ತು. ಯಾವ ಮಡದಿ ತನ್ನ ಬಿಸಿಯಪ್ಪುಗೆಗಾಗಿ ಕಾತರಿಸಬೇಕಾಗಿತ್ತೋ, ತನಗಾಗಿ ಹಂಬಲಿಸಬೇಕಾಗಿತ್ತೋ ಅಂಥವಳಿಂದ ತನ್ನ ಪ್ರೀತಿಗೆ ಪ್ರತಿಭಟನೆ, ಇಂತಹ ಪರಿಸ್ಥಿತಿ ಯಾವ ಗಂಡನಿಗೂ ಬರಲಿಕ್ಕಿಲ್ಲವೇನೋ?

ಅವನ ಯೋಚನೆಗೆ ತಡೆ ಹಾಕಿ ನಿದ್ರಾ ದೇವಿ ಸೆಳೆದೊಯ್ದಳು.

ಮನೆಗೆ ಬಂದ ಶೋಭ ಅಸಮಾಧಾನದಿಂದ ಧುಮುಗುಟ್ಟುತ್ತಿದ್ದಳು. ತಂದೆಯ ಬಗ್ಗೆ ಅವಳಿಗೆ ಅಸಾಧಾರಣ ಕೋಪ ಬಂದಿತ್ತು. ಸತೀಶನಿಗೆ ಮದುವೆ ಮಾಡಿ ತಮ್ಮಿಬ್ಬರಿಗೂ ಅದಷ್ಟು ದೂರ ಮಾಡಿದ್ದಾರೆ ಎಂಬುದೇ ಅವಳ ಕೋಪಕ್ಕೆ ಕಾರಣ.

ಬಟ್ಟೆ ಸಹ ಬದಲಾಯಿಸದೆ ಕುಳಿತ ಮಗಳನ್ನು ಕಂಡೇ ಅವರು ಕಾರಣ ಊಹಿಸಿಕೊಂಡರು. ಯಾವ ಕಾರಣಕ್ಕೂ ಅವಳ ಮನ ಮುದುರುವುದು ಅವರಿಗಿಷ್ಟವಿರಲಿಲ್ಲ. ಆದರೆ ಅವರಿಗೆ ಸಮಾಜದ ಭಯ ಬಹಳ. ಮುಂದೆ ತಮ್ಮ ಮಗಳ ಭವಿಷ್ಯಕ್ಕೆ ತೊಂದರೆಯಾಗಬಾರದು. ಅನಿಲ್ ತಮ್ಮನ್ನು ಯಾವ ರೀತಿಯಲ್ಲೂ ಅನುಮಾನಿಸಬಾರದು ಎಂಬುದೇ ಅವರ ಉದ್ದೇಶ.

"ಬೇಬಿ, ಅಲ್ಲಿ ಸರಿಯಾಗಿ ಊಟ ಮಾಡಲಿಲ್ಲ. ಸ್ವಲ್ಪ ಹಾಲಾದರೂ ಕುಡಿ" ಎಂದವರೆ ಚಾಕುವಿನಿಂದ ಸೇಬನ್ನು ಸೀಳು ಮಾಡತೊಡಗಿದರು.

ದಢಕ್ಕನೆ ಮೇಲಕ್ಕೆದ್ದ ಶೋಭ "ನನಗೇನು ಬೇಡ" ಎಂದವಳೇ ಮಹಡಿ ಮೇಲಿರುವ ತನ್ನ ಕೋಣೆಗೆ ಹೋದಳು.

ರಘುಪತಿಯವರು ಹಣ್ಣನ್ನು ಹೆಚ್ಚಿ ತಟ್ಟೆಯೊಳಗೆ ಹಾಕಿ ಮಗಳ ಹಿಂದೆ ಅವಳ ಕೋಣೆಗೆ ನಡೆದರು.

ಶೋಭ ಹಾಸಿಗೆಯ ಮೇಲೆ ಮಲಗಿ ಬಿಕ್ಕಿ ಬಿಕ್ಕಿ ಅಳುತ್ತಿದ್ದಳು.

ಮಗಳ ಅಳು ನೋಡಿ ಅವರ ಹೃದಯ ದ್ರವಿಸಿತು. ಆಗಲೇ ಸತೀಶನಿಗೆ ಬರಲು ಫೋನ್ ಮಾಡಬೇಕೆಂದುಕೊಂಡರು. ಆದರೆ ಅನುಪಮ ಸಾಧಾರಣ ಹೆಣ್ಣಾಗಿ ಅವರಿಗೆ

ಕಾಣಿಸಲಿಲ್ಲ.

"ಶೋಭ, ನೀನು ಎಳೆ ಮಗುವಿನ ಹಾಗೆ ಅತ್ತರೆ ನಾನೇನು ಹೇಳಲಿ? ಸ್ವಲ್ಪ ಪರಿಸ್ಥಿತಿನ ಅರ್ಥ ಮಾಡಿಕೋ. ಜನತೆ ನಮ್ಮ ಕಡೆ ಬೆಟ್ಟು ಮಾಡಿ ತೋರಿಸಬಾರದು."

ತಂದೆಯ ಮಾತು ಕೇಳಿ ಶೋಭಳ ಸಿಟ್ಟು ನೆತ್ತಿಗೇರಿತು. "ಆ ಸುಟ್ಟು ಜನತೆಗೆ ಬೆಂಕಿ ಬೀಳಲಿ. ನಾಳೆಯಿಂದ ಸತೀಶ ಎಲ್ಲಿಗೂ ಹೋಗೋದು ಬೇಡ. ನಾನು ಅವನನ್ನು ಅಗಲಿ ಒಂದು ಕ್ಷಣಾನೂ ಇರಲಾರೆ" ಎಂದು ಕೋಪದೊಡನೆ ಅಳುವನ್ನು ಬೆರೆಸಿದಳು.

ರಘುಪತಿಯವರಿಗೆ ನಿಂತ ನೆಲವೇ ಕುಸಿದಂತಾಯಿತು.

ಮಗಳು ಭಾವಿ ಪತಿ ಅನಿಲನ ವಿರಹದಿಂದ ಕಂಗೆಡದಿರಲಿ. ಸ್ವಚ್ಛಂದವಾಗಿ ಬೆಳೆದು ಅವಳು ಬೇರೆ ಯುವಕರ ಜೊತೆ ಸ್ನೇಹ ಮಾಡದಿರಲಿ ಎಂದು ಸತೀಶನನ್ನು ಆಯ್ಕೆ ಮಾಡಿ, ಅವನಿಗಾಗಿ ಬೇಕಾದಷ್ಟು ವೆಚ್ಚ ಮಾಡುತ್ತಿದ್ದರು. ಅಂಥದ್ದರಲ್ಲಿ ಶೋಭ ಅನಿಲನನ್ನು ಮರೆತು ಸತೀಶನನ್ನೇ ಬಯಸುವುದನ್ನು ನೋಡಿ ಅವರ ಹೃದಯ ಭಯದಿಂದ ಹೊಡೆದುಕೊಂಡಿತು.

"ಛೆ ಛೆ, ನೀನಿಷ್ಟು ದಡ್ಡಿ ಅಂತ ನಾನು ತಿಳಿದುಕೊಂಡಿರಲಿಲ್ಲ. ಸತೀಶ ಬರೀ ನಮ್ಮ ಫ್ಯಾಕ್ಟರಿ ಮ್ಯಾನೇಜರ್ ಅನ್ನೋದನ್ನು ನೆನಪಿನಲ್ಲಿಟ್ಟುಕೋ. ನೀನು ಈ ಫ್ಯಾಕ್ಟರಿ ಯಜಮಾನಿ ಎನ್ನುವುದನ್ನು ಜ್ಞಾಪಕದಲ್ಲಿಟ್ಟುಕೋ."

"ನನಗೆ ಯಾವ ಯಜಮಾನಿಕೆನೂ ಬೇಡ, ಯಾವ ಅನಿಲನೂ ಬೇಡ. ನನಗೆ ಸತೀಶನೇ ಬೇಕು" ಎಂದು ಮಗುವಿನಂತೆ ಗೋಗರೆದಳು.

ಮಗಳ ಮಾತನ್ನು ಕೇಳಿ ರಘುಪತಿಯವರು ತಲೆಯ ಮೇಲೆ ಕೈ ಹೊತ್ತು ಕುಳಿತುಬಿಟ್ಟರು. ಅವರ ಯೋಜನೆ ಎಲ್ಲಾ ತಿರುಗು ಮುರುಗಾಗಿತ್ತು.

"ಈಗ ನೀನು ಮಲಗಿಕೋ. ನಾಳೆ ಯೋಚನೆ ಮಾಡೋಣ" ಎಂದವರೇ ಕೆಳಗಿಳಿದು ಬಂದರು.

ರಘುಪತಿಯವರಿಗೆ ದೊಡ್ಡ ಬಂಡೆಯೇ ಬಂದು ಅಪ್ಪಳಿಸಿದಂತಾಗಿತ್ತು. ಅವರು ತಮ್ಮ ಮಗಳ ಭವಿಷ್ಯತ್ತನ್ನು ಕುರಿತು ನೂರಾರು ಕನಸುಗಳನ್ನು ಕಂಡಿದ್ದರು. ಅನಿಲ್‌ನಂಥ ಅಳಿಯ, ಇಷ್ಟು ದೊಡ್ಡ ಆಸ್ತಿ ತಮ್ಮ ಪಾಲಿಗೆ ಸೇರುತ್ತೆ ಎಂದು ಸಂತೋಷಿಸಿದ್ದರು. ಆದರೆ ಶೋಭ ಇದಾವುದನ್ನೂ ಲೆಕ್ಕಿಸದೆ ಸತೀಶನಿಗೆ ಮಾರುಹೋಗಿದ್ದಳು.

ಮುಂದಿನ ಯೋಜನೆಯನ್ನು ರೂಪಿಸಿಕೊಂಡು ಮಲಗಿದರು ರಘುಪತಿಯವರು.

ಸತೀಶ ಬಂದೊಡನೆ ತಮ್ಮ ಛೇಂಬರಿಗೆ ಕಳುಹಿಸುವಂತೆ ಹೇಳಿದ ರಘುಪತಿಯವರು ತಮ್ಮ ಕೋಣೆಗೆ ಹೋಗಿ ಕುಳಿತರು. ಮೇಲೆ ಫ್ಯಾನ್ ತಿರುಗುತ್ತಿದ್ದರೂ ಅವರ ಬಿಸಿಯಾದ ತಲೆ ತಣ್ಣಗಾಗಿರಲಿಲ್ಲ.

ಇಷ್ಟು ದೊಡ್ಡ ಶ್ರೀಮಂತಿಕೆಯನ್ನು ಕಾಲಲ್ಲಿ ತಳ್ಳಿ ಬಡ ಸತೀಶನಿಗೆ

ಮಾರುಹೋಗುತ್ತಿದ್ದಾಳಲ್ಲ ತಮ್ಮ ಮಗಳು ಎಂದು ಅವರ ಹೃದಯ ಮಿಲಿ ಮಿಲಿ ಒದ್ದಾಡುತ್ತಿತ್ತು.

ಸತೀಶ ಸಹಜವಾಗಿಯೇ ಬಂದು ನಿಂತ.

"ನೋಡಪ್ಪ ಸತೀಶ, ನೀನು ಈಗಿಂದೀಗಲೇ ಬಾಂಬೆಗೆ ಹೋಗಬೇಕು. ಅಲ್ಲಿಗೆ ಈಗಾಗಲೇ ನೀನು ಬರೋ ವಿಷಯ ತಿಳಿಸಿ ಟ್ರಂಕಾಲ್ ಮಾಡಿದ್ದೀನಿ" ಎಂದವರೇ ಅಲ್ಲಿ ಅವನು ಮಾಡಬೇಕಾದ ಕಾರ್ಯದ ಸೂಕ್ಷ್ಮ ವಿವರಣೆ ನೀಡಿದರು.

ಸತೀಶ ಮೌನವಾಗಿ ತಲೆಯಾಡಿಸಿ ಪ್ರಶ್ನಾರ್ಥಕವಾಗಿ ಅವರ ಕಡೆ ನೋಡಿದ. ಅವನ ಮದುವೆಯಾದ ಮೇಲೆ ಶೋಭಳ ಜೊತೆ ಫ್ಯಾಕ್ಟರಿ ಕೆಲಸದ ನೆಪ ಹೇಳಿ ಕಳುಹಿಸುತ್ತಿದ್ದರು. ಆದರೆ ಇಬ್ಬರನ್ನು ಒಟ್ಟಿಗೆ ಕಳುಹಿಸುತ್ತಿರಲಿಲ್ಲ. ಅದಕ್ಕೆ ಬೇಕಾದ ಏರ್ಪಾಟು ಮಾಡುತ್ತಿದ್ದರು.

"ನೀನೊಬ್ಬನೇ ಹೋಗಿ ಬಾ" ಎಂದರು ಚುಟುಕಾಗಿ.

ಸತೀಶನ ಹೃದಯ ಹಗುರವಾಯಿತು.

ಮಡದಿಯ ಸ್ನೇಹ ಸಂಪರ್ಕ ಕಡಿದು ಹೋದ ಮೇಲೆ ಇಷ್ಟಕ್ಕೆಲ್ಲ ಕಾರಣವಾದ ಶೋಭ, ರಘುಪತಿಯವರನ್ನು ದ್ವೇಷಿಸುತ್ತಿದ್ದ. ಇದರಲ್ಲಿ ತನ್ನ ತಪ್ಪು ಎಷ್ಟು ಭಾಗ ಇದೆ ಎಂಬುದನ್ನು ಅವನು ಯೋಚಿಸುತ್ತಿರಲಿಲ್ಲ.

* * *

ಸತೀಶ ಬಾಂಬೆಗೆ ಹೋದ ಮೇಲೆ ಅನುಪಮಳ ಹೃದಯ ಮೂಕವಾಗಿ ರೋದಿಸುತ್ತಿತ್ತು. ತನ್ನ ಮನಸ್ಸನ್ನು ಬೇರೆ ಕಡೆಗೆ ಹರಿಸಲು ಪ್ರಯತ್ನಿಸುತ್ತಿದ್ದಳು.

ವಿಜಯಳ ಧ್ವನಿ ಕೇಳಿ ಕೋಣೆಯಲ್ಲಿದ್ದ ಅನುಪಮ ಹೊರಗೆ ಬಂದಳು.

ತಾನು ತಂದ ಮಲ್ಲಿಗೆಯ ದಂಡೆಯನ್ನು ಗೆಳತಿಯ ಕೈಯಲ್ಲಿ ಇಟ್ಟ ವಿಜಯ ಅಲ್ಲೇ ಕುಳಿತಳು.

"ನೀನು ನಮ್ಮನೆಗೇ ಬರಲೇ ಇಲ್ಲ ಅನುಪಮ" ಎಂದು ಸಂಕೋಚಪಡುತ್ತಲೇ ಕುಳಿತಳು.

"ಬರದೇ ಏನು! ಎಲ್ಲೋ ಬರೋದಿಕ್ಕೆ ಆಗಲೇ ಇಲ್ಲ ಅಷ್ಟೆ" ಎಂದ ಅನುಪಮ ಮಲ್ಲಿಗೆಯ ದಂಡೆಯನ್ನು ಮುಡಿದು ಅಲ್ಲೇ ಕುಳಿತಳು.

"ನೀನು 'ಮಹಿಳಾ ಸಂಘ'ಕ್ಕೆ ಕಾರ್ಯದರ್ಶಿನಿಯಂತೆ. ನನಗೆಲ್ಲ ಗೊತ್ತಾಯಿತು ಹಾಗೆ..." ಎಂದು ಅರ್ಧದಲ್ಲೇ ನಿಲ್ಲಿಸಿ ಮುಸಿ ಮುಸಿ ನಕ್ಕಳು.

ಗೆಳತಿಯ ಮಗುವಿನಂಥ ಸ್ವಭಾವದ ಪರಿಚಯವಿದ್ದ ಅನುಪಮ ಅವಳ ಮಾತನ್ನು ಪೂರ್ತಿ ಮಾಡಿದಳು.

"ಹಾಗೆ...ಶೋಭಾದೇವಿ ಪ್ರೆಸಿಡೆಂಟ್, ಇಷ್ಟು ಹೇಳೋದಿಕ್ಕೆ ಅಷ್ಟೇಕೆ ಸಂಕೋಚ ಪಟ್ಟುಕೊಳ್ಳುತ್ತೀಯಾ?"

"ಅನುಪಮ, ನಿನ್ನ ನೋಡಿದರೆ ನನಗೆ ಆಶ್ಚರ್ಯವಾಗುತ್ತೆ. ಅದಿರಲಿ, 'ಕಮಲಾ ಅಭಯ ಸದನ'ಕ್ಕೆ ೧೫,೦೦೦ ರೂ. ಕೊಟ್ಟೆಯಂತೆ?" ಅವಳ ಮಾತು ಎಲ್ಲಿಂದಲೋ ಎಲ್ಲಿಗೋ ಹೋಯಿತು.

"ನಿನಗೆ ಯಾರೇ ಇದೆಲ್ಲ ಹೇಳಿದ್ದು? ಅವೆಲ್ಲ ಬಿಟ್ಟು ನಿಮ್ಮನೆ ವಿಷಯ ಹೇಳು."

"ನಮ್ಮನೆ ವಿಷಯ ನಾನು ಏನು ಹೇಳಲಿ? ನನಗೆ ಮಕ್ಕಳು ಆಗಲಿಲ್ಲ ಅಂತ ನಮ್ಮತ್ತೆ ನಮ್ಮನೆಯವರಿಗೆ ಎರಡನೇ ಮದುವೆ ಮಾಡುತ್ತಾರಂತೆ." ಅವಳು ಮುಗ್ಧವಾಗಿ ಈ ಮಾತು ಹೇಳಿದ್ದರೂ ಅನುಪಮಳ ಹೃದಯ ಕಲಕಿತು.

ವಿಜಯ ಅಷ್ಟು ಬುದ್ಧಿವಂತೆಯಲ್ಲದಿದ್ದರೂ ಅಷ್ಟೇನೂ ದಡ್ಡಿಯಾಗಿರಲಿಲ್ಲ.

"ಮಕ್ಕಳಾಗಿದ್ದರೆ ಬೇರೆ ಮದುವೆ ಯಾಕೆ ಆಗಬೇಕು? ಅನಾಥ ಆಶ್ರಮಗಳಲ್ಲಿ ತಾಯಿ ತಂದೆಯ ಪ್ರೀತಿಗೆ ಹಂಬಲಿಸುತ್ತ ಇರೋ ಎಷ್ಟೋ ಮಕ್ಕಳು ಇವೆ. ಅದರಲ್ಲಿ ಒಬ್ಬರನ್ನು ಸಾಕಿಕೊಂಡರೆ ಸಾಕು."

"ಅದೇನೋ ನಿಜನಮ್ಮ. ನಮ್ಮತ್ತೆ ಬಡಪೆಟ್ಟಿಗೂ ಒಪ್ಪೋ ಅಂತ ಪ್ರಾಣಿಯಲ್ಲ..." ಎಂದವಳೇ ಏನೋ ಜ್ಞಾಪಿಸಿಕೊಳ್ಳತೊಡಗಿದಳು.

ಇವಳ ಹತ್ತಿರ ಮಾತನಾಡಿ ಪ್ರಯೋಜನವಿಲ್ಲವೆಂದುಕೊಂಡ ಅನುಪಮ 'ವೀಕ್‌ಲೀ' ತಿರುವಿ ಹಾಕತೊಡಗಿದಳು.

"ಇವತ್ತು ಶೋಭಾದೇವಿಯವರು ಕಮಲ ಸದನಕ್ಕೆ ಭೇಟಿ ಕೊಟ್ಟು ಮಕ್ಕಳಿಗೆಲ್ಲ ಹಣ್ಣು ಹಂಚಿದರಂತೆ!"

ಅವಳ ಅರ್ಥವಿಲ್ಲದ ಮಾತುಗಳಿಂದ ಬೇಸರವಾದರೂ ಶೋಭ, ಸತೀಶನ ಜೊತೆ ಹೋಗದೇ ಉಳಿದಿರುವುದು ಅವಳಿಗೆ ಸಮಾಧಾನದ ಮಾತಾಗಿತ್ತು.

"ಅದೇನು ಇವತ್ತು 'ಕಮಲ ಸದನ'ದಲ್ಲಿ?" ಎಂದಳು ವೀಕ್‌ಲೀ ತಿರುಗಿಸುತ್ತಲೇ.

"ಅಲ್ಲೇನು ಇಲ್ಲ. ನಮ್ಮ ಫ್ಯಾಕ್ಟರಿ ಓನರ್ ಅಂದರೆ ಈಗ ಫಾರಿನ್‌ನಲ್ಲಿ ಇಲ್ಲವೆ ಅನಿಲ್‌ಕುಮಾರ್, ಅವರ ತಾಯಿಯ ನೆನಪಿಗಾಗಿ."

ಇವಳನ್ನು ಬಹಳ ಹೊತ್ತು ಕೂಡಿಸಿಕೊಂಡರೆ ತಲೆ ಕೆಡುತ್ತೆ ಎಂದುಕೊಂಡು ಅನುಪಮ,

"ಒಂದೆರಡು ಪುಸ್ತಕ ಬೇಕಾಗಿತ್ತು. ಹಾಗೆ ಹೋಗಿ ಬರೋಣ ಏಳು" ಎಂದವಳೇ ಸೀರೆ ಸಹ ಬದಲಾಯಿಸದೇ ಗೆಳತಿಯೊಡನೆ ಬಂದಳು.

ಸತೀಶ ಕಾರನ್ನು ಮಡದಿಯ ಉಪಯೋಗಕ್ಕೆಂದೇ ತಂದು ಷೆಡ್‌ನಲ್ಲಿ ತಳ್ಳಿದ್ದ. ಆದರೆ

ತನ್ನ ಸ್ವಂತ ಉಪಯೋಗಕ್ಕೆ ಅನುಪಮ ಎಂದೂ ಉಪಯೋಗಿಸುತ್ತಿರಲಿಲ್ಲ. ಅವಳು ಹೊರಗೆ ಹೋಗುತ್ತಿದ್ದದ್ದೇ ಅಪರೂಪ. ಕೆಲವು ಸಲ ಹೋಗಬೇಕೆಂದರೂ ನಡೆದೇ ಹೋಗುತ್ತಿದ್ದಳು.

ವಿಜಯ ಆಸೆಯಿಂದ "ಕಾರಿನಲ್ಲೇ ತಾನೇ?" ಎಂದಳು.

"ಇಲ್ಲಮ್ಮ, ಬಸ್ಸಿನಲ್ಲಿ" ಜವಾನನಿಗೆ ತಿಳಿಸಿ ಕಾಂಪೌಂಡ್‌ನಿಂದ ಹೊರಗೆ ಬಂದಳು.

ಇಬ್ಬರೂ ಪುಸ್ತಕದ ಅಂಗಡಿಗೆ ಹೆಜ್ಜೆ ಹಾಕಿದರು.

ಕಪ್ಪು ಕನ್ನಡಕ ಧರಿಸಿ ಬೆಲ್ ಬಾಟಮ್ ಹಾಕಿದ್ದ ಶೋಭ ಇವರಿಗೆ ಪುಸ್ತಕದ ಅಂಗಡಿಯಲ್ಲಿ ಭೇಟಿಯಾದಳು.

"ಹಲೋ ಮಿಸ್ ಅನುಪಮ" ಎಂದಳು ಶೋಭ.

"ನೋ ನೋ, ಮಿಸಸ್ ಅನುಪಮ ಸತೀಶ್" ಎಂದು ಅವಳ ತಪ್ಪನ್ನು ತಿದ್ದಿದಳು.

ಶೋಭಾಳ ಮುಖ ಒಂದು ಗಳಿಗೆ ಪೆಚ್ಚಾಯಿತು.

ಅನುಪಮ ತನಗೆ ಬೇಕಾಗಿದ್ದ ಹಲವಾರು ಕಾದಂಬರಿಗಳನ್ನು ಆಯ್ಕೆ ಮಾಡಿ ಪ್ಯಾಕ್ ಮಾಡಿಸಿಕೊಂಡು ದುಡ್ಡು ಕೊಟ್ಟಳು.

ಶೋಭ ಆಯ್ಕೆ ಮಾಡಿದ್ದ ಒಂದು ಹೊರೆ ಪುಸ್ತಕ, ಇಂಗ್ಲಿಷ್ ಮ್ಯಾಗಝೀನನ್ನು ಪ್ಯಾಕ್ ಮಾಡಿ ಅಂಗಡಿಯ ಹುಡುಗ ಕಾರಿನಲ್ಲಿ ತಂದಿಟ್ಟ.

ಎದ್ದು ನಿಂತ ಶೋಭ "ಬನ್ನಿ, ನಮ್ಮ ಮನೆಗೆ ಹೋಗೋಣ" ಎಂದು ಅನುಪಮಳನ್ನು ಆಹ್ವಾನಿಸಿದಳು.

"ಇನ್ನೆಂದಾದರೂ ಬರ್ತೀನಿ" ಎಂದು ನಯವಾಗಿ ತಿರಸ್ಕರಿಸಿದರೂ ಸೌಜನ್ಯಕ್ಕಾಗಿ "ವಿರಾಮವಿದ್ದರೆ ನಮ್ಮನೆಗೆ ಬನ್ನಿ" ಎಂದಳು.

"ಆಲ್‌ರೈಟ್, ಬನ್ನಿ ಹೋಗೋಣ" ಎನ್ನುತ್ತ ಶೋಭ ಕಾರನ್ನು ಹತ್ತಿದಳು. ವಿಧಿ ಇಲ್ಲದೇ ವಿಜಯ, ಅನುಪಮ ಕಾರನ್ನು ಹತ್ತಿದರು.

ಶೋಭ ಅನುಪಮಳ ಗಂಭೀರಪೂರ್ಣ ವ್ಯಕ್ತಿತ್ವಕ್ಕೆ ಮಾರುಹೋಗಿದ್ದಳು.

ಕಾರು ಮನೆ ಮುಂದೆ ನಿಂತಾಗ ಅನುಪಮ ಮೊದಲು ಇಳಿದು ಶೋಭಳನ್ನು ಆಹ್ವಾನಿಸಿದಳು. ವಿಜಯ ಅರ್ಧ ದಾರಿಯಲ್ಲೇ ಇಳಿದು ಮನೆಗೆ ಹೋಗಿದ್ದಳು.

ಶೋಭ, ಅನುಪಮರನ್ನು ಒಟ್ಟಿಗೆ ನೋಡಿದ ಆಳುಕಾಳುಗಳ ಮುಖ ವಿವರ್ಣ ವಾಯಿತು. ಅವರಿಗೂ ಅಲ್ಪಸ್ವಲ್ಪ ಅರಿವಿತ್ತು.

ಶೋಭ ಬಲವಂತಕ್ಕೆ ಸ್ವಲ್ಪ ಓವಲ್ಟೀನ್ ಕುಡಿದು ಮೇಲೆದ್ದಳು.

ಅನುಪಮ ಮನೆಯನ್ನೆಲ್ಲ ತೋರಿಸುತ್ತ ಬಂದಳು. ಶೋಭ ಅವಳ ಅಭಿರುಚಿಗೆ ಸಂತೋಷ ವ್ಯಕ್ತಪಡಿಸಿದಳು.

"ಮನೇನು ನವೀನ ಮಾದರಿಯಾಗಿ ಬಹಳ ಅರ್ಥಗರ್ಭಿತವಾಗಿ ಅಲಂಕರಿಸಿದ್ದೀರಿ!"

"ಈ ಹೊಗಳಿಕೆಯೆಲ್ಲ ಅವರಿಗೆ ಸೇರಬೇಕಾದ್ದೆ. ಅವರು ಪ್ರತಿಯೊಂದು ಸಾಮಾನನ್ನು ಒಂದು ನಿರ್ದಿಷ್ಟ ಸ್ಥಳದಲ್ಲಿಡಲು ಬಯಸುತ್ತಾರೆ."

ಶೋಭಳ ಮುಖ ಮಂಕಾದರೂ ನಗು ಸೂಸುತ್ತ "ಸತೀಶ್‌ಗೆ ಇಷ್ಟು ಒಳ್ಳೆ ಅಭಿರುಚಿ ಇದೆ ಎಂದು ನನಗೆ ಗೊತ್ತೇ ಇಲ್ಲ." ಅವಳು ಸಹಜವಾಗಿ ಇದನ್ನು ಹೇಳಿದರೂ ಅವಳ ಬಾಯಿ ತೊದಲಿತು.

"ಎಂಥ ಒಳ್ಳೆ ಅಭಿರುಚಿ, ಅಭಿಪ್ರಾಯಗಳಿದ್ದರೂ ಕೆಲವೊಮ್ಮೆ ತಿರುಗು ಮುರುಗಾಗುವ ಸಂಭವವಿದೆ" ಎಂದವಳೇ ಮುಂದೆ ನಡೆದ ಅನುಪಮ ಪಕ್ಕದ ಕೋಣೆಗೆ ಹೋದಳು. ಅದು ಅವರ ಮಲಗುವ ಮನೆಯೆಂದು ಯಾರೂ ಬೇಕಾದರೂ ಹೇಳಬಹುದು.

ಎರಡು ಜೋಡಿ ಮಂಚದ ಮೇಲೆ ಹಾಸಿದ್ದ ಪಲ್ಲಂಗ ಶ್ರೀಮಂತಿಕೆಯನ್ನು ಸಾರುತ್ತಿತ್ತು. ಟೇಬಲ್ಲು ಮೇಲಿದ್ದ ರಾಧಾಕೃಷ್ಣನ ರಾಸಲೀಲೆಯ ಗಂಧದ ವಿಗ್ರಹ ರಸಿಕತೆಯನ್ನು ಸಾರಿದರೆ, ಶಿವಪಾರ್ವತಿ ತಾಂಡವ ನೃತ್ಯ ಪತಿ-ಪತ್ನಿಯರ ಮಧುರ ಸಂಬಂಧವನ್ನು ಸಾರುತ್ತಿತ್ತು.

"ಬಹಳ ಹೊತ್ತಾಯಿತು ಅನುಪಮ, ಬರ್ತೀನಿ" ಎಂದು ಹೇಳಿದ ಶೋಭ ಆದಷ್ಟು ಬೇಗ ಆ ಕೋಣೆಯಿಂದ ಹೊರಗೆ ಹೋಗಲು ಚಡಪಡಿಸಿದಳು.

"ನೀವು ಇನ್ನೆಲ್ಲಿಗಾದರೂ ಹೋಗಬೇಕಾಗಿತ್ತೆ?" ಎಂದಳು ಅನುಪಮ ಅವಳನ್ನು ಸೂಕ್ಷ್ಮವಾಗಿ ಪರೀಕ್ಷಿಸುತ್ತ.

"ಇಲ್ಲ, ಡ್ಯಾಡಿ ಬಂದುಬಿಟ್ಟಿರುತ್ತಾರೆ ಅಷ್ಟೆ."

ಅನುಪಮ ಅವಳನ್ನು ವಿಶ್ವಾಸದಿಂದಲೇ ಬೀಳ್ಕೊಟ್ಟಳು. ಇಬ್ಬರ ಹೃದಯದಲ್ಲಿದ್ದ ದಾವಾಗ್ನಿ ಹತ್ತಿ ಉರಿಯುತ್ತಿತ್ತು.

ಶೋಭ ಮನೆಗೆ ಬರುವ ವೇಳೆಗೆ ರಘುಪತಿಯವರು ಮಗಳಿಗಾಗಿ ಕಾದು ಕುಳಿತಿದ್ದರು.

ತಂದೆಯನ್ನು ಕಂಡೂ ಕಾಣದಂತೆ ಶೋಭ ಮಹಡಿಯ ಮೆಟ್ಟಲು ಏರತೊಡಗಿದಳು.

ಮಗಳಿಗೆ ಅಷ್ಟೆಲ್ಲ ಸ್ವತಂತ್ರ, ಸಲಿಗೆ ಕೊಟ್ಟಿದ್ದು ತಮ್ಮದೇ ತಪ್ಪೆಂದುಕೊಂಡರು ರಘುಪತಿಯವರು.

"ಬೇಬಿ, ಇಲ್ಲಿ ಬಾ. ಅನಿಲನ ಪತ್ರ ಬಂದಿದೆ" ಎಂದರು ತಮ್ಮ ಅಸಮಾಧಾನ ಮುಚ್ಚಿಡುತ್ತ.

ಅನಿಲನ ಪತ್ರ ಎಂದೊಡನೇ ಓಡಿ ಬರುತ್ತಿದ್ದ ಮಗಳು ಇಂದು ಉದಾಸೀನಳಾಗಿ ಹೊರಟುಹೋದದ್ದನ್ನು ಕಂಡು ಬೇಸರದಿಂದ ಚಡಪಡಿಸಿದರು.

ತಾವೇ ಸೋಲುವುದು ಒಳ್ಳೆಯದೆಂದುಕೊಂಡು ಅವರು ಮಹಡಿ ಏರಿ ಮಗಳ ಕೋಣೆಗೆ ಹೋದರು. ಅವಳು ಸೋಫಾ ಮೇಲೆ ಕುಳಿತು ಈಗ ತಂದ ಯಾವುದೋ ಇಂಗ್ಲಿಷ್ ಪುಸ್ತಕವನ್ನು ತಿರುವಿ ಹಾಕುತ್ತಿದ್ದಳು.

"ಶೋಭ, ನಿನ್ನ ತಾಯಿ ಇಲ್ಲದ ಮಗಳೆಂದು ಹೆಚ್ಚು ಮುದ್ದುಮಾಡಿ ಸಾಕಿ ನಿನ್ನ ಹಾಳು ಮಾಡಿದೆ ಅಂತ ಕಾಣಿಸುತ್ತೆ. ನಿನ್ನ ನಡತೆ ಬರಬರುತ್ತಾ ವಿಚಿತ್ರವಾಯಿತು."

ಶೋಭ ತಲೆ ಎತ್ತಿ ತಂದೆಯ ಕಡೆಗೆ ನೋಡಿದಳು. ಅವರು ಹೇಳುತ್ತ ಇರುವುದು ಅವಳಿಗೆ ಸರಿಯೆನಿಸಿತು. ಅವರು ಅತಿ ಬುದ್ಧಿಯ ಪ್ರಭಾವವೆ ತನ್ನನ್ನು ಈ ಸ್ಥಿತಿಗೆ ತಂದಿದೆ ಎಂದುಕೊಂಡಳು.

"ನನಗೆ ಯಾಕೋ ತುಂಬ ಬೇಸರವಾಗಿಬಿಟ್ಟಿದೆ. ಯಾರ ಹತ್ತಿರಾನು ನನಗೆ ಮಾತಾಡೋಕೆ ಇಷ್ಟವಿಲ್ಲ" ಎಂದವಳೇ ಕೋಣೆಯಿಂದ ಹೊರಗೆ ಹೋದಳು.

ಮಗಳ ಧೋರಣೆಯಿಂದ ಅವರಿಗೆ ಬಹಳಷ್ಟು ಅವಮಾನವೆನಿಸಿತು. ದುರ್ದಾನ ಪಡೆದವರಂತೆ ಕೆಳಗಿಳಿದು ಬಂದರು.

ಶೋಭಳ ಹೃದಯದಲ್ಲಿ ಅಶಾಂತಿಯ ಅಗ್ನಿಪರ್ವತವೇ ಸಿಡಿದೆದ್ದಿತ್ತು. ಅವಳ ಮನದ ತುಂಬ ಸತೀಶನೇ ತುಂಬಿಕೊಂಡಿದ್ದ. ಒಡನಾಡಿ ಅವಳ ಹೃದಯ ತುಂಬಿದ್ದ ಅನಿಲನು ಅವಳ ಹೃದಯದಿಂದ ಬಹಳ ದೂರ ಸಾಗಿ ಹೋಗಿದ್ದನು.

ಎಲ್ಲಕ್ಕಿಂತ ಹೆಚ್ಚಾಗಿ ಅನುಪಮಳ ಗಂಭೀರ ವ್ಯಕ್ತಿತ್ವ ಅವಳನ್ನು ಹೀಯಾಳಿಸುತ್ತಿತ್ತು. 'ನೀನು ಮಾಡುತ್ತಿರುವ ಕೆಲಸ ಹೆಣ್ಣಿಗೆ ಶೋಭಿಸುವಂತಹುದಲ್ಲ' ಎಂದು ಹೇಳಿದಂತಿತ್ತು.

ಅನುಪಮ ಶೋಭಳನ್ನು ಬೀಳ್ಕೊಟ್ಟು ಬಂದ ಮೇಲೆ ಆದಷ್ಟು ತನ್ನ ಮನಸ್ಸನ್ನು ಸಮಾಧಾನ ಸ್ಥಿತಿಯಲ್ಲಿರಿಸಲು ಪ್ರಯತ್ನಪಡುತ್ತಿದ್ದಳು.

ಅಡಿಗೆಯವನು ಬಂದು ಹಳ್ಳಿಯಿಂದ ರಂಗಣ್ಣನವರು ಬಂದ ಸಮಾಚಾರ ತಿಳಿಸಿದಾಗ ಅನುಪಮ ಹೊರಗೆದ್ದು ಬಂದಳು.

"ಅತ್ತೆ, ನಳಿನಿ ಎಲ್ಲಾ ಚೆನ್ನಾಗಿದ್ದಾರ ಮಾವ? ನೀವು ಬರೋ ಸಮಾಚಾರ ಪತ್ರದಲ್ಲಿ ತಿಳಿಸಿದ್ದರೆ ಯಾರನ್ನಾದರೂ ಬಸ್ ಸ್ಟಾಂಡಿಗೆ ಕಳುಹಿಸಬಹುದಾಗಿತ್ತು."

ಸೊಸೆಯ ಮಾತಿಗೆ "ಏನೋ ಇದ್ದಕ್ಕಿದ್ದ ಹಾಗೆ ಬರಬೇಕು ಅನ್ನಿಸಿತು, ಬಂದೆ. ಸತೀಶ ಇನ್ನೂ ಮನೆಗೆ ಬಂದಿಲ್ಲವೇನು?" ಎಂದರು.

"ಇಲ್ಲ, ಅವರು ಊರಿನಲ್ಲೇ ಇಲ್ಲ. ಬಾಂಬೆಗೆ ಹೋಗಿದ್ದಾರೆ" ಎಂದು ಅನುಪಮ ಅಡಿಗೆಯವನಿಗೆ ಆದೇಶವಿತ್ತು, "ಮೊದಲು ಕೈ ಕಾಲು ಮುಖ ತೊಳೆದು ಆಯಾಸ ಪರಿಹರಿಸಿಕೊಳ್ಳಿ. ನಿಧಾನವಾಗಿ ಮಾತನಾಡೋಣ" ಎಂದವಳೇ ಅಡಿಗೆಯ ಮನೆಗೆ

ನಡೆದಳು.

ಊಟ ಮಾಡಿ ವಿಶ್ರಮಿಸಿಕೊಂಡ ರಂಗಣ್ಣನವರು ಸೊಸೆಯನ್ನು ಕೂಗಿದರು, ತಾವು ಬಂದ ಉದ್ದೇಶ ವಿವರಿಸಲು.

"ನಳಿನಿಗೆ ಒಂದು ಗಂಡು ಬಂದಿದೆ. ಹುಡುಗ ಇಂಜಿನಿಯರ್. ಜಾತಕಾನುಕೂಲ ಕೂಡ ಸರಿಯಾಗಿದೆ. ಕೊಡು ಬಿಡೋದರಲ್ಲೇ ಸ್ವಲ್ಪ ತಕರಾರು ಬಂದಿದೆ. ಅವರು ಇಪ್ಪತ್ತು ಸಾವಿರ ರೂಪಾಯಿ ವರದಕ್ಷಿಣೆ ಕೇಳುತ್ತಿದ್ದಾರೆ."

ಮಾವನವರ ಮಾತು ಕೇಳಿ ಅನುಪಮಳ ಹೃದಯ ಧಸಕ್ಕೆಂದಿತು.

ಇಪ್ಪತ್ತು ಸಾವಿರ ರೂಪಾಯಿ ಕಡಿಮೆ ಮೊತ್ತವಲ್ಲ. ಅಂಥದ್ದರಲ್ಲಿ ಅಷ್ಟು ಸಹಜವಾಗಿ ಹೇಳುತ್ತ ಇದ್ದಾರಲ್ಲ. ಇವರಿಗೇಕೆ ಬುದ್ಧಿ ಇಲ್ಲ. ವರದಕ್ಷಿಣೆಯನ್ನು ನಿಷೇಧಿಸಿರುವಾಗಲೂ ವರದಕ್ಷಿಣೆ ಕೇಳೋ ಆ ಗಂಡಿನ ತಾಯಿ ತಂದೆಗೆ ಎಷ್ಟು ಧೈರ್ಯ?!

"ವರದಕ್ಷಿಣೆಯನ್ನು ನಿಷೇಧಿಸಿರುವ ಸಂಗತಿ ನಿಮಗೆ ಗೊತ್ತಿಲ್ಲವೇ?" ಎಂದಳು ಮೆಲ್ಲಗೆ.

ರಂಗಣ್ಣನವರು ಜೋರಾಗಿ ನಕ್ಕುಬಿಟ್ಟರು.

"ನಮ್ಮ ನಮ್ಮ ಕೊಟ್ಟು ತಗೋಳೋ ವಿಷಯ ಬೇರೆಯವರಿಗೆ ಹೇಗೆ ಗೊತ್ತಾಗುತ್ತೆ? ನಾವು ಕೊಟ್ಟರೂ ನಮ್ಮಗಳಿಗೆ ತಾನೇ!"

"ಕಾನೂನಿನ ವಿರುದ್ಧವಾಗಿ ಮದುವೆ ಮಾಡುವಂಥ ಪರಿಸ್ಥಿತಿ ಏನು ಬಂದಿದೆ. ದುಡ್ಡಿನ ಆಸೆ ಬಿಟ್ಟು ಮದುವೆಯಾಗುವಂಥ ಗಂಡು ಸಿಕ್ಕೋ ಕಾಲ ಏನು ದೂರವಿಲ್ಲ."

ಸೊಸೆ ಮಾತು ಕೇಳಿ ರಂಗಣ್ಣನವರಿಗೆ ರೇಗಿತು. ಮೊದಲೇ ಮಡದಿ ಸೊಸೆಯ ವಿರುದ್ಧ ಚೆನ್ನಾಗಿ ಊದಿ ಕಳಿಸಿದ್ದಳು. ಈಗ ಅವರ ಇಚ್ಛೆಗೂ ವಿರೋಧವನ್ನೇ ಸೂಚಿಸಿದಳು.

"ಸರಸು ಹೇಳಿದಾಗ ನಾನು ನಂಬಲಿಲ್ಲ. ನಮ್ಮ ಮಗನನ್ನೇ ನಮ್ಮಿಂದ ದೂರ ಮಾಡುತ್ತ ಇದ್ದೀಯಾ. ತಂಗಿ ಮದುವೆ ಮಾಡಬೇಕಾದ್ದು ಅವನ ಕರ್ತವ್ಯ. ಇಪ್ಪತ್ತಲ್ಲ ಐವತ್ತು ಸಾವಿರ ಖರ್ಚು ಮಾಡಲಿ ನಮಗೇನು?"

ಕುಳಿತಿದ್ದ ಅನುಪಮ ಮೇಲಕ್ಕೆದ್ದಳು. ಅವಳ ಮುಖ ಕೋಪದಿಂದ ಉರಿಯುತ್ತಿತ್ತು. ಗಂಡ ಸಂಪೂರ್ಣ ವ್ಯಕ್ತಿತ್ವ ಕಳೆದುಕೊಳ್ಳುವುದಕ್ಕೆ ಇವರುಗಳ ಅತಿಯಾಸೆಯೇ ಕಾರಣವೆನಿಸಿತು.

"ಮಾವನವರೆ, ಅವರ ಕರ್ತವ್ಯದ ಪ್ರಕಾರ ಗಂಡನ್ನು ಹುಡುಕಿ ದುಡ್ಡು ಖರ್ಚಿಲ್ಲದೆ ಸಾಮೂಹಿಕ ವಿವಾಹದಲ್ಲಿ ನಡೆಸಿಕೊಡುತ್ತಾರೆ. ಅಷ್ಟರವರೆಗೆ ತಾವು ತಾಳ್ಮೆ ವಹಿಸಿ, ಎಷ್ಟು ವಿಜೃಂಭಣೆಯಾಗಿ ಮದುವೆ ಮಾಡಿದರು ಅನ್ನೋದು ಮುಖ್ಯವಲ್ಲ. ಎಷ್ಟು ಅನ್ಯೋನ್ಯವಾಗಿ ಬಾಳ್ವೆ ನಡೆಸುತ್ತಿದ್ದಾರೆ ಅನ್ನೋದು ಮುಖ್ಯ" ಎಂದವಳೆ ತನ್ನ ಕೋಣೆಗೆ

ನಡೆದುಬಿಟ್ಟಳು.

ಅಳುಕಿಲ್ಲದ ಸೊಸೆಯ ಮಾತುಗಳನ್ನ ಕೇಳಿ ರಂಗಣ್ಣನವರು ಮೌನವಾಗಿ ಕುಳಿತರು.

ಹಿಂದಿನ ತಮ್ಮ ಸ್ಥಿತಿಯನ್ನು ನೆನಸಿಕೊಂಡರು. ಆಗ ತಾವು ಪಟ್ಟ ಪಾಡೆಲ್ಲ ನೆನಪಿಗೆ ಬಂದ ಕೂಡಲೆ ಅವರ ಕಣ್ಣಲ್ಲಿ ನೀರು ಬಂತು.

ತಾವು ಅದೇ ಸ್ಥಿತಿಯಲ್ಲಿದ್ದರೆ ಹೆಣ್ಣು ಮಕ್ಕಳ ಮದುವೆಯನ್ನು ಅಷ್ಟು ವಿಜೃಂಭಣೆಯಿಂದ ಮಾಡೋದಿಕ್ಕೆ ಆಗುತ್ತ ಇತ್ತೆ? ಇಷ್ಟು ಒಳ್ಳೆ ಜೀವನ ನಡೆಸುವುದಕ್ಕೆ ಆಗುತ್ತಿತ್ತೆ?

ತಮ್ಮ ಆಲೋಚನೆಗಳನ್ನೆಲ್ಲ ಬದಿಗೊತ್ತಿ ಮಗ ಬರುವವರೆಗೆ ಕಾದು ಕುಳಿತರು. ರಂಗಣ್ಣನವರು ಬಂದ ಮಾರನೆಯ ದಿನ ಸತೀಶ ಬಂದಿಳಿದ.

ಮಗನ ಬಳಿ ತಮ್ಮ ಉದ್ದೇಶ ತಿಳಿಸಿ ತಮಗೂ ಸೊಸೆಗೂ ನಡೆದ ಸಂಭಾಷಣೆಯನ್ನ ತಿಳಿಸಿದರು.

ಸತೀಶನ ಒಳ್ಳೆಯ ಹೃದಯ ಮಡದಿಯ ಉದಾತ್ತ ಗುಣಗಳಿಗೆ ಮಾರು ಹೋಯಿತು.

"ಹೌದಣ್ಣ, ಅವಳು ಹೇಳೋದರಲ್ಲಿ ಅರ್ಥವಿದೆ. ಇಪ್ಪತ್ತು ಸಾವಿರವಲ್ಲ, ಇಪ್ಪತ್ತು ಪೈಸೆನೂ ನಾನು ಕೊಡೋಕೆ ಸಿದ್ಧವಿಲ್ಲ. ಅಂತಹ ವರದಕ್ಷಿಣೆ ಆಸೆಗೆ ಮದುವೆಯಾಗುವ ಗಂಡುಗಳಿಗೆ ಧಿಕ್ಕಾರ. ಅಲ್ಲಿನ ಜಮೀನು ರೂಢಿಸಿಕೊಂಡು ಹೋಗುವಂಥ ಸಾಮಾನ್ಯ ಗಂಡನ್ನ ನೋಡಿ."

ಮಗನ ಮಾತಿನಿಂದ ರಂಗಣ್ಣನವರು ಕೆರಳಿ ಕೆಂಡವಾದರು.

"ಇದೆಲ್ಲ ನಿನ್ನ ಹೆಂಡತಿ ಚಿತಾವಣೆ ಅಂತ ಕಾಣಿಸುತ್ತೆ. ಇರೋ ಜಮೀನೆಲ್ಲ ಮಾರಿ ಅವಳ ಮದುವೆ ಮಾಡುತ್ತೀನಿ, ನೋಡುತ್ತ ಇರು" ಎಂದು ಕಾಲು ಅಪ್ಪಳಿಸಿದರು.

"ಅಣ್ಣ, ವೃಥಾ ಅಂತಹ ಪ್ರಯತ್ನ ಮಾಡಬೇಡಿ. ಆ ಜಮೀನು ಅನ್ಯಾಯವಾಗಿ ನಾವು ಅನುಭವಿಸುತ್ತ ಇದ್ದೀವಿ. ನೀವಾಗಿ ನಿಮ್ಮ ಮಕ್ಕಳಾಗಲಿ ಆ ಜಮೀನಿನಲ್ಲಿ ಕಷ್ಟಪಟ್ಟು ಕೆಲಸ ಮಾಡಿ ಬೆಳೆ ತೆಗೀತಾ ಇಲ್ಲ. ಯಾರು ಆ ಜಮೀನಿನ ಸೇವೆ ಮಾಡುತ್ತ ಇದಾರೋ ಅವರಿಗೆ ಸೇರುತ್ತೆ ಆ ಜಮೀನು. ನಾನೂ ಈಗಲೇ ಅದಕ್ಕೆ ಸಂಬಂಧಪಟ್ಟವರಿಗೆ ತಿಳಿಸಿ ಆ ಜಮೀನನ್ನ ಅವರಿಗೆ ಕೊಡಿಸುವ ವ್ಯವಸ್ಥೆ ಮಾಡುತ್ತೀನಿ. ನೀವು, ಅಮ್ಮ, ನಳಿನಿ ಇಲ್ಲಿ ಬಂದಿರಿ" ಎಂದವನೆ ಕಾರನ್ನು ಷೆಡ್ಡಿನಿಂದ ಹೊರಗೆ ತೆಗೆದು ಫ್ಯಾಕ್ಟರಿಗೆ ಹೊರಟುಬಿಟ್ಟ.

ಅವನಿಗೆ ತಾಯಿ ತಂದೆಯ ವಿಷಯದಲ್ಲಿ ಅಸಹ್ಯ ಭಾವನೆ ಉದಯಿಸಿತ್ತು. ಅಂದು ತಾವು ಬಡತನದಲ್ಲಿದ್ದಾಗ ಮನೆಯ ಪ್ರತಿಯೊಬ್ಬರೂ ತಮ್ಮ ಹೊಲ, ಗದ್ದೆಗಳಲ್ಲಿ ದುಡಿಯಲು ಹೋಗುತ್ತಿದ್ದರು. ಈಗ ದುಡಿಯುವುದಿರಲಿ ಆ ಕಡೆಯೇ ಹೋಗುತ್ತಿರಲಿಲ್ಲ. ಮನುಷ್ಯನನ್ನ ಸಿರಿತನ ಎಂತಹ ಸೋಮಾರಿಯನ್ನಾಗಿ ಮಾಡುತ್ತದೆ?

ಕಾರನ್ನ ಕಾಂಪೌಂಡಿನಲ್ಲಿ ನಿಲ್ಲಿಸಿದ ಸತೀಶ ಮಹಡಿ ಹತ್ತಿ ರಘುಪತಿಯವರ ಕೋಣೆಗೆ ಹೋದ. ಅವರು ಯಾರೊಡನೆಯೋ ಸಂಭಾಷಣೆ ನಡೆಸುತ್ತಿದ್ದರು.

ಬಂದವರು ಹೋದ ಮೇಲೆ ರಘುಪತಿಯವರು ಸತೀಶನ ಕಡೆ ಗಮನ ಕೊಟ್ಟು ಅಲ್ಲಿನ ವಿಷಯದ ಬಗ್ಗೆ ಮಾತುಕತೆ ನಡೆಸಿ ಅವನ ಕುಶಲತೆಗೆ ತಲೆದೂಗಿದರು.

ಸತೀಶನ ಬಗ್ಗೆ ಅವರಲ್ಲಿ ಅಪಾರ ಅಭಿಮಾನ ಮೂಡಿತ್ತು. ಅವನೆಂದೂ ಬೇರೆಯವರಿದ್ದಾಗ ಶೋಭಳ ಜೊತೆ ಸಲಿಗೆಯಿಂದ ವರ್ತಿಸುವುದಿರಲಿ, ಅವರ ಊಹೆಗೂ ಸಹ ಸಿಕ್ಕದಂತೆ ವರ್ತಿಸುತ್ತಿದ್ದ. ಅಷ್ಟೆ ಅಲ್ಲದೆ ಫ್ಯಾಕ್ಟರಿಯ ಎಲ್ಲಾ ಕೆಲಸಗಳನ್ನ ಅತಿ ಬುದ್ಧಿವಂತಿಕೆಯಿಂದ ನಿರ್ವಹಿಸಿ ಕೆಲಸಗಾರರ, ಯೂನಿಯನ್ನಿನ ಪ್ರೀತಿ ವಿಶ್ವಾಸಕ್ಕೆ ಪಾತ್ರನಾಗಿದ್ದ.

"ಶೋಭ ಫೋನ್ ಮಾಡಿದ್ದಳು..." ಎಂದು ಹೇಳಿ ಅವನು ತಂದಿದ್ದ ಕಾಗದ ಪತ್ರಗಳಲ್ಲಿ ಮಗ್ನರಾದರು ರಘುಪತಿಯವರು.

ಅದು ಮನೆಗೆ ಹೋಗಲು ಸೂಚನೆ ಎಂದರಿತ ಸತೀಶ ಅವರಿಗೆ ವಂದಿಸಿ ಕೆಳಗಿಳಿದು ಬಂದು ಕಾಂಪೌಂಡಿನಲ್ಲಿದ್ದ ಕಾರನ್ನು ಸ್ಟಾರ್ಟ್ ಮಾಡಿಕೊಂಡು 'ಶೋಭಾ ವಿಲ್ಲಾ' ಕಡೆ ನಡೆಸಿದ.

ವಾಚ್‌ಮನ್ ಗೇಟು ತೆಗೆದು ಸೆಲ್ಯೂಟ್ ಹೊಡೆದ. ಎದುರು ಸಿಕ್ಕಿದ ಆಳು ರಂಗಸ್ವಾಮಿ ಕೈ ಮುಗಿದು ಹಲ್ಲು ಕಿರಿದ. ಸತೀಶನಿಗೆ ಯಾವುದೂ ಬೇಕಿರಲಿಲ್ಲ. ರೂಢಿಯಂತೆ ಅವನ ಕಾಲುಗಳು ಮಹಡಿಯ ಮೇಲಿದ್ದ ಶೋಭಳ ಕೋಣೆ ಕಡೆ ಹೆಜ್ಜೆ ಹಾಕಿದವು.

ಸತೀಶನ ಹೆಜ್ಜೆಯ ಸದ್ದು ಕೇಳಿ ಬಾಗಿಲಿಗೆ ಬಂದ ಶೋಭ ಅವನನ್ನು ಮಗುವಿನಂತೆ ಅಪ್ಪಿದಳು. ಅವಳ ಒಲವಿಗೆ ಪ್ರತಿ ಒಲವು ತೋರುವ ಅವನ ಹೃದಯ ಕಲ್ಲಿನಂತಾಗಿತ್ತು. ಅದರಲ್ಲಿದ್ದ ಪ್ರೇಮದ ಜಲ ಬತ್ತಿ ಹೋಗಿತ್ತು.

ಅವಳಿಂದ ಬಿಡುಗಡೆ ಹೊಂದಿದ ಸತೀಶ ಸೋಫಾದ ಮೇಲೆ ಹೋಗಿ ಕುಳಿತ. ಅವನ ಪಕ್ಕದಲ್ಲೇ ಬಂದು ಕುಳಿತ ಶೋಭ ನಸುಮುನಿಸು ತೋರಿಸುತ್ತ.

"ನೀವು ಬಾಂಬೆಗೆ ಹೋಗೋವಾಗ ನನಗೇಕೆ ತಿಳಿಸಲಿಲ್ಲ?" ಅವಳ ಮಾತಿನಲ್ಲಿ ಆಕ್ಷೇಪಣೆ ಇತ್ತು.

"ನಿಮ್ಮ ತಂದೆ ತಿಳಿಸಿರಬೇಕಲ್ಲ?" ಎಂದ ಮೃದುವಾಗಿ.

"ಬಿಡಿ ಬಿಡಿ ಅವರ ಸ್ವಂತಕ್ಕೆ ಆಗೋ ಕೆಲಸವಿದ್ದರೆ ಅವರು ಯಾರನ್ನೂ ಲೆಕ್ಕಿಸುವುದಿಲ್ಲ ಅನ್ನೋ ಸಂಗತಿ ನನಗೆ ಗೊತ್ತು" ಎಂದು ಹೇಳಿದ ಶೋಭ ಉದ್ರೇಕದಿಂದ ಅವನನ್ನು ಅಪ್ಪಿಕೊಂಡಳು.

ಅವಳ ಯೌವನಭರಿತ ದೇಹ, ಮಾಟವಾದ ಅಂಗಾಂಗಗಳು ಅವನಿಗೆ ಯಾವ

ಉದ್ರೇಕವನ್ನೂ ಉಂಟುಮಾಡಲಿಲ್ಲ.

ಅವನು ಉದಾಸೀನ ಕಂಡ ಶೋಭ ಸಿಡಿಮಿಡಿಗೊಂಡಳು.

"ನೀವು ಯಾಕೋ ಒಂದು ತರಹ ಆಗಿಬಿಟ್ಟಿದ್ದೀರಿ."

"ಯಾಕೋ ಬಹಳ ಆಯಾಸವಾಗಿದೆ. ಒಂದು ಗಳಿಗೆ ಮಲಗಿದರೆ ಸರಿ ಹೋಗಬಹುದು" ಎಂದ ಮಂಚದ ಕಡೆ ನೋಡುತ್ತ, ಫೋನ್ ಬಾರಿಸಿದ್ದರಿಂದ ಶೋಭ ಅವನ ಮಾತಿನ ಕಡೆ ಗಮನ ಕೊಡದೇ ಎದ್ದು ಹೋದಳು.

ಫೋನ್‌ನಲ್ಲಿ ಮಾತಾಡಿ ಬಂದ ಶೋಭ "ನಾನು ಈಗಲೇ ಗೆಳತಿ ಮನೆಗೆ ಹೋಗಬೇಕಾಗಿದೆ. ಬೇಗ ಬಂದುಬಿಡುತ್ತೀನಿ ಮಲಗಿರಿ" ಎಂದವಳೆ ಆತುರಾತುರವಾಗಿ ಮೇಕಪ್ ಮುಗಿಸಿ ಕೆಳಗಿಳಿದು ಹೋದಳು.

ಸತೀಶ ಅಡಿಗೆಯವನಿಗೆ ತಾನು ಮನೆಗೆ ಹೋಗುವ ವಿಷಯ ತಿಳಿಸಿ ಹೊರಗೆ ಬಂದ. ಅವನ ಕಾರು ವಿಲ್ಸನ್‌ಗಾರ್ಡನ್ ಹಾದಿ ಹಿಡಿಯಿತು. ಬಂದಾಗಿನಿಂದ ಅವನು ಮಡದಿಯ ಬಳಿ ಮಾತನಾಡೇ ಇರಲಿಲ್ಲ. ಎಲ್ಲ ಹೆಣ್ಣುಗಳಂತೆ ಹಲ್ಲು ಕಿರಿದುಕೊಂಡು ಅವನ ಹಿಂದೆ ಮುಂದೆ ಓಡಾಡುತ್ತ ಒಡವೆ, ವಸ್ತುಗಳಿಗೆ ಆಶಿಸುತ್ತಿದ್ದರೆ ಅವನು ಇಷ್ಟಾಗಿ ಮನಸ್ಸಿಗೆ ಹಚ್ಚಿಕೊಳ್ಳುವ ಪ್ರಮೇಯವಿರುತ್ತಿರಲಿಲ್ಲ. ಆದರೆ ಅವಳು ತನ್ನ ಆದರ್ಶ ನಡತೆ, ಮನಸ್ಥೈರ್ಯದಿಂದ ಅವನನ್ನು ಹಿಂಸೆಗೀಡು ಮಾಡುತ್ತಿದ್ದಳು.

ಕಾರಿನ ಶಬ್ದ ಕೇಳೀ ಗಂಡ ಬಂದಿರಬಹುದೆಂದು ತಿಳಿದಿದ್ದ ಅನುಪಮ ಪುಸ್ತಕಗಳನ್ನು ಎತ್ತಿಟ್ಟು ಹೊರಗೆ ಬಂದಳು. ಸತೀಶನ ಮುಖ ಮಂಕಾಗಿತ್ತು. ಇಬ್ಬರು ನಾರಿಯರ ಮಧ್ಯೆ ಸಿಕ್ಕಿ ಅವನು ನಲುಗಿಹೋಗಿದ್ದ.

ಬಂದವನೇ ಸೋಫಾದ ಮೇಲೆ ಬಟ್ಟೆ ಸಹ ಬದಲಾಯಿಸದೇ ಕುಕ್ಕರಿಸಿದ್ದ.

ಅನುಪಮ ಬಂದವಳೇ ಯಾವ ಅಳುಕೂ ಇಲ್ಲದೆ ಅವನ ಟೈ ಗಂಟು ಸಡಿಲಿಸಿ ಕೋಟು ಬಿಚ್ಚಿದಳು. ಸತೀಶ ತಾನೇ ಷೂ ಕಳಚಿ ಪಕ್ಕಕ್ಕಿಟ್ಟು ಬಟ್ಟೆ ಬದಲಾಯಿಸಿ ಬಂದು ಮಂಚದ ಮೇಲೆ ಉರುಳಿದ.

ಗಂಡನ ಬಗ್ಗೆ ಅನುಕಂಪ ಉಕ್ಕಿ ಬಂತು ಅನುಪಮಳಿಗೆ. ಆದರೆ ಅವಳು ಸೋಲುವ ಸ್ಥಿತಿಯಲ್ಲಿರಲಿಲ್ಲ. ಹೆಣ್ಣು ಬರೀ ಭೋಗ ವಸ್ತು, ಆಸೆಗಳ ಅಪರಾವತಾರ ಎನ್ನುವ ನುಡಿಗೆ ತಾನು ಹೊರತಾಗಬೇಕು. ಮಡದಿ ಕೇವಲ ಗಂಡನ ದೇಹತೃಷೆ ಹಿಂಗಿಸುವ ಸಾಧನವಲ್ಲ. ಅವನ ಹಿತೈಷಿ. ಅವನು ತಪ್ಪಿ ನಡೆದಾಗ ತಿದ್ದುವ ಶಿಕ್ಷಕಿ.

"ಸ್ವಲ್ಪ ಊಟ ಮಾಡಿ ಮಲಗಿ" ಎಂದಳು.

ಮಡದಿಯ ಆ ನುಡಿ ತಾಯಿನುಡಿಯಂತೆ ಸವಿಯಾಗಿತ್ತು ಅವನ ಪಾಲಿಗೆ. ಶೋಭ, ಅನುಪಮ ಇಬ್ಬರು ಉತ್ತರ ದಕ್ಷಿಣ ಧ್ರುವಗಳಂತೆ ಅವನಿಗೆ ಗೋಚರಿಸಿದರು.

ಕಣ್ಣು ತೆರೆದು ಸತೀಶ ಮಡದಿಯ ಕಡೆ ನೋಡಿದ. ಅವಳೊಬ್ಬ ದೇವತೆಯಂತೆ

ಕಂಡಳು ಅವನಿಗೆ.

ಮೋಡಿಗೆ ಬಿದ್ದವನಂತೆ ಎದ್ದು ಅವಳನ್ನು ಹಿಂಬಾಲಿಸಿದ. ಮಡದಿ ಬಡಿಸಿದ್ದನ್ನು ಹೊಟ್ಟೆ ತುಂಬ ತಿಂದು ಬಂದು ಪೋರ್ಟಿಕೋದಲ್ಲಿ ಕುಳಿತ.

ಅನುಪಮ ಅವನ ಮುಂದಿದ್ದ ಟೀಪಾಯಿ ಮೇಲೆ ಹಾಲು ತಂದಿರಿಸಿ ಹಿಂದಿರುಗಿದಳು.

ಶೋಭ ಕುಡಿಸುತ್ತಿದ್ದ ವಿಸ್ಕಿಗಿಂತ ಅನುಪಮಳ ಕೈ ತಂದ ಹಾಲೇ ಅವನಿಗೆ ಪ್ರಿಯವೆನಿಸಿತು.

* * *

ಮಹಿಳಾ ಸಮಾಜದ ಮಹಿಳಾಮಣಿಗಳು ಇದ್ದಕ್ಕಿದ್ದಂತೆ ಬಂದಾಗ ಅನುಪಮಳಿಗೇನೂ ಆಶ್ಚರ್ಯವಾಗಲಿಲ್ಲ.

"ನೋಡಿ, ಎಲ್ಲಾ ಕೆಲಸ ಕಾರ್ಯಗಳು ಸುಗಮವಾಗಿ ನೆರವೇರಿದವು. ಶ್ರೀಮಾನ್ ರಘುಪತಿಯವರು ನಮ್ಮ ಸಮಾಜದ ಉದ್ಘಾಟನಾ ಸಮಾರಂಭಕ್ಕೆ ಅಧ್ಯಕ್ಷತೆ ವಹಿಸಲು ಒಪ್ಪಿದ್ದಾರೆ. ಶ್ರೀಯುತ ಸತೀಶ್‌ರವರು 'ಮಹಿಳಾ ಸ್ವಾತಂತ್ರ್ಯ'ದ ಬಗ್ಗೆ ಮಾತನಾಡಲು ಒಪ್ಪಿದ್ದಾರೆ. ನೀವೇ ಕಾರ್ಯದರ್ಶಿನಿಯಾಗಿರುವುದರಿಂದ ನೀವೇ ಕಾರ್ಯಕ್ರಮ ನಡೆಸಬೇಕು" ಎಂದು ಹೇಳಿ ಮುಗಿಸಿದ ನಿರ್ಮಲಾ ಮಿಕ್ಕವರ ಕಡೆ ನೋಡಿದರು.

ಅವರೆಲ್ಲ ಒಂದೇ ಮಾತಿನಲ್ಲಿ 'ಅಸ್ತು' ಎಂದರು.

ಅನುಪಮ ಸುಸ್ತಾಗಿ ಕುಳಿತಳು, ಅವರ ಮಾತುಗಳನ್ನು ಕೇಳಿ. ಅವಳಿಗೆ ಈ ತರಹ ಕಾರ್ಯಕ್ರಮಗಳೇ ಇಷ್ಟವಿಲ್ಲ. ಅಂಥದರಲ್ಲಿ ಅಂದು ಅಡ್ಡ ಗೋಡೆಯ ಮೇಲೆ ದೀಪವಿಟ್ಟಂತೆ ಒಪ್ಪಿಗೆ ತಿಳಿಸಿ ಅವರನ್ನು ಸಾಗಹಾಕಿದ್ದಳು.

"ನೋಡಿ, ಬೇಸರ ಮಾಡಿಕೋಬೇಡಿ. ಕಾರ್ಯದರ್ಶಿನಿ ಅಂದರೆ ಎಲ್ಲ ಕೆಲಸದಲ್ಲೂ ಆಸಕ್ತಿ, ಚಟುವಟಿಕೆ ಇರಬೇಕು. ಅಧ್ಯಕ್ಷಿಣಿ ಮಾತೆಂದರೆ ವೇದವಾಕ್ಯ ಎಂದು ತಿಳಿದು ಕೆಲಸ ಮಾಡುವಂಥವಳಿರಬೇಕು. ಈ ಎರಡು ಗುಣಗಳು ನನ್ನಲ್ಲಿ ಕೊರತೆ. ನಾಳೆ ನಿಮ್ಮ ಸಮಾಜದ ಚಟುವಟಿಕೆಗಳು ಏರುಪೇರಾದರೆ ನನ್ನನ್ನು ನಿಂದಿಸಬೇಡಿ. ಯೋಚನೆ ಮಾಡಿ ನಿರ್ಧಾರಕ್ಕೆ ಬನ್ನಿ" ಎಂದು ಹೇಳಿದವಳೇ ಅನುಪಮ ಅಡಿಗೆಯ ಮನೆಗೆ ಹೋದಳು.

ಅವರುಗಳು ತಮ್ಮ ತಮ್ಮಲ್ಲೇ ಮಾತನಾಡಿ ನಿರ್ಧಾರಕ್ಕೆ ಬರಲಿ ಎಂಬುದು ಅವಳ ಉದ್ದೇಶವಾದರೆ, ಅಡಿಗೆಯವನು ಹೊರಗೆ ಹೋಗಿದ್ದರಿಂದ ಬಂದ ಅತಿಥಿಗಳಿಗೆ ಪಾನೀಯದ ಏರ್ಪಾಡು ಮಾಡುವುದು ಎರಡನೇ ಉದ್ದೇಶವಾಗಿತ್ತು.

ಮಹಿಳಾಮಣಿಗಳು ತಮ್ಮ ತಮ್ಮಲ್ಲೇ ಗುಸುಗುಸು ಶುರು ಮಾಡಿದರು. ಅವರಲ್ಲಿ ಪ್ರತಿಯೊಬ್ಬರಿಗೂ ಕಾರ್ಯದರ್ಶಿನಿಯಾಗುವ ಆಸೆ ಇತ್ತು. ಅದೂ ಅಲ್ಲದೇ ದೊಡ್ಡ

ಫ್ಯಾಕ್ಟರಿಗೆ ಒಡತಿಯಾಗಿರುವ ಶೋಭಾಳ ಜೊತೆ ಆಗಾಗ ಮಾತನಾಡುವ ಭಾಗ್ಯ ತಮ್ಮದಾಗುವುದೆಂದು ಆಶಿಸುತ್ತಿದ್ದರು.

ತಮ್ಮತಮ್ಮಲ್ಲೇ ಕಿತ್ತಾಡತೊಡಗಿದರೇ ವಿನಃ ಒಮ್ಮತವಾಗಿ ಒಬ್ಬರನ್ನೂ ಚುನಾಯಿಸಲಿಲ್ಲ.

ಅನುಪಮ ಹಾರ್ಲಿಕ್ಸ್, ಲೋಟಗಳು ಮತ್ತು ಕೆಟಲನ್ನ ಹಿಡಿದು ಹೊರಗೆ ಬಂದಾಗ ಎಲ್ಲರ ಮುಖಗಳು ವಕ್ರವಕ್ರವಾಗಿದ್ದವು. ಅವರೆಲ್ಲರೂ ಒಟ್ಟಿಗೆ ಬಂದಿದ್ದರೂ ಎಲ್ಲರು ಒಬ್ಬರನ್ನೊಬ್ಬರು ದ್ವೇಷಿಸುವಂತೆ ಕಂಡರು.

"ತಗೊಳ್ಳಿ ಹಾರ್ಲಿಕ್ಸ್, ಆಮೇಲೆ ನಿಧಾನವಾಗಿ ಯೋಚಿಸಿದರೆ ಆಯಿತು" ಎಂದು ಒಬ್ಬೊಬ್ಬರ ಕೈಗೂ ಒಂದೊಂದು ಲೋಟ ಇತ್ತು ಪ್ರತ್ಯೇಕ ಉಪಚಾರ ಮಾಡಿದಳು.

ಅವರ ಮುದುರಿದ ಮನಗಳು ಅನುಪಮಳ ಉಪಚಾರದಿಂದ ಸ್ವಲ್ಪಮಟ್ಟಿಗೆ ಉಲ್ಲಸಿತವಾಯಿತು. ಆದರೂ ಹಿಂದಿನ ಪ್ರಸನ್ನತೆಗೆ ಮರಳಿ ಬರಲಿಲ್ಲ.

ಅವರುಗಳೆಲ್ಲ ಕುಡಿದು ಮುಗಿಸುವವರೆಗೂ ಸುಮ್ಮನಿದ್ದ ಅನುಪಮ ಪ್ರಶ್ನಿಸಿದಳು.

"ಈಗ ನಿಮ್ಮ ತೀರ್ಮಾನವೇನು? ಯಾರು ಈ ಜಾಗಕ್ಕೆ ಅರ್ಹರು?"

"ನಿಮ್ಮ ಮನೆಗೆ ಬರೋದಿಕ್ಕೆ ಮುಂಚೆ ನಾವು ನಿರ್ಯೋಚನೆಯಿಂದ ಇದ್ದೆವು. ಇಲ್ಲಿಗೆ ಬಂದ ಮೇಲೆ ನೀವು ನಮಗೊಂದು ದೊಡ್ಡ ಸಮಸ್ಯೆ ತಂದಿಟ್ಟಿರಿ. ಈಗ ಎಲ್ಲರೂ ಕಾರ್ಯದರ್ಶಿ ಆಗಬೇಕೂಂತ ಹೊಡೆದಾಡುತ್ತಿದ್ದಾರೆ. ಈಗ ನಾನೇನು ಮಾಡಲಿ?" ಎಂದು ಫ್ಯಾಕ್ಟರಿಯ ಕಮರ್ಷಿಯಲ್ ಮ್ಯಾನೇಜರ್ ಆಗಿದ್ದ ಮಂಜುನಾಥರ ಪತ್ನಿ ಶ್ರೀದೇವಿ ಹೇಳಿದರು.

"ಹೋಗಲಿ ನೀವೇ ಆಗಿಬಿಡಿ" ಎಂದಳು ನಗುತ್ತ ಅನುಪಮ.

"ಅದು ಮಾತ್ರ ಸಾಧ್ಯವಿಲ್ಲ. ಹಿಂದೆ ಸಮಾಜದ ಅಧ್ಯಕ್ಷಿಣಿ ಇವರೇ ಆಗಿದ್ದರು. ಆದ್ದರಿಂದಲೇ ಅದು ಅಸ್ತಿತ್ವವಿಲ್ಲದೇ ಹಾಳಾಗಿದ್ದೂ." ಇದು ರಘುಪತಿಯವರ ಪರ್ಸನಲ್ ಅಸಿಸ್ಟೆಂಟ್ ಆಗಿದ್ದ ಅಯ್ಯರ್‌ರವರ ಪತ್ನಿ ರಾಗಿಣಿಯ ದೂರು.

ರಾಗಿಣಿಯ ಮಾತನ್ನು ಕೇಳಿದ ತಕ್ಷಣ ಶ್ರೀದೇವಿ ಕೆರಳಿ ಕೆಂಡವಾದರು.

"ಇವರಪ್ಪ ಪುಢಾರಿ. ಅದಕ್ಕೆ ಇವಳಿಗೆ ತರಲೆ ಹಚ್ಚುವ ಕೆಲಸ ಪ್ರಿಯ. ಇವಳ ತಲೆಯಿಂದಲೇ ಸಮಾಜ ಹಾಳಾಗಿದ್ದು."

ರಾಗಿಣಿಯ ಮಾತು ಕೇಳಿದ ಕೂಡಲೇ ಸೊಂಟಕ್ಕೆ ಸೆರಗನ್ನು ಬಿಗಿದು ಎದ್ದುನಿಂತರು ಶ್ರೀದೇವಿ.

ಪರಿಸ್ಥಿತಿ ಹತೋಟಿ ಮೀರುತ್ತೆ ಎಂದು ತಿಳಿದ ಅನುಪಮ "ದಯವಿಟ್ಟು ಕೂತ್ಕೊಳ್ಳಿ. ಸುಮ್ಮನೆ ನಾವು ನಾವು ಮಾತಾಡಿ ವೈಷಮ್ಯ ಬೆಳೆಸಿಕೊಳ್ಳುವ ಬದಲು ಅಧ್ಯಕ್ಷಿಣಿಯಾದ

ಶೋಭಾದೇವಿಯವರನ್ನೇ ಒಂದು ಮಾತು ಕೇಳಿಬಿಡಿ. ಅವರು ಸೂಚಿಸಿದವರನ್ನು ಮಾಡಿಬಿಟ್ಟರೆ ತಕರಾರೇ ಇರೋಲ್ಲ."

ಅನುಪಮಳ ಮಾತು ಎಷ್ಟೋ ಜನಕ್ಕೆ ಹಿಡಿಸದಿದ್ದರೂ ಸತೀಶನ ವ್ಯಕ್ತಿತ್ವ ಆ ಫ್ಯಾಕ್ಟರಿಯೊಳಗೆ ಎಷ್ಟರಮಟ್ಟಿಗೆ ಇದೆ ಎಂದು ಅರಿತಿದ್ದ ಅವರುಗಳು ಒಲ್ಲದ ಮನಸ್ಸಿನಿಂದ ತಲೆದೂಗಿದರು.

ಅವರುಗಳನ್ನು ಕಳುಹಿಸಿಕೊಟ್ಟ ಅನುಪಮ ಸಮಾಧಾನದ ಉಸಿರು ಬಿಟ್ಟಳು.

ಅವರುಗಳ ಸ್ವಭಾವಗಳನ್ನು ನೋಡಿಯೇ ಮುಂದೆ ಇವರು ಸ್ಥಾಪಿಸುವ ಮಹಿಳಾ ಸಮಾಜ ಹೇಗಿರಬಹುದು? ಅದರಿಂದ ಎಷ್ಟು ಮಹಿಳೆಯರಿಗೆ ಪ್ರಯೋಜನ ವಾಗಬಹುದು ಎಂದು ಊಹಿಸಿಕೊಂಡಿದ್ದಳು.

ಬಂದ ಮಹಿಳಾಮಣಿಗಳನ್ನು ರಘುಪತಿಯವರೇ ಸ್ವಾಗತಿಸಿದರು. ಅವರುಗಳೆಲ್ಲ ತಮ್ಮ ಫ್ಯಾಕ್ಟರಿಯ ಮೇಲ್ದರ್ಜೆ ನೌಕರರ ಪತ್ನಿಯರು. ಅಂತಹವರನ್ನು ಅನಾದರವಾಗಿ ಕಂಡು ತಮ್ಮ ಸ್ಥಾನವನ್ನು ಹಾಳು ಮಾಡಿಕೊಳ್ಳುವುದಕ್ಕೆ ಅವರಿಗಿಷ್ಟವಿರಲಿಲ್ಲ.

ಶೋಭಳನ್ನು ಕೂಗಿ ಅವರುಗಳು ಬಂದ ಸಮಾಚಾರವನ್ನು ತಿಳಿಸಿದರು.

ಸತೀಶನ ವಿಮುಖತೆಯಿಂದ ಬೇಸರಗೊಂಡಿದ್ದ ಶೋಭ ಅಸಮಾಧಾನದಿಂದಲೇ ಬಂದು ಅವರ ಎದುರಿನಲ್ಲಿ ಕುಳಿತಳು.

ಎಲ್ಲ ಮುಗಿದಿತ್ತಲ್ಲ! ಈಗ ನೀವುಗಳು ಬಂದ ಕಾರಣ" ಎಂದಳು ಅವರುಗಳ ಮುಖವನ್ನು ತೀಕ್ಷ್ಣವಾಗಿ ನೊಡುತ್ತಾ.

"ಮಿಸೆಸ್ ಸತೀಶ್ ಕಾರ್ಯದರ್ಶಿನಿಯಾಗುವುದಕ್ಕೆ ಒಪ್ಪಿಕೊಳ್ಳಲಿಲ್ಲ" ಎಂದಳು ಯೂನಿಯನ್ ಪ್ರೆಸಿಡೆಂಟ್ ಹೆಂಡತಿ ಪ್ರಮೀಳಾ ನಾಡಕರ್ಣಿ. ಶೋಭಳ ಒಳ ಜೀವನದ ಪರಿಚಯವಿದ್ದುದ್ದರಿಂದಲೇ ಅನುಪಮ ಎನ್ನುವ ಬದಲು ಮಿಸೆಸ್ ಸತೀಶ್ ಎಂದು ಒತ್ತಿ ಹೇಳಿದ್ದಳು.

ಶೋಭ ದುರದುರನೇ ಅವಳ ಕಡೆ ನೋಡಿದಳು.

"ಆದಷ್ಟು ಬಲವಂತ ಮಾಡಿ ಅವರನ್ನೇ ಒಪ್ಪಿಸಬೇಕಾಗಿತ್ತು" ಎಂದಳು ಶೋಭ ಬೇಸರದಿಂದ.

"ಅವರು ಬೇಡ ಅಂದಿದ್ದರೆ ಬಲವಂತ ಮಾಡಬಹುದಾಗಿತ್ತು. ಆದರೆ ಅವರ ಸ್ವಭಾವಕ್ಕೂ ವ್ಯತಿರಿಕ್ತವಾದ ಕೆಲಸವಂತೆ ಇದು. ಸ್ವಭಾವಕ್ಕೆ ವಿರುದ್ಧವಾಗಿ ಕಾರ್ಯಗಳನ್ನು ಒಪ್ಪಿಕೊಂಡರೆ ಅಧೋಗತಿಗೆ ಇಳಿಯುತ್ತೆ. ಆದ್ದರಿಂದ ನೀವೇ ಯೋಚನೆ ಮಾಡಿ ತೀರ್ಮಾನಕ್ಕೆ ಬನ್ನಿ ಅಂತ ನಮಗೆ ಹೇಳಿದರು" ಎಂದಳು ಶ್ರೀದೇವಿ.

"ಆದರೆ ನಮ್ಮಲ್ಲಿ ಒಮ್ಮತವೇ ಇಲ್ಲದಿದ್ದರಿಂದ ತೀರ್ಮಾನವಾಗಲಿಲ್ಲ. ಈಗ ತಾವೇ

ಕಾರ್ಯದರ್ಶಿಯ ಸ್ಥಾನಕ್ಕೆ ಯಾರನ್ನಾದರೂ ಆಯ್ಕೆ ಮಾಡಿ" ಎಂದು ಹೇಳಿ ರಾಗಿಣಿ ಶ್ರೀದೇವಿಯ ಕಡೆಗೆ ನೋಡಿದಳು.

ಶ್ರೀದೇವಿ ತಲೆ ತಗ್ಗಿಸಿ ಕುಳಿತಳು.

ಬೇಸರದಿಂದ ಶೋಭ ತಂದೆಯ ಕಡೆ ನೋಡಿದಳು.

ಅವರು ಅನುಪಮಳ ಜಾಣ್ಮೆಗೆ ತಲೆದೂಗುತ್ತ ಯೋಚಿಸುತ್ತಿದ್ದವರು ಸನ್ನೆ ಮಾಡಿ ಹೊರಗೆ ನಡೆದರು.

"ಸಾರಿ, ಇವತ್ತು ನಾನು ಅರ್ಜೆಂಟಾಗಿ ಎಲ್ಲೋ ಹೋಗಬೇಕಾಗಿದೆ. ಇನ್ನೊಂದು ದಿನ ನೋಡೋಣ" ಎಂದ ಶೋಭ ಹೊರಗೆ ಹೋಗಿ ತಂದೆಯ ಜೊತೆಯಲ್ಲಿ ಕಾರಿನಲ್ಲಿ ಕುಳಿತಳು.

ಕಾರು ನೇರವಾಗಿ ಫ್ಯಾಕ್ಟರಿಯ ಕಾಂಪೌಂಡಿಗೆ ಬಂತು. ಇಬ್ಬರೂ ಇಳಿದು ಮೇಲೆ ನಡೆದರು.

ರಘುಪತಿಯವರು ಮೆಲ್ಲನೇ ಸತೀಶನ ಕೋಣೆ ಕಡೆ ದೃಷ್ಟಿ ಹೊರಳಿಸಿದರು. ಅವನು ಯಾವುದೋ ಫೈಲುಗಳಲ್ಲಿ ಮಗ್ನವಾಗಿದ್ದನ್ನು ನೋಡಿ ತಮ್ಮ ಕೋಣೆಗೆ ನಡೆದರು. ಶೋಭ ಅವರನ್ನು ಹಿಂಬಾಲಿಸಿದಳು.

ರಘುಪತಿಯವರ ಟೇಬಲ್ಲು ಮೇಲೆ ಹತ್ತಾರು ಟಪಾಲು ಪತ್ರಗಳು ಬಿದ್ದಿದ್ದವು. ಅವುಗಳಲ್ಲಿ ವಿದೇಶದಿಂದ ಬರೆದ ಅನಿಲನ ಪತ್ರ ಅವರ ಕಣ್ಣಿಗೆ ಬಿದ್ದಿತು. ಆತುರದಿಂದ ತೆಗೆದು ಓದಿದರು. ಅದರ ತುಂಬೆಲ್ಲ ಬರೀ ಫ್ಯಾಕ್ಟರಿಯ ವಿಚಾರವೇ ತುಂಬಿತ್ತು. ಅವನು ಹಿಂದಿರುಗುವ ವಿಚಾರವಾಗಲಿ, ಇಲ್ಲ ಶೋಭಳ ಬಗ್ಗೆಯಾಗಲಿ ಬರೆದಿರಲಿಲ್ಲ. ಅವರ ಮನಸ್ಸು ಕಳವಳದಿಂದ ಒದ್ದಾಡಿತು.

"ಅನಿಲ ಇನ್ನು ಮೂರು ತಿಂಗಳಿಗೆ ಹಿಂದಿರುಗಿ ಬರಬೇಕು. ಆದರೆ ಅವನ ಪತ್ರಗಳಲ್ಲಿ ಹಿಂದಿರುಗುವ ಸುದ್ದಿನೇ ಎತ್ತೋದಿಲ್ಲವಲ್ಲ. ಇದು ಯಾಕೆ ಹೀಗಾಯಿತು? ನಿನಗೆ ಅಷ್ಟೊಂದು ಪತ್ರ ಬರೆಯುತ್ತಿದ್ದವನು ಒಂದು ಪತ್ರವನ್ನೂ ಸಹ ಬರೆಯಲೊಲ್ಲನಲ್ಲ" ಎಂದು ಚಿಂತಿತರಾಗಿ ಮಗಳಿಗೆ ಹೇಳಿದರು.

ಅನಿಲನ ಜಾಗವನ್ನು ಸತೀಶನು ಆವರಿಸಿಕೊಂಡಿದ್ದರಿಂದ ತಂದೆಯ ಮಾತು ಅವಳ ಮೇಲೆ ಯಾವ ಪರಿಣಾಮವನ್ನೂ ಬೀರಲಿಲ್ಲ.

"ಬೇಬಿ, ನೀನಾದರೂ ಅವನಿಗೆ ಪತ್ರ ಬರೀ" ಎಂದು ಹೇಳಿ ಮಗಳ ಮುಖ ನೋಡಿದರು. ಅವರಿಗೆ ನಿರಾಶೆಯಾಯಿತು. ಶೋಭ ಅವರಿಗೊಂದು ದೊಡ್ಡ ಸಮಸ್ಯೆಯಾಗಿದ್ದಳು. ಇದು ಇಷ್ಟರಮಟ್ಟಿಗೆ ಮುಂದುವರಿಯುವ ಊಹೆ ಸ್ವಲ್ಪ ಇದ್ದರೂ ಸತೀಶನಿಗೆ ಅವಕಾಶ ಕೊಡುತ್ತಿರಲಿಲ್ಲ. ಅವರಿಗೆ ಈಗ ಉಳಿದಿದ್ದು ಒಂದೇ ಸಮಾಧಾನ ಮದುವೆಯಾಗಿದೆ ಎಂದು ಮತ್ತು ಅವನ ಮಡದಿ ಸಾಧಾರಣ ಆಸೆ, ಆಮಿಷಕ್ಕೆ ಒಳಗಾಗದ

ಅಸಾಧಾರಣ ಹೆಣ್ಣೆಂದು.

ಇವರಿಬ್ಬರ ಯೋಚನೆಗಳಿಗೆ ಕಡಿವಾಣ ಹಾಕುವಂತೆ ಸತೀಶ ಯಾವುದೋ ಫೈಲಿನೊಡನೆ ಒಳಗೆ ಬಂದು ಫೈಲನ್ನು ರಘುಪತಿಯವರ ಮುಂದಿಟ್ಟು ಅದರ ಬಗ್ಗೆ ತಾವು ಕೈಗೊಳ್ಳಬಹುದಾದ ವಿಷಯದ ಬಗ್ಗೆ ಪ್ರಶ್ನಿಸಿದ. ರಘುಪತಿಯವರು ಅವನಿಗೆ ಸಮಂಜಸವಾಗಿ ತಿಳಿ ಹೇಳಿದರು. ಸತೀಶ ಫೈಲಿನೊಡನೆ ಹೊರಗೆ ನಡೆದ. ಅವನು ಶೋಭಳ ಕಡೇ ದೃಷ್ಟಿ ಸಹ ಹೊರಳಿಸಲಿಲ್ಲ.

"ಡ್ಯಾಡಿ, ನಾನು ಮನೆಗೆ ಹೋಗುತ್ತೀನಿ" ಎಂದು ಮೇಲಕ್ಕೆದ್ದ ಶೋಭ ತಂದೆಯ ಮುಖವನ್ನು ನೋಡಿದಳು.

ರಘುಪತಿಯವರು ಯಾವುದೋ ಡೈರಿ ತಿರುವಿಹಾಕುತ್ತ ಸಮ್ಮತಿ ಸೂಚಿಸಿದರು.

ತಂದೆಯ ಉದಾಸೀನದ ಬಗ್ಗೆ ಶೋಭಳಿಗೆ ರೇಗಿತು. ತನ್ನಿಂದ ಸತೀಶ ಬಹಳ ಮಟ್ಟಿಗೆ ದೂರವಾಗುವುದಕ್ಕೆ ಅವರೇ ಕಾರಣ ಎಂಬ ರೋಷ ಅವಳೆದೆಯಲ್ಲಿ ಕುದಿಯುತ್ತಲೇ ಇತ್ತು. ಆದರೆ ಸತೀಶನ ಗೆಳೆತನಕ್ಕೆ ಅವರೇ ಕಾರಣ ಎಂಬ ವಿಷಯ ಅವಳು ಮರೆತಂತಿತ್ತು.

ತೇಲಿ ಬಂದ ಸುವಾಸನೆಯಿಂದಲೇ ಶೋಭ ಬಂದಿದ್ದಾಳೆ ಎಂದು ಊಹಿಸಿಕೊಂಡ ಸತೀಶ ತಲೆ ಮೇಲಕ್ಕೆತ್ತದೇ ಕೆಲಸದಲ್ಲಿ ಮಗ್ನನಾಗಿದ್ದ.

"ಸತೀಶ್" ಎಂದಳು ಅವಳು ಉದ್ವೇಗದಿಂದ ಅರಚಬೇಕೆಂದಿದ್ದರೂ ಬಾಯಿ ಮೃದುವಾಗಿ ಪಿಸುಗುಟ್ಟಿತು.

ಎಚ್ಚೆತ್ತು ಮೇಲಕ್ಕೆದ್ದ ಸತೀಶ್ ತನ್ನ ಆಸನ ಬಿಟ್ಟು ದೂರ ಸರಿದು ನಿಂತು ಹೇಳಿದ.

"ಕೂತುಕೊಳ್ಳಿ, ನನ್ನಿಂದೇನಾಗಬೇಕಾಗಿತ್ತು?" ಆ ಮಾತು ಒಬ್ಬ ಮ್ಯಾನೇಜರ್ ಫ್ಯಾಕ್ಟರಿಯ ಒಡತಿಯನ್ನು ಕೇಳುವಂತಿತ್ತು.

ಶೋಭಳ ಹೃದಯದಲ್ಲಿ ಅಪಾರವಾದ ವೇದನೆಯಾಯಿತು. ಯಾವನಿಗಾಗಿ ಅವಳ ಹೃದಯ ಹಂಬಲಿಸುತ್ತಿತ್ತೋ ಅವನಿಂದ ಈ ರೀತಿಯ ಗೌರವ ಅವಳಿಂದ ಸಹಿಸಲು ಸಾಧ್ಯವಿಲ್ಲದಾಯಿತು.

"ನಿಮ್ಮ ಹತ್ತಿರ ಮಾತಾಡಬೇಕು, ಮನೆಗೆ ಬನ್ನಿ" ಎಂದವಳೇ ಅಲ್ಲಿ ನಿಲ್ಲದೇ ನಡೆದುಬಿಟ್ಟಳು.

ಅವಳ ಕಾರು ಹೋದ ರಭಸವನ್ನು ಸತೀಶ, ರಘುಪತಿಯವರು ಬೇರೆ ಬೇರೆ ಕಡೆಗಳಿಂದ ವೀಕ್ಷಿಸಿದರು.

ಆದಷ್ಟು ಸತೀಶನಿಂದ ಶೋಭಳನ್ನು ದೂರ ಮಾಡಬೇಕೆಂಬುದೇ ರಘುಪತಿಯವರ ಉದ್ದೇಶವಾಗಿತ್ತು. ಅನಿಲ ಮೂರು ತಿಂಗಳಿಗೆ ಸ್ವದೇಶಕ್ಕೆ ವಾಪಸಾಗುವ ನಿರೀಕ್ಷೆ ಇತ್ತು. ಅಷ್ಟರಲ್ಲಿ ಶೋಭ ಸತೀಶನನ್ನು ಪೂರ್ತಿ ಮರೆಯುವಂತಾಗಬೇಕು. ಅದೇನು ಕಷ್ಟವಾದ

ಸಂಗತಿಯಾಗಿ ಅವರಿಗೆ ಕಾಣಿಸಲಿಲ್ಲ. ಒಂದೇ ಮನೆಯಲ್ಲಿ ಬೆಳೆದು ಗಂಡ, ಹೆಂಡತಿಯರಂತೆ ಅನುರಾಗದಿಂದ ಕೂಡಿ ಇದ್ದ ಅನಿಲನನ್ನೇ ಇವಳು ಮರೆತಿರುವಾಗ, ಸತೀಶ ನನ್ನೇನು ಮರೆಯುವುದು ಕಷ್ಟವೆನ್ನಿಸಲಿಲ್ಲ ಅವರಿಗೆ.

ಶೋಭ ಮನೆಗೆ ಬಂದು ಸತೀಶನಿಗಾಗಿ ಬಹಳ ಹೊತ್ತು ಕಾದು ಕುಳಿತಳು. ಅವನು ಬರುವ ಸೂಚನೆ ಕಾಣದಾದಾಗ ಎರಡು ಸಲ ಫೋನ್ ಮಾಡಿದ್ದಳು. ಈಗ ಬಹಳಷ್ಟು ಅರ್ಜೆಂಟ್ ಕೆಲಸವಿರುವುದರಿಂದ ಕೂಡಲೇ ಬರುವುದಕ್ಕೆ ಸಾಧ್ಯವಾಗದೆಂದು ತಿಳಿಸಿದ್ದ.

ಅನುಪಮಳ ಮುಖ ಅವಳ ಕಣ್ಮುಂದೆ ತೇಲಿಬಂತು. ಎಂಥಾ ಧೀರ, ಉದಾತ್ತ ಹೆಣ್ಣೆಂದು ಅವಳ ಹೃದಯ ಪ್ರಶಂಸಿಸಿತು. ಆದರೆ ಅವಳ ಮನ ಅದನ್ನು ಒಪ್ಪುವ ಸ್ಥಿತಿಯಲ್ಲಿರಲಿಲ್ಲ.

ಹೇಗಾದರೂ ಸರಿ ಅನುಪಮಳನ್ನು ದೂರ ಸರಿಸಿ ಸತೀಶನನ್ನು ಪಡೆಯಲೇ ಬೇಕೆಂದುಕೊಂಡಳು. ಅದನ್ನು ಆದಷ್ಟು ಬೇಗ ಕಾರ್ಯರೂಪಕ್ಕೆ ತರಬೇಕೆಂದು ನಿರ್ಧರಿಸಿದಳು.

ಅನಿಲ, ತಂದೆ ಅವರಿಗೆಲ್ಲರಿಗಿಂತ ಅನುಪಮ ದೊಡ್ಡ ಶತ್ರುವಾಗಿ ಕಂಡಳು ಅವಳಿಗೆ.

ಕೂಡಲೇ ರಾಗಿಣಿಗೆ ಫೋನ್ ಮಾಡಿ ತಾನು ಕಾರ್ಯದರ್ಶಿಯ ಸ್ಥಾನಕ್ಕೆ ಅನುಪಮಳನ್ನೇ ಆಯ್ಕೆ ಮಾಡಿರುವುದಾಗಿ ಈ ವಿಷಯವನ್ನು ಅನುಪಮಳಿಗೆ ಕೂಡಲೇ ತಿಳಿಸಬೇಕೆಂದು ಒತ್ತಿಹೇಳಿದಳು.

ರಾಗಿಣಿಗೆ ಇದರಿಂದ ಬೇಸರವಾಯಿತು. ತನ್ನನ್ನೇ ಕಾರ್ಯದರ್ಶಿ ಸ್ಥಾನಕ್ಕೆ ನೇಮಿಸಿರುವಂತೆ ಕನಸು ಕಾಣುತ್ತ ಕುಳಿತಿದ್ದ ಅವಳ ಕನಸು ಸುಳ್ಳಾಗಿತ್ತು. ಅಂಥದ್ದರಲ್ಲಿ ಅವಳಿಗೊಂದು ಆಶಾಕಿರಣ ಗೋಚರಿಸಿತು. ಆದಷ್ಟು ಅನುಪಮ ಒಪ್ಪುವ ಸಾಧ್ಯತೆ ಇಲ್ಲ. ಆಗ ನನಗೆ ಸಿಗೋದರಲ್ಲಿ ಸಂಶಯವಿಲ್ಲ. ಆಗ ಏನಿಲ್ಲವೆಂದರು ಪ್ರತಿಯೊಂದರಲ್ಲೂ ದುಡ್ಡನ್ನು ಗಿಟ್ಟಿಸಿ ತನ್ನ ಆಸೆಗಳನ್ನ ಪೂರೈಸಿಕೊಳ್ಳಬಹುದು. ಈಗ ಮೊದಲು ಮಹಿಳಾ ಸಮಾಜಕ್ಕೆ ಕಟ್ಟಡ ಬೇಕು. ನಮಗೆ ಬೇಕಾದ ಕಂಟ್ರಾಕ್ಟರ್‌ಗಳಿಗೆ ಕೊಟ್ಟು ಅರ್ಧ ಹಣವನ್ನೇ ನನ್ನದನ್ನಾಗಿ ಮಾಡಿಕೊಳ್ಳಬಹುದು. ಮಕ್ಕಳ ಶಿಶುವಿಹಾರದ ಮೇಲ್ವಿಚಾರಣೆ ಮಹಿಳಾ ಸಮಾಜಕ್ಕೆ ಸೇರಿದ್ದೆ. ಆಗ ಮಕ್ಕಳಿಗೆ ಕೊಡುವ ಹಾಲು, ಪುಸ್ತಕ ಮುಂತಾದುವುಗಳಲ್ಲೆಲ್ಲ ತನಗೆ ಲಾಭವಿದೆ.

ರಾಗಿಣಿ ಹೃದಯ ಉಬ್ಬಿಹೋಯಿತು. ಮುಂದೆ ತಾನು ನಡೆಸಬಹುದಾದ ವೈಭವದ ಜೀವನವನ್ನು ನೆನೆದು.

ದೊಡ್ಡ ಅಧಿಕಾರಿಯ ಪತ್ನಿಯಾದ ರಾಗಿಣಿ ಅತೃಪ್ತಳು. ಗಂಡನ ದೊಡ್ಡ ಸಂಬಳವು ಸಹ ಅವಳ ಬೇಕುಗಳಿಗೆ ಸಾಕಾಗುತ್ತಿರಲಿಲ್ಲ. ತನ್ನ ಆಸೆಗಳಿಗಾಗಿ ಏನು ಮಾಡಲೂ ಅವಳು ಸಿದ್ಧಳಿದ್ದಳು.

ನೀಟಾಗಿ ಅಲಂಕರಿಸಿಕೊಂಡು ರಾಗಿಣಿ ತಾನೇ ಡ್ರೈವ್ ಮಾಡುತ್ತ ಅನುಪಮಳ ಮನೆಗೆ ಬಂದಳು.

'ಭಾರತ ದರ್ಶನ' ಓದುತ್ತಿದ್ದ ಅನುಪಮ ಪುಸ್ತಕ ಕೈಯಲ್ಲಿಡಿದೇ ಹೊರಗೆ ಬಂದಳು.

ರಾಗಿಣಿ ಪುಸ್ತಕವನ್ನು ಉದಾಸೀನವಾಗಿ ನೋಡುತ್ತ "ಇದರಲ್ಲಿ ಬರೆದಿರೋದ್ನೆಲ್ಲ ನೀವು ನಂಬುತ್ತೀರ?"

ಅವಳ ಮಾತಿನಿಂದ ಅನುಪಮ ಬೆಚ್ಚಿಬಿದ್ದಳು. ರಾಮಾಯಣ, ಮಹಾಭಾರತ ಕಾವ್ಯಗಳು ಅವಳ ಪಾಲಿಗೆ ಕೇವಲ ನಡೆದುಹೋದ ಘಟನೆಗಳಾಗಿ ಇರಲಿಲ್ಲ. ನಿತ್ಯಜೀವನದಲ್ಲಿ ಜಗತ್ತಿಗೆ ಬೆಳಕನ್ನು ತೋರಿ ದೈವದ ಕಡೆಗೇ ನಡೆಸಿಕೊಂಡು ಹೋಗುವ ಬೆಳಕಿನ ಕಿರಣಗಳಾಗಿದ್ದವು.

"ನೀವು ಇದನ್ನು ಯಾವ ಪುಸ್ತಕ ಅಂತ ತಿಳಿದಿದ್ದೀರಿ?"

"ಇದನ್ನು ನೋಡಿದರೆ ಗೊತ್ತಾಗುವುದಿಲ್ಲವೇ? ಏನೋ ಒಂದು ಹಳೇ ಕಾವ್ಯವಿದ್ದೀತು?" ಅವಳ ಮಾತಿನಲ್ಲಿದ್ದ ಉದಾಸೀನ ಅವಳಿಗೆ ವ್ಯಕ್ತವಾಯಿತು.

ಇಡೀ ಪಾಶ್ಚಾತ್ಯ ರಾಷ್ಟ್ರಗಳು ಧರ್ಮದ ಅನ್ವೇಷಣೆಗಾಗಿ ಭಾರತದ ಕಡೆಗೆ ನೋಡುತ್ತಿದ್ದರೆ, ಇಲ್ಲಿನವರು ನಾಗರಿಕತೆಯ ಹೆಸರಿನಲ್ಲಿ ನಮ್ಮ ದೇವರು, ಧರ್ಮ, ಕಾವ್ಯಗಳಲ್ಲಿ ಅಪನಂಬಿಕೆ ಸಾರಿ ಇದೇ ವೈಜ್ಞಾನಿಕತೆ ಎಂದು ಸಾರುತ್ತಿದ್ದಾರೆ ಎನ್ನುವುದು ಎಷ್ಟರಮಟ್ಟಿಗೆ ಅವಳಿಗೆ ನಿಜ ಎಂಬ ಸಂಗತಿ ಗೊತ್ತಾಯಿತು.

"ಶೋಭಾದೇವಿಯವರು ನಿಮ್ಮನ್ನೇ ಕಾರ್ಯದರ್ಶಿಯ ಸ್ಥಾನಕ್ಕೆ ಸೂಚಿಸಿದ್ದಾರೆ" ಎಂದರು ರಾಗಿಣಿ ಮಾತನ್ನು ಬದಲಾಯಿಸಿ.

ಇಬ್ಬರ ಅಜ್ಞಾನ ನೋಡಿ ಅನುಪಮಳಿಗೆ ನಗು ಬಂತು.

"ಕಾರ್ಯದರ್ಶಿಯ ಸ್ಥಾನಕ್ಕೆ ಉಮೇದುವಾರಿಕೆ ಸಲ್ಲಿಸಿದವರು ನೀವುಗಳು. ಇಂಥದರಲ್ಲಿ ನನ್ನ ಸೂಚಿಸಿದರೆ ಏನರ್ಥ? ನೀವೇ ಯೋಚಿಸಿ. ನನ್ನ ಚೀಟೀನ ನಾನು ಹಿಂದಕ್ಕೆ ತಗೊಂಡು ನಿಮ್ಮಲ್ಲಿ ಒಬ್ಬರನ್ನು ಕಾರ್ಯದರ್ಶಿ ಸ್ಥಾನಕ್ಕೆ ಸೂಚಿಸಲಿ ಅಂತ ನಾನು ತಿಳಿಸಿದ್ದು."

ಅನುಪಮಳ ಮಾತು ಕೇಳಿ ರಾಗಿಣಿಗೆ ತಲೆ ಕೆಟ್ಟಿತಾದರೂ ಯಾರು ಕೇಳಿದರೂ ಅವಳು ಕಾರ್ಯದರ್ಶಿಯ ಸ್ಥಾನಕ್ಕೆ ಒಪ್ಪುವುದಿಲ್ಲ ಎಂಬ ಸಂಗತಿ ಅವಳಿಗೆ ಖಚಿತವಾಗಿ ಗೊತ್ತಾಯಿತು.

ಅನುಪಮ ಆದಷ್ಟು ತಲೆ ಸವರಿ ಅವಳನ್ನು ಕಳುಹಿಸಿಕೊಟ್ಟಳು. ಆದರೆ ಹಿಂದೆಯೇ ಬಿರುಗಾಳಿಯಂತೆ ಶೋಭ ಪ್ರವೇಶಿಸುತ್ತಾಳೆಂಬ ಊಹೆ ಸಹ ಅವಳಿಗಿಲ್ಲ.

"ಮಿಸ್ ಅನುಪಮ, ನನ್ನ ಮಾತು ನಿರಾಕರಿಸಿ ನನಗೆ ಅವಮಾನ ಮಾಡಿದ್ದೀರಿ"

ಎಂದಳು ಭುಸುಗುಟ್ಟುತ್ತ.

“ಮಿಸಸ್ ಅನುಪಮ ಸತೀಶ್” ಎಂದು ಅವಳ ಮಾತನ್ನು ತಿದ್ದಿದ ಅನುಪಮ ಮುಂದೆ ಏನು ಹೇಳುವಳೋ ಎಂದು ಸಾವಧಾನವಾಗಿ ಕಾದು ಕುಳಿತಳು.

ಅನುಪಮಳ ಮಾತು ಮತ್ತು ನಡತೆಯಿಂದ ಅವಳ ಅರ್ಧ ಕೋಪ ಇಳಿಯಿತು.

“ನೀವು ಯಾಕೆ ಕಾರ್ಯದರ್ಶಿ ಸ್ಥಾನ ನಿರಾಕರಿಸಿದ್ದು?” ಅವಳ ಪ್ರಶ್ನೆ ಮೊದಲ ಮಾತಿಗಿಂತ ಬಿರುಸಾಗಿರಲಿಲ್ಲ.

“ಅದನ್ನು ಅವರು ನಿಮಗೆ ಈಗಲೇ ತಿಳಿಸಿರಬಹುದು. ಯಾವುದೂ ಪೂರ್ವಾಪರ ಯೋಚನೆ ಇಲ್ಲದೇ, ನಮ್ಮ ಅರ್ಹತೆಯನ್ನು ನಾವು ಅರಿಯದೆ ಯಾವ ಕೆಲಸನೂ ಒಪ್ಪಿಕೊಳ್ಳಬಾರದು ಅಂತ ನನ್ನ ಅಭಿಪ್ರಾಯ.”

ಅವಳ ಬಿರುಸಾದ ಪ್ರಶ್ನೆಗೆ ಸಮಾಧಾನಕರವಾದ ಉತ್ತರವೇ ದೊರಕಿತು.

“ನೀವು ಇಷ್ಟಕ್ಕೆ ತಲೆ ಕೆಡಿಸಿಕೊಂಡು ಇಲ್ಲಿಗೆ ಬರಬೇಕಾದ ಪ್ರಮೇಯವಿರಲಿಲ್ಲ. ಮಹಿಳಾ ಸಮಾಜ ನಮ್ಮ ನಿಮ್ಮ ಸ್ವಂತ ವಿಷಯವಲ್ಲ” ಅನುಪಮ ಮಾತು ಪೂರ್ತಿ ಮಾಡುವ ಮೊದಲೇ ಶೋಭ ದಢಾರನೆ ಎದ್ದು ಹೋದಳು.

ಈ ಸಣ್ಣ ಘಟನೇನ ಮನಸ್ಸಿಗೆ ಹಾಕಿಕೊಂಡು ತಾನೇಕೆ ತಲೆ ಕೆಡಿಸಿಕೊಳ್ಳಬೇಕೆಂದು ಸುಮ್ಮನಾದಳು ಅನುಪಮ. ಆದರೆ ರಾತ್ರಿ ಸತೀಶ ಮನೆಗೆ ಬಂದಾಗ ಮಡದಿಯನ್ನು ಪ್ರಶ್ನಿಸಿದ.

“ಅನು, ಇವತ್ತು ಶೋಭ ಇಲ್ಲಿಗೆ ಬಂದಿದ್ದಳೇ?”

“ಹೌದು ಬಂದಿದ್ದರು. ಅವರಿಗೇಕೋ ನನ್ನ ಮಹಿಳಾ ಸಮಾಜಕ್ಕೆ ಕಾರ್ಯದರ್ಶಿನಿಯನ್ನಾಗಿ ಮಾಡೋ ಹಂಬಲ. ಆದರೆ ನನಗೆ ಅದು ಇಷ್ಟ ಇಲ್ಲ” ಎಂದು ಗಂಡನಿಗೆ ಯಾವ ಅಳುಕು ಇಲ್ಲದೇ ತನ್ನ ಮನಸ್ಸಿನ ಇಚ್ಛೆಯನ್ನು ವಿವರಿಸಿದಳು.

ಸತೀಶ ತಲೆದೂಗಿದ ಮಡದಿಯ ಉದ್ದೇಶಗಳಿಗೆ.

ಶೋಭಳನ್ನು ಭೇಟಿಯಾಗುವುದು ಈಗೀಗ ಬಹಳ ಅಪರೂಪವಾಗಿತ್ತು ಸತೀಶ. ಅದು ಬರೀ ಸತೀಶನ ಇಚ್ಛೆ ಮಾತ್ರ ಆಗಿರಲಿಲ್ಲ ರಘುಪತಿಯವರ ಕುತಂತ್ರವೂ ಆಗಿತ್ತು.

“ಹಳ್ಳಿಗೆ ಹೋಗಿ ಬರೋಣ ಅಂತ ಮಾಡಿದ್ದೀನಿ” ಎಂದ ಮಡದಿಯ ಕಡೆ ನೋಡುತ್ತ.

“ಮಾವನವರು ಕಾಗದ ಬರೆದ ವಿಷಯ ನಿಮಗೆ ತಿಳಿಸಲಿಲ್ಲ. ಬಹಳ ಬೇಸತ್ತು ಬರೆದಿದ್ದಾರೆ...” ಇನ್ನು ಏನೋ ಹೇಳಿ ಹೊರಟವಳು ಅರ್ಧದಲ್ಲೇ ನಿಲ್ಲಿಸಿ ಬೀರುವಿನಲ್ಲಿದ್ದ ಪತ್ರವನ್ನು ತಂದು ಗಂಡನ ಮುಂದಿಟ್ಟಳು.

ಅವರು ಇಪ್ಪತ್ತು ಸಾವಿರ ವರದಕ್ಷಿಣೆ ಕೊಟ್ಟೆ ನಳಿನಿಯ ಮದುವೆ ಮಾಡುವುದಾಗಿ

ಅದಕ್ಕಾಗಿ ಹಳ್ಳಿಯಲ್ಲಿರುವ ಸಮಸ್ತ ಆಸ್ತಿಯನ್ನು ಮಾರುವ ವಿಷಯ ತಿಳಿಸಿ ಪತ್ರ ಬರೆದಿದ್ದರು.

ಸತೀಶ ಆವೇಶದಿಂದ ಪತ್ರವನ್ನು ಉಂಡೆ ಮಾಡಿ ಎಸೆದ. 'ಸರಿಯಾದ ಒಂದು ಸೀರೆ ತೆಗೆದುಕೊಡಲು ಯೋಗ್ಯತೆ ಇಲ್ಲದಿದ್ದವರು ಇಂದು ಇಷ್ಟು ದೊಡ್ಡ ಮೊತ್ತವನ್ನು ಅಳಿಯನಿಗೆ ಉಡುಗೊರೆ ಕೊಡಲು ತಯಾರಿದ್ದಾರೆ. ಇದಕ್ಕೆಲ್ಲ ನಾನೇ ಕಾರಣ' ಎಂದುಕೊಂಡ.

"ಅನು, ನಾನು ಈಗಲೇ ಹಳ್ಳಿಗೆ ಹೋಗಿ ಬರುತ್ತೀನಿ" ಎಂದ ಕೋಪದಿಂದ ಭುಸುಗುಟ್ಟುತ್ತ.

"ಅವರು ಅದನ್ನು ನಿಮ್ಮ ಒಪ್ಪಿಗೆ ಇಲ್ಲದೇ ಮಾರಲಾರರು. ಕೋಪದಿಂದ ಹೊರಟು ಅಲ್ಲಿ ವಿರಸ ಉಂಟಾಗುವುದು ಬೇಡ."

ಅವಳ ಮಾತಿನಲ್ಲಿ ಸಂಧಾನ ಚತುರತೆ ಇತ್ತು.

* * *

ರಘುಪತಿಯವರು ಮಗಳ ಕೋಪ ತಾಪ, ಅಳು ಕಂಡು ಬೇಸತ್ತು ಸತೀಶನನ್ನು ಮನೆಗೆ ಕಳುಹಿಸಿದರು.

ಈ ನಡುವೆ ಅವಳಿಂದ ಪೂರ್ಣ ವಿಮುಖನಾಗಿದ್ದ ಸತೀಶ ಬೇಸರದಿಂದಲೇ ಹೋದ.

"ಸತೀಶ್, ನಾನು ನಿಮ್ಮನ್ನು ನೋಡಲಾರದೆ ಇರಲಾರೆ" ಎಂದು ಅವನ ಎದೆಗೆ ತಲೆಯಾನಿಸಿ ಬಿಕ್ಕಿ ಬಿಕ್ಕಿ ಅತ್ತಳು.

ಅವಳ ಬಗ್ಗೆ ಅವನಿಗೆ ಕರುಣೆಯುಂಟಾಯಿತು. ಅವಳ ತಲೆಯನ್ನು ಮೃದುವಾಗಿ ನೇವರಿಸಿ,

"ಶೋಭ, ಬರೀ ಕನಸಿನ ಪ್ರಪಂಚದಲ್ಲಿ ಬಾಳೋದಿಕ್ಕೆ ಪ್ರಯತ್ನಿಸಬೇಡ, ಎಚ್ಚೆತ್ತುಕೋ. ನನ್ನ ನಿನ್ನ ಸಂಬಂಧ ತಾತ್ಕಾಲಿಕ. ಇನ್ನು ಕೇವಲ ಕೆಲವೇ ದಿನಗಳಲ್ಲಿ ಅನಿಲ್ ಹೊರಟುಬರುತ್ತಾರೆ. ಭಾವೀ ಪತಿಯನ್ನು ಸ್ವಾಗತಿಸಲು ನಿನ್ನ ಮೈ ಮನಗಳನ್ನು ಸಿದ್ಧಪಡಿಸಿಕೋ."

ಅವನ ಮಾತಿನಿಂದ ಅಳು ಹೆಚ್ಚಾಯಿತೇ ವಿನಃ ಕಡಿಮೆಯಾಗಲಿಲ್ಲ. ಅವಳ ಕಣ್ಣುಗಳಲ್ಲಿ ಹರಿದ ಕಂಬನಿ ಅವನ ಷರಟನ್ನೆಲ್ಲ ತೋಯಿಸಿದರೂ ಅವನ ಹೃದಯ ಮುಟ್ಟಲಿಲ್ಲ.

"ಸತೀಶ, ನನ್ನ ನಿಮ್ಮಿಂದ ದೂರ ಮಾಡಬೇಡಿ. ನನಗೆ ಅನಿಲ್ ಬೇಡ, ಈ ಫ್ಯಾಕ್ಟರಿನೂ ಬೇಡ, ನಾವಿಬ್ಬರೂ ಎಲ್ಲಾದರೂ ಹೊರಟು ಹೋಗೋಣ."

ಶೋಭಳ ಮಾತು ಕೇಳಿದ ತಕ್ಷಣ ಸತೀಶ ದಂಗುಬಡಿದು ಅವಳಿಂದ ದೂರ ನಿಂತ.

"ಶೋಭ, ನೀನು ಸರಿಯಾಗಿದ್ದೀಯಾ ಹೇಗೆ? ನನಗೇಕೋ ಅನುಮಾನನೇ. ಮೊದಲು ಯಾರಾದರೂ ಮನಶ್ಶಾಸ್ತ್ರಜ್ಞರಿಗೆ ತೋರಿಸೋ ಏರ್ಪಾಟು ಮಾಡಬೇಕು" ಎಂದ ಅವಳ ಮುಖವನ್ನ ಆಶ್ಚರ್ಯದಿಂದ ನೋಡುತ್ತ.

"ಇಲ್ಲ ಸತೀಶ್, ನನಗೆ ಹುಚ್ಚು ಹಿಡಿದಿಲ್ಲ. ಹಿಡಿದಿದ್ದರೆ ನಿಮ್ಮ ಹುಚ್ಚು ಮಾತ್ರ" ಎಂದು ಮುಖವನ್ನ ಕೈಯಿಂದ ಮುಚ್ಚಿಕೊಂಡು ಬಿಕ್ಕಳಿಸಿದಳು.

"ಇವೆಲ್ಲ ಅರ್ಥವಿಲ್ಲದ ಮಾತುಗಳು. ನಾನು, ನೀನು ಒಂದಾಗುವುದಕ್ಕೆ ಎಂದಿಗೂ ಸಾಧ್ಯವಿಲ್ಲ. ನಮ್ಮಿಬ್ಬರ ನಡುವೆ ಅನಿಲ್, ಅನುಪಮ ಇದ್ದಾರೆ."

ಶೋಭ ತಟ್ಟನೆ ನುಡಿದಳು.

"ನಾನು ಅನಿಲ್‌ನನ್ನ ದೂರ ಸರಿಸಬಲ್ಲೆ."

"ಆದರೆ...ನಾನು ಅನುಪಮಳನ್ನು ದೂರ ಸರಿಸಲಾರೆ" ಎಂದು ಅಷ್ಟೇ ಖಚಿತವಾಗಿ ನುಡಿದ.

"ಸತೀಶ್, ನೀನು ಯೋಚಿಸಿ ಮಾತನಾಡುತ್ತಿದ್ದೀಯಾ... ಇಲ್ಲ..."

"ಎಲ್ಲಾ ಯೋಚಿಸೇ ಮಾತನಾಡುತ್ತಿದ್ದೇನೆ. ನಿನಗೆ ತೋರಿದ ಪ್ರೀತಿಗೆ... ನಿನಗೆ ಕೊಟ್ಟ ಸುಖಕ್ಕೆ ಹಣವನ್ನು ಪಡೆದಿದ್ದೇನೆ. ಇಷ್ಟೇ ನಮ್ಮಿಬ್ಬರ ಸಂಬಂಧ. ಶ್ರೀಮಂತರು ನಿರುದ್ಯೋಗಿಗಳನ್ನ ತಮ್ಮ ಸ್ವಾರ್ಥಕ್ಕಾಗಿ ಯಾವ ರೀತಿ ಬಳಸಿಕೊಂಡು ಯಾವ ರೀತಿ ಕಣ್ಣು ಮುಚ್ಚಾಲೆ ಆಡುತ್ತಾರೆ ಅನ್ನೋದಿಕ್ಕೆ ನನ್ನ ಜೀವನವೇ ಒಂದು ನಿದರ್ಶನ" ಎಂದು ಹೇಳಿದ ಸತೀಶ ಕಿಟಕಿಯ ಬಳಿ ನಿಂತು ಹೊರಗೆ ನೋಡುತ್ತ "ಆದರೆ ನನ್ನ, ಅನುಪಮಳ ಸಂಬಂಧ ಬರೀ ದೈಹಿಕವಾಗಿಯಲ್ಲ, ಪವಿತ್ರ ಹೃದಯಗಳ ಮಿಲನ. ಮದುವೆಯಾದ ಮೇಲೆ ನಾನು ನಿನ್ನ ಪಲ್ಲಂಗದ ಮೇಲಿದ್ದರೂ ಅನುಪಮಳನ್ನೇ ನೆನಸುತ್ತಿದ್ದೆ. ನಾನು ಮದುವೆಯಾಗದೆ ಅವಳ ಪರಿಪೂರ್ಣ ವ್ಯಕ್ತಿತ್ವದ ಅರಿವು ಉಂಟಾಗಿದ್ದರೆ ನಿನ್ನ ಮಾತಿಗೆ ಒಪ್ಪುತ್ತಿದ್ದೇನೋ ಆದರೆ...ಈಗ ಮಾತ್ರ ಖಂಡಿತ ಸಾಧ್ಯವಿಲ್ಲ" ಎಂದು ಹೇಳಿದವನೆ ಶೋಭ ಕೂಗುತ್ತಿದ್ದರೂ ಹಿಂದಿರುಗಿ ನೋಡದೇ ಹೊರಟುಬಿಟ್ಟ.

ಶೋಭಳಿಗೆ ಇದೊಂದು ಅನಿರೀಕ್ಷಿತವಾದ ಹೊಡೆತವಾಗಿತ್ತು. ಅವಳು ಕೆರಳಿದ ಸಿಂಹಿಣಿಯಾದಳು. ಆದರೆ...ತನ್ನ ಕೋಪ ಶಮನಕ್ಕೆ ಏನು ಮಾಡಬೇಕೆಂಬುದೇ ಅವಳಿಗೆ ತೋಚಲಿಲ್ಲ. ತಂದೆಯನ್ನ ಕರೆಸಿ ಸತೀಶನಿಂದ ತನಗಾದ ಅವಮಾನವನ್ನ ಬಣ್ಣಿಸಿ ಹೇಳಿದಳು.

"ಒಳ್ಳೆಯದೇ ಆಯಿತು ಬಿಡು. ಅವನು ಯೋಗ್ಯ ಆದ್ದರಿಂದಲೇ ಪ್ರಾಮಾಣಿಕನಾಗಿ ವರ್ತಿಸಿದ" ಎಂದು ಸತೀಶನನ್ನ ಬಾಯಿ ತುಂಬ ಹೊಗಳಿದರು ರಘುಪತಿಯವರು.

"ಡ್ಯಾಡಿ, ನಿಮಗೆ ಸ್ವಲ್ಪವೂ ಅರ್ಥವಾಗೋಲ್ಲ. ಏನೇ ಆದರೂ ಅವನನ್ನ ಕಳೆದುಕೊಳ್ಳುವುದಕ್ಕೆ ನಾನು ಸಿದ್ಧವಾಗಿಲ್ಲ. ಅನುಪಮಳಿಂದ ಅವನಿಗೆ ಬಿಡುಗಡೆ ಕೊಡಿಸಿ."

ಮಗಳ ಮಾತಿನಿಂದ ರಘುಪತಿಯವರ ತಲೆ ಬಿಸಿಯಾಯಿತು. ಆದರೆ ಹಿಂದೆ ಅನಿಲ್ ವಿದೇಶಕ್ಕೆ ಹೊರಟಾಗ ಅವನನ್ನ ಬಿಟ್ಟು ಒಂದು ಕ್ಷಣಾನೂ ಇರಲಾರೆ ಎಂದು ಹಾರಾಡಿದ್ದಳು. ಅಷ್ಟೇ ಬೇಗ ಅವನನ್ನು ಮರೆತು ಹಾಯಾಗಿದ್ದರೂ ಅಂಥದ್ದರಲ್ಲಿ ತಾವೇಕೆ ತಲೆ ಬಿಸಿ ಮಾಡಿಕೊಳ್ಳಬೇಕು. ಆದಷ್ಟು ಬೇಗ ಸತೀಶನನ್ನ ಇಲ್ಲಿಂದ ಸಾಗಹಾಕುವುದೇ ಉತ್ತಮವೆಂದುಕೊಂಡರೂ ಅದು ಅಷ್ಟು ಸುಲಭವಲ್ಲವೆಂದು ಅವರ ಒಳಮನಸ್ಸು ಎಚ್ಚರಿಸಿತು.

ಸತೀಶ ಕಾರ್ಮಿಕರ ಜನಪ್ರಿಯ ನಾಯಕನಾಗಿದ್ದ. ಅವನ ಮಾತನ್ನ ಎಂದೂ ಯೂನಿಯನ್ ಮೀರುತ್ತಿರಲಿಲ್ಲ. ಹಿಂದೆ ದೊಡ್ಡ ಸ್ಟ್ರೈಕ್ ಆಗಬೇಕಾದ್ದನ್ನ ಬುದ್ಧಿವಂತಿಕೆಯಿಂದ ನಿಲ್ಲಿಸಿ ಕಾರ್ಖಾನೆಗೂ, ಕಾರ್ಮಿಕರಿಗೂ ಇಬ್ಬರಿಗೂ ಉಪಯೋಗ ವಾಗುವಂತೆ ನಡೆದುಕೊಂಡಿದ್ದ. ಈಗ ಇದ್ದಕ್ಕಿದ್ದಂತೆ ಅವನನ್ನು ಹೇಗೆ ಕಳಿಸಿ ಫ್ಯಾಕ್ಟರಿಯ ಅವನತಿಗೆ ಕಾರಣವಾಗುವುದಲ್ಲದೇ ಅನಿಲನ ನಿಷ್ಠೂರವನ್ನು ಎದುರಿಸಬೇಕಾಗುತ್ತದೆ.

"ನೋಡಮ್ಮ ಶೋಭ, ಆಗ ಅನಿಲ ವಿದೇಶಕ್ಕೆ ಹೋದಾಗಲೂ ಹೀಗೇ ಹಾರಾಡಿದೆ. ಈಗಲೂ ಅದೇ ತರಹ ಹಾರಾಡುತ್ತಿದ್ದೀಯಾ. ನೀನು ಬಹಳ ಚಂಚಲ ಮನಸ್ಸಿನವಳು. ಅನಿಲ್ ಬಂದು ಕತ್ತಿಗೆ ತಾಳಿ ಬಿಗಿದಾಗ ನೀನೇ ಸರಿ ಹೋಗುತ್ತೀಯಾ" ಎಂದು ಮೇಲಕ್ಕೆ ಎದ್ದರು.

ತಂದೆಯಿಂದಲೂ ಅವಳಿಗೆ ಉದಾಸೀನ ದೊರೆತಾಗ ಧೃತಿಗೆಟ್ಟಳು. ಇಷ್ಟಕ್ಕೆಲ್ಲ ಕಾರಣ ಅನುಪಮಳೆ ಎಂದುಕೊಂಡಳು.

ತಂದೆ ಹೊರಗೆ ಹೋಗುವವರೆಗೂ ಸುಮ್ಮನಿದ್ದ ಶೋಭ ಅನುಪಮಳಿಗೆ ಕೂಡಲೆ ಬರುವಂತೆ ಫೋನ್ ಮಾಡಿದಳು. ಅವಳು ಅಷ್ಟೇ ವಿನಯವಾಗಿ ಏನಾದರೂ ಅರ್ಜೆಂಟಿದ್ದರೆ ತಾವೇ ಬನ್ನಿ ಎಂದು ತಿಳಿಸಿದಳು.

ಅವಳು ತನ್ನ ಹಣಕ್ಕೆ ಮಣಿಯುವಂಥ ಸಾಧಾರಣ ಹೆಣ್ಣಲ್ಲವೆಂದುಕೊಂಡಳು.

ಸತೀಶ ಮಂಕಾಗಿ ಬಂದು ಮಲಗಿದಾಗಲೇ ಏನೇನೋ ನಡೆದಿದೆ ಎಂದು ಊಹಿಸಿಕೊಂಡಿದ್ದ ಅನುಪಮ ಶೋಭಳ ಕರೆ ಬಂದಾಗ ತನ್ನ ಊಹೆ ಸರಿಯೆಂದು ಕೊಂಡಳು.

ಮಲಗಿದ್ದು ಎದ್ದು ಸತೀಶ ತನ್ನ ಮಾರ್ಕ್ಸ್ ಕಾರ್ಡು, ಸರ್ಟಿಫಿಕೇಟ್‌ಗಳನ್ನು ಮುಂದೆ ಹರಡಿಕೊಂಡು ಕುಳಿತಿದ್ದ.

ಕೋಣೆಯೊಳಗೆ ಬಂದ ಅನುಪಮ ಸುಮ್ಮನೆ ನಿಂತಳು.

"ಅನು, ಇವೆಲ್ಲ ಸ್ವಲ್ಪ ತೆಗೆದು ಫೈಲ್ ಮಾಡು. ತುಮಕೂರು ಜೂನಿಯರ್ ಕಾಲೇಜಿನಲ್ಲಿ ಒಂದು ಲೆಕ್ಚರರ್ ಪೋಸ್ಟ್ ಖಾಲಿ ಇದೆಯಂತೆ. ಪ್ರಯತ್ನ ಮಾಡೋಣ" ಎಂದು ಮಡದಿಯ ಕಡೆ ಎಂದಿನ ಸುಪ್ರಸನ್ನತೆಯಿಂದಲೇ ಹೇಳಿದ.

ಅನುಪಮ ಕುಳಿತು ಎಲ್ಲಾ ಫೈಲ್ ಮಾಡಿ ಇಟ್ಟಳು. ಸತೀಶ ಸುಮ್ಮನೆ ನೋಡುತ್ತ ಕುಳಿತಿದ್ದ.

ಇಷ್ಟು ದಿನ ಶ್ರೀಮಂತ ಜೀವನ ನಡೆಸಿದ ನಾನು ಇನ್ನೊಬ್ಬ ಸಾಧಾರಣ ಮೇಷ್ಟ್ರೋ ಇಲ್ಲ ಲೆಕ್ಚರರೋ ಅಥವಾ ನಿರುದ್ಯೋಗಿಯಾಗಿ ಬಾಳಬೇಕಾಗುತ್ತದೆ. ಇಂತಹ ಜೀವನಕ್ಕೆ ತಾಯಿ, ತಂದೆಯರ ಸಹಕಾರ ಎಷ್ಟರಮಟ್ಟಿಗಿದೆಯೋ, ಅವರಿಂದ ಎಂಥ ಪ್ರತಿಕ್ರಿಯೆ ಸಿಗುತ್ತೋ...

ಸತೀಶನ ಕಣ್ಣುಗಳು ಮಂಜಾದವು. ಹಿಂದೆ ತಾನು ನಿರುದ್ಯೋಗಿಯಾಗಿದ್ದಾಗ ಪಟ್ಟ ಪಾಡು, ತಂದೆಯಿಂದ ಕೇಳಿದ ಮೂದಲಿಕೆಯ ಮಾತುಗಳು ಅವನನ್ನು ಹಿಂದಕ್ಕೆ ಸೆಳೆಯುತ್ತಿದ್ದವು. ಅವನ ಮುಂದೆ ಕುಳಿತ ದೇವಿ ಪ್ರಾಮಾಣಿಕ ಜೀವನಕ್ಕೆ ಅವನನ್ನು ಕರೆದೊಯ್ಯಲು ಸಿದ್ಧಳಾಗಿದ್ದಳು.

ಕಮರ್ಷಿಯಲ್ ಮ್ಯಾನೇಜರ್ ಹುಡುಕಿಕೊಂಡು ಬಂದಿದ್ದರಿಂದ ಸತೀಶ ಕೆಳಗಿಳಿದು ಹೋದ.

"ಯಾಕೆ ಸಾರ್, ಮೈಯಲ್ಲಿ ಹುಷಾರಿಲ್ಲವೇ? ಫ್ಯಾಕ್ಟರಿಯ ಓನರ್ ಅನಿಲ್‌ಕುಮಾರ್‌ರವರು ನಾಳೆ ಸಂಜೆ ಇಲ್ಲಿಗೆ ಬಂದು ಇಳಿಯುತ್ತಾರಂತೆ. ನಾವು ಅವರು ಇಷ್ಟು ಬೇಗ ಬರುತ್ತಾರೆ ಅಂತ ತಿಳಿದೇ ಇರಲಿಲ್ಲ. ರಘುಪತಿಯವರು ವಿಷಯನ ನಿಮಗೆ ತಿಳಿಸಿ ಕೂಡಲೇ ಕರೆದುಕೊಂಡು ಬನ್ನಿ ಅಂತ ಹೇಳಿದರು."

ಸತೀಶ ಮರುಮಾತಾಡದೇ ಅವರೊಡನೆ ಫ್ಯಾಕ್ಟರಿಗೆ ಹೊರಟ.

ಅನುಪಮ ಕುಳಿತು ಯೋಚಿಸಿದಳು.

ಆದಷ್ಟು ಬೇಗ ತನ್ನ ಸತೀಶ ಫ್ಯಾಕ್ಟರಿ ಬಿಟ್ಟು ತನ್ನವನಾಗುವನು. ಆಮೇಲೆ ಅವನು ಕಾರಕೂನ, ಜವಾನ ಏನಾದರೂ ತನಗೆ ಸಂತೋಷವೇ. ಪ್ರಾಮಾಣಿಕ ಜೀವನದಲ್ಲಿ ಸಂತೋಷವಿದೆ. ಎಂತಹ ಬಡತನವನ್ನಾದರೂ ತಾನು ಸಹಿಸಬಲ್ಲೆ.

ಭುಜದ ಮೇಲೆ ತಟ್ಟನೇ ಕೈ ಇಟ್ಟಾಗ ಅನುಪಮ ಬೆಚ್ಚಿ ಹಿಂದಿರುಗಿದಳು.

ವಿಜಯ ನಗುತ್ತ "ಇದೇನೇ ಅಮ್ಮ, ಇಷ್ಟೊಂದು ಯೋಚನೇ? ನಾನು ಕರೆದರೂ ನೀನು ಮಾತನಾಡಲಿಲ್ಲ."

"ಏನು ಯೋಚನೇನೂ ಇಲ್ಲ ಕೂತುಕೊ. ಮಹಿಳಾ ಸಮಾಜದ ವಿಷಯ ಏನಾಯಿತು?" ಎಂದಳು ಅನುಪಮ.

"ಅದರ ರಾಮಾಯಣ ಅಷ್ಟಿಷ್ಟಲ್ಲ. ನೀನು ಕಾರ್ಯದರ್ಶಿಯ ಸ್ಥಾನ ಒಪ್ಪಿಕೊಂಡಿದ್ದರೆ ಹಸನಾಗಿರುತ್ತಿತ್ತು. ರಘುಪತಿಯ ಮಗಳಿಗೆ ತಿಳಿಸಿ ಶ್ರೀದೇವಿಯನ್ನು ಕಾರ್ಯದರ್ಶಿಯ ಸ್ಥಾನಕ್ಕೆ ಸೂಚಿಸಿದ್ದಾರಂತೆ."

ಅನುಪಮ ಕುತೂಹಲ ತಡೆಯಲಾರದೆ "ಹಿಂದೆ ಅವರೇ ಅಧ್ಯಕ್ಷಿಣಿ

ಯಾಗಿದ್ದರಂತೆ."

"ಅದೇನೋ ನಿಜ, ಅವರಿಂದಲೇ ಮಹಿಳಾ ಸಮಾಜ ಹೀನ ದೆಸೆಗೆ ಬಂದು ಕಡೆಗೆ ನಿಂತುಹೋಗಿದ್ದು. ಆದರೆ ರಘುಪತಿಯವರು ಅವರನ್ನು ಬಿಟ್ಟು ಕೊಡೋಕೆ ತಯಾರಿಲ್ಲ" ಎಂದವಳೇ ಬಗ್ಗಿ ಅನುಪಮಳ ಕಿವಿಯ ಬಳಿ ಪಿಸುಗುಟ್ಟಿದಳು "ಅವರಿಬ್ಬರಿಗೂ ಸಂಬಂಧವಿದೆಯಂತೆ."

ಅವರ ಮಾತು ಕೇಳಿ ಅನುಪಮ ಜೋರಾಗಿ ನಕ್ಕುಬಿಟ್ಟಳು.

"ಎಲ್ಲರಿಗೂ ಅದು ಗೊತ್ತಿರೋ ಸಂಗತಿನೇ ಅಂಥದ್ದರಲ್ಲಿ ನೀನೇಕೆ ಬಗ್ಗಿ ನನ್ನ ಕಿವಿಯಲ್ಲಿ ಹೇಳುತ್ತೀಯಾ. ಎಲ್ಲೋ ಹಾಳಾಗಲಿ, ಆ ಸಂಗತಿನೇ ಬೇಡ ಬಿಡು. ಬೇರೆ ಏನಾದರೂ ಇದ್ದರೆ ಹೇಳು."

ಅನುಪಮಳ ಮಾತಿನಲ್ಲಿ, ಮುಖದಲ್ಲಿ ಬೇಸರ ಇಣುಕುತ್ತಿದ್ದನ್ನು ನೋಡಿದ ವಿಜಯ ಬೇಗ ಹೊರಟು ನಿಂತಳು. ಅನುಪಮ ಅವಳನ್ನು ತಡೆಯಲಿಲ್ಲ.

ಅನಿಲ್ ಬರೋ ಗಡಿಬಿಡಿ ಇದ್ದುದರಿಂದ ಬೇರೆ ಯಾವ ಮಾತುಕತೆಗಳು ನಡೆಯಲಿಲ್ಲ. ಎಲ್ಲರ ಕೇಂದ್ರ ವ್ಯಕ್ತಿ ಅನಿಲನೇ ಆಗಿದ್ದುದರಿಂದ ಬೇರೆ ಕಡೆ ಗಮನ ಯಾರಿಗೂ ಇರಲಿಲ್ಲ.

ಸತೀಶ ಆ ಗಡಿಬಿಡಿಯಲ್ಲಿದ್ದ ದಿನವೇ ರಂಗಣ್ಣನವರು ಲಗ್ನಪತ್ರಿಕೆ, ಅದರ ಜೊತೆ ಕ್ರಯಪತ್ರಿಕೆಯನ್ನು ಹಿಡಿದುಕೊಂಡು ಬಂದರು.

ಸತೀಶ ತಮ್ಮ ಸಂಪೂರ್ಣ ಜಮೀನಿನ ಕ್ರಯಪತ್ರವನ್ನು ನೋಡಿ ಕೆರಳಿ ಕೆಂಡವಾದ. ಅವನ ಕೋಪಕ್ಕೆ ತುಪ್ಪ ಹೊಯ್ದಂತೆ ಅವರ ಜಮೀನನ್ನು ನಿಷ್ಠೆಯಿಂದ ಮಾಡುತ್ತಿದ್ದ ನಿಂಗ ಬಂದು ತನ್ನ ದುಃಖವನ್ನು ತೋಡಿಕೊಂಡ.

"ಅಯ್ನೋರೇ, ನಿಮ್ಮ ಜಮೀನನ್ನು ಕ್ರಯಕ್ಕೆ ಕೊಂಡಿದ್ದರೂ ತಾವುಗಳು ಕೇಳಿದ ತಕ್ಷಣ ಹಿಂದಕ್ಕೆ ಕೊಡಲಿಲ್ಲವಾ? ಈಗ ದೊಡ್ಡಯ್ಯನೋರು ನಳಿನಿಯ ಮದುವೆ ಸಲುವಾಗಿ ಕೋಲಾರದ ಸಾಹುಕಾರರಿಗೆ ಅದನ್ನು ಮಾರುತ್ತಾರಂತೆ. ಬುದ್ಧಿ, ನಾನು ಬಡವ, ಅದನ್ನೇ ನಂಬಿಕೊಂಡಿದ್ದೀನಿ."

"ನಿಂಗಯ್ಯ, ನಿನಗೇನು ಬುದ್ಧಿ ಇಲ್ಲವಾ. ನೀನು ಗೈಯ್ಮೆ ಮಾಡುತ್ತ ಇರೋ ಭೂಮೀನ ಯಾರು ಕೊಂಡುಕೊಳ್ಳೋಕೆ ಸಾಧ್ಯ? ಸರ್ಕಾರ ನಿಮ್ಮಂಥ ನಿರ್ಭಾಗ್ಯರನ್ನು ಕಂಡು ಕಾನೂನು ಮಾಡಿರೋದು. ನೀನು ಹಳ್ಳಿಗೆ ಹೋಗಿ ಗೌಡರ ಮೂಲಕ ಡಿ.ಸಿ. ಸಾಹೇಬರಿಗೆ ಜಮೀನಿನ ಬಗ್ಗೆ ಎಲ್ಲಾ ತಿಳಿಸಿ ಅರ್ಜಿ ಕೊಡು. ಆಗ ನ್ಯಾಯವಾಗಿ ಜಮೀನು ನಿನಗೆ ಸೇರುತ್ತೆ" ಎಂದವನೇ ಕೈಯಲ್ಲಿದ್ದ ಕ್ರಯಪತ್ರವನ್ನು ಚೂರು ಚೂರು ಮಾಡಿ ಗಾಳಿಗೆ ತೂರಿದ.

ರಂಗಣ್ಣನವರು ಹಿಡಿ ಶಾಪ ಹಾಕುತ್ತ ಊರಿಗೆ ಹಿಂದಿರುಗಿದರು. ವಿಷಯ ತಿಳಿದ

ಸರಸ್ವತಮ್ಮ ಹಣೆ ಹಣೆ ಗಟ್ಟಿಸಿಕೊಂಡು ಅತ್ತರು.

ನಳಿನಿಗೆ ಅಣ್ಣನ ವಿಷಯದಲ್ಲಿ ಮೊದಲಿನಿಂದಲೂ ವಿಪರೀತ ಅಕ್ಕರೆ, ಗೌರವ. ಅಷ್ಟು ವಿದ್ಯಾವಂತೆಯಲ್ಲದ ಅವಳಿಗೆ ಹೊರಗಿನ ಪ್ರಪಂಚದ ಅರಿವು ಕಮ್ಮಿಯಾದರೂ ಸತೀಶ ಮಾಡಿದ್ದು ಅವಳಿಗೆ ಸರಿಯೆನ್ನಿಸಿತು, ಕರ್ಮನಿಷ್ಟ ನಿಂಗಯ್ಯನ ನೆನಪಿನಿಂದ.

ಮೊದ ಮೊದಲು ತಾವು ಬಡತನದ ಬವಣೆಗೆ ಸಿಕ್ಕಿದಾಗ ಅಕ್ಕಂದಿರನ್ನು ನೋಡಲು ಬರುತ್ತಿದ್ದ ಗಂಡುಗಳು ಮತ್ತು ಅವರ ತಾಯಿ ತಂದೆಯರು ಭಾರಿ ಮೊತ್ತದ ವರದಕ್ಷಿಣೆ, ವರೋಪಚಾರವನ್ನು ಕೇಳುತ್ತಿದ್ದರು. ಅದನ್ನು ನೋಡಿ ಅವಳ ಮನಸ್ಸು ರೋಸಿಹೋಗಿ ತಾನು ಮದುವೆಯಾಗದೇ ಉಳಿದರೂ ಪರವಾಗಿಲ್ಲ, ವರದಕ್ಷಿಣೆಯನ್ನು ಕೇಳುವ ಗಂಡನ್ನು ಮದುವೆಯಾಗಬಾರದು ಎಂದು ನಿರ್ಧರಿಸಿದ್ದಳು. ಆದರೆ ತನ್ನ ನಿರ್ಧಾರವನ್ನು ದೊಡ್ಡ ಸಂಪ್ರದಾಯವಾದಿಗಳಾದ ತಾಯಿ, ತಂದೆಯರ ಮುಂದೆ ಹೇಳಿದರೆ ಏನು ಪ್ರಯೋಜನ ವಾಗುವುದಿಲ್ಲ ಎಂದರಿತಂದಿನಿಂದ ಮನದಲ್ಲೇ ಮರುಗುತ್ತಿದ್ದಳು. ಸತೀಶ ಅವಳಿಗೆ ಬಹಳಷ್ಟು ಉಪಕಾರವನ್ನೇ ಎಸಗಿದ್ದನೆಂದರೂ ತಪ್ಪಲ್ಲ.

"ಅಮ್ಮ, ಸತೀಶಣ್ಣ ಮಾಡಿದ್ದು ಸರಿಯಾಗಿದೆ. ಸುಮ್ಮನೆ ನೀವುಗಳೇಕೆ ಹಲುಬುತ್ತೀರಿ" ಎಂದಳು ನಳಿನಿ ತಾಯಿಯ ಕಡೆ ನೋಡುತ್ತ.

"ಹೌದೌದು, ನಿಮ್ಮಣ್ಣ ಘನವಾದ ಕಾರ್ಯ ಮಾಡಿದ್ದಾನೆ ಕೊಂಡಾಡೋಗು. ಈಗ ನಿನ್ನನ್ನು ಯಾವನಾದರೂ ಕೂಳು ಇಲ್ಲದವನಿಗೆ ಕೊಟ್ಟು ಮದುವೆ ಮಾಡಬೇಕು ಅಷ್ಟೇ." ಸರಸ್ವತಮ್ಮನ ಮಾತುಗಳು ವೇದನಾಪೂರಿತವಾಗಿದ್ದವು.

"ಹೆಣ್ಣಿನವರ ಮುಂದೆ ಕೈಯೊಡ್ಡದೇ ಮದುವೆಯಾಗುವವನು ಬಡವನಾದರೂ ಶ್ರೀಮಂತನೇ. ಎಷ್ಟೇ ಶ್ರೀಮಂತನಾದರೂ ಬೇರೆಯವರಲ್ಲಿ ಕೈಯೊಡ್ಡಿ ತನ್ನ ಬೇಡಿಕೆಗಳನ್ನು ಪೂರೈಸಿಕೊಳ್ಳುವ ಅವನೆಂಥ ಶ್ರೀಮಂತ. ನಾನು ಅಂಥವರನ್ನು ಖಂಡಿತ ಮದುವೆಯಾಗುವುದಿಲ್ಲ."

ಮಗಳ ದೃಢವಾದ ಮಾತುಗಳನ್ನು ಕೇಳಿ ಸರಸ್ವತಮ್ಮ ಅವಾಕ್ಕಾದರು. ಆದರೆ ಅವರ ಹೃದಯದ ವೇದನೆ ಅಡಗಲಿಲ್ಲ.

* * *

ಅನಿಲನನ್ನು ಸ್ವಾಗತಿಸಲು ಇಡೀ ಫ್ಯಾಕ್ಟರಿಯ ಮೇಲಧಿಕಾರಿಗಳೆಲ್ಲ ವಿಮಾನ ನಿಲ್ದಾಣದಲ್ಲಿ ಸೇರಿದ್ದರು.

ರಘುಪತಿಯವರ ತರಾತುರಿಯಂತೂ ವರ್ಣಿಸಲು ಸಾಧ್ಯವಿಲ್ಲದಾಗಿತ್ತು. ಪ್ರತಿಯೊಬ್ಬ ಅಧಿಕಾರಿಯ ಬಳಿಯಲ್ಲೂ ಏನೋ ಸಂಭಾಷಣೆ ನಡೆಸುತ್ತಿದ್ದರು. ಒಡನೆಯೇ ಸತೀಶನನ್ನು ಒಂಟಿ ಕರೆದು ಏನೋ ಹೇಳುತ್ತಿದ್ದರು. ಶೋಭಳ ಬಳಿ ಮೆಲುವಾಗಿ ಪಿಸುಗುಟ್ಟುತ್ತಿದ್ದರು.

ಇವರೆಲ್ಲರ ನಿರೀಕ್ಷೆಯಂತೆ ವಿಮಾನ ಭೂಮಿಗಿಳಿಯಿತು. ಅನಿಲ ಕೈ ಬೀಸುತ್ತ

ಕೆಳಗಿಳಿದ. ಅವನ ಕೊರಳು ಹಾರಗಳಿಂದ ಭಾರವಾಯಿತು. ಸತೀಶನೊಬ್ಬನಿಗೆ ಅನಿಲ್ ಅಪರಿಚಿತನಾಗಿದ್ದ. ಆದರೆ ಅನಿಲ್ ಪರಿಚಿತನೆನ್ನುವಷ್ಟು ಮಟ್ಟಿಗೆ ಮುಗುಳುನಗೆ ಬೀರಿ ಅವನಿಂದ ಹಾರ ಸ್ವೀಕರಿಸಿದ್ದ ಅನಿಲ್.

ರಘುಪತಿಯವರು ಆದಷ್ಟು ಬೇಗ ಅಲ್ಲಿನ ವ್ಯವಹಾರ ಮುಗಿಸಿ ಸೋದರಳಿಯನನ್ನು ತಮ್ಮ ಕಾರಿಗೆ ಕರೆದೊಯ್ದರು. ಯಾಕೋ ಅವರಿಗೆ ಮನಸ್ಸು ಸಮಾಧಾನವೇ ಇರಲಿಲ್ಲ. ಎಷ್ಟು ಸಲ ಒರೆಸಿದರೂ ಅವರ ಹಣೆಯ ಮೇಲೆ ಬೆವರಿನ ಹನಿಗಳು ಮೂಡುತ್ತಿದ್ದವು.

"ಯಾಕೆ ಮಾವ, ಹುಷಾರಿಲ್ಲವೇ?" ಎಂದು ಅನಿಲನೇ ಪ್ರಶ್ನಿಸಬೇಕಾಯಿತು.

"ಛೆ ಛೆ, ಏನು ಇಲ್ಲ. ವಯಸ್ಸಾಯಿತು, ಆಯಾಸ ಅಷ್ಟೆ" ಎಂದು ಹೇಳಿ ಕಾರು ಹೊರಡಿಸಲು ಡ್ರೈವರ್‌ಗೆ ಸೂಚನೆ ಕೊಟ್ಟರು. ಹತ್ತಾರು ಕೈಗಳು ಬೀಸಿದವು. ಒಂದರ ಹಿಂದೆ ಒಂದರಂತೆ ಕಾರುಗಳು ವಿಮಾನ ನಿಲ್ದಾಣದಿಂದ ಹೊರಟವು.

ಅನಿಲನನ್ನು ನೋಡಿದ ಮೇಲೆ ಸತೀಶನಿಗೆ ತಾನು ದೊಡ್ಡ ವ್ಯಕ್ತಿಗೆ ದ್ರೋಹ ಮಾಡಿದ ಅಪರಾಧಿ ಎನ್ನಿಸಿತು. ಇದರಲ್ಲಿ ರಘುಪತಿಯವರ ಪಾತ್ರ ಬಹಳ ದೊಡ್ಡದಾಗಿದ್ದರೂ ತಾನೇನು ನಿರಪರಾಧಿಯಲ್ಲ ಎಂದುಕೊಂಡ.

ತಾನು ಬಂದಾಗಿನಿಂದ ಅನಿಲ್, ಶೋಭಳನ್ನು ಸೂಕ್ಷ್ಮವಾಗಿ ಗಮನಿಸುತ್ತಿದ್ದ. ಅವಳು ಹಿಂದಿನ ಶೋಭಳಾಗಿ ಉಳಿದಿಲ್ಲವೆನ್ನಿಸುತ್ತಿತ್ತು ಅವನಿಗೆ.

ಹಿಂದೆ ಅವಳು ಧರಿಸುತ್ತಿದ್ದ ಬೆಲ್‌ಬಾಟಮ್, ಲುಂಗಿ ಮುಂತಾದ ಉಡುಪುಗಳಲ್ಲಿ ಅವಳನ್ನು ಮುದ್ದಾಡಿ ಮೆಚ್ಚಿಗೆ ಸೂಸಿ ಅವಳ ಆಧುನಿಕ ಅಲಂಕರಣಕ್ಕೆ ಪ್ರೋತ್ಸಾಹ ವನ್ನೀಯುತ್ತಿದ್ದ. ಆದರೆ ಇಂದು ಅಂತಹ ವೇಷಭೂಷಣ ಕಾಣುವ ಶೋಭಳನ್ನು ಕಂಡರೇ ಜಿಗುಪ್ಸೆಗೊಳ್ಳುತ್ತಿದ್ದ. ಕಾರಣ... ಇವನು ಅಮೆರಿಕಕ್ಕೆ ಹೋದ ಹೊಸದರಲ್ಲಿ ಇಲ್ಲಿಂದ ಹೋಗಿದ್ದ ಕೆಲವು ಭಾರತೀಯರ ಪರಿಚಯವಾಯಿತು. ಅವರುಗಳು ಅಲ್ಲಿನ ಪರಿಸರಕ್ಕೆ ಬಹಳ ಮಟ್ಟಿಗೆ ಹೊಂದಿಕೊಂಡಿದ್ದರು ಎಂದರೂ ತಪ್ಪಲ್ಲ.

ಭಾರತದಿಂದ ಹೆಚ್ಚಿನ ವಿದ್ಯಾಭ್ಯಾಸಕ್ಕೆಂದು ಹೋಗಿ ಅಲ್ಲಿನ ತರುಣಿಯನ್ನೇ ಮದುವೆಯಾಗಿ ಸ್ವದೇಶ, ತಾಯಿ ತಂದೆಯರನ್ನೇ ಮರೆತಿದ್ದ ಅಶೋಕನ ಗೆಳೆತನ ಅನಿಲ್‌ಗೆ ಲಭಿಸಿದ್ದು ಒಂದು ವಿಶೇಷ ಸಂದರ್ಭದಲ್ಲಿ. ಇವರು ಗೆಳತನ ಹೊರಗಿನ ಪ್ರಪಂಚಕ್ಕೆ ಮಾತ್ರ ಮೀಸಲಾಗಿರಲಿಲ್ಲ. ಅಶೋಕನ ಜೊತೆ ಅನಿಲ್ ಕೆಲವಾರು ಬಾರಿ ಅವನ ಮನೆಗೂ ಹೋಗುತ್ತಿದ್ದ. ಅಶೋಕನ ಮಡದಿ ಲಿಲ್ಲಿ ಅನಿಲನನ್ನು ಬಹಳ ಅಕ್ಕರೆಯಿಂದ ಆದರಿಸುತ್ತಿದ್ದಳು. ಅವಳಿಗೆ ಭಾರತದ ಮೇಲೆ, ಅಲ್ಲಿನ ಸಂಸ್ಕೃತಿಯ ಮೇಲೆ ಬಹಳ ಅಕ್ಕರೆ. ಅಲ್ಲಿನ ರೀತಿ ನೀತಿಗಳನ್ನು ಗೌರವಿಸುತ್ತಿದ್ದಳು. ಆದಷ್ಟು ಆ ಸಂಸ್ಕೃತಿಯನ್ನು ಅನುಸರಿಸಲು ಪ್ರಯತ್ನಿಸುತ್ತಿದ್ದಳು.

ಒಂದು ದಿನ ಅಶೋಕನನ್ನು ಹುಡುಕಿಕೊಂಡು ಬಂದ ಅನಿಲನ ಮುಂದೆ ತನ್ನ ವೇದನೆಯನ್ನು ಬಿಚ್ಚಿಟ್ಟಳು ಲಿಲ್ಲಿ.

"ನೋಡಿ ಬ್ರದರ್, ನಾನು ಭಾರತೀಯನನ್ನು ಮದುವೆಯಾಗಬೇಕು ಅನ್ನೋ ಆಸೆ ಏನೋ ನಿಮ್ಮ ಗೆಳಯನಿಂದ ಕೈಗೂಡಿತು. ಆದರೆ... ನನಗೆ ಮನಸ್ಸಿಗೆ ಶಾಂತಿ ಸಿಗಲಿಲ್ಲ. ಅಲ್ಲಿ ಅಶೋಕನ ತಾಯಿ, ತಂದೆ ನನ್ನನ್ನು ಎಷ್ಟು ಬಗೆ ಶಪಿಸುತ್ತಿದ್ದಾರೋ ಕಾಣೆ! ಭಾರತೀಯರು ಆದರ್ಶದ ಪ್ರತಿ ಮೂರ್ತಿಗಳು. ಅವರುಗಳ ಶಾಪ ಎಂದಾದರೂ ನನ್ನ ಬಾಳಿಗೆ ತಟ್ಟುತ್ತೇನೋ ಅನ್ನೋ ಭೀತಿಯುಂಟಾಗಿದೆ. ನಾನು ಅಲ್ಲಿಗೆ ಹೋಗಬೇಕು, ಅವರೊಂದಿಗೆ ಬಾಳಬೇಕು ಅನ್ನೋ ಆಸೆ ಆಸೆಯಾಗೇ ಉಳಿಯುತ್ತೆ...ಏನೋ..." ಅವಳ ನೀಲಿ ಕಣ್ಣುಗಳಲ್ಲಿ ಕಂಬನಿ ತುಳುಕಿತು.

ತನ್ನ ಸ್ವದೇಶದ ಮೇಲೆ ಇಷ್ಟೊಂದು ಅಭಿಮಾನವಿಟ್ಟುಕೊಂಡಿರುವ ಲಿಲ್ಲಿಯ ಬಗ್ಗೆ ಅವನಿಗೆ ಅಭಿಮಾನ ಮೂಡಿತು.

"ಸಿಸ್ಟರ್, ನಾನು ಅಶೋಕನಿಗೆ ಹೇಳುತ್ತೇನೆ. ನಿಮ್ಮನ್ನು ಅಲ್ಲಿಗೆ ಕರೆದೊಯ್ಯಲು..." ಎಂದು ಉತ್ಸಾಹದಿಂದ ಹೇಳಿದ ಅನಿಲ್.

"ಇಲ್ಲ ಬ್ರದರ್, ಅವರಿಗೆ ಆ ಧೈರ್ಯ ಇಲ್ಲ. ನನ್ನ ಪಕ್ಕದಲ್ಲಿ ನಿಂತು ತಾಯಿ, ತಂದೆಯನ್ನು ಎದುರಿಸೋ ಧೈರ್ಯವಿಲ್ಲ. ಅವರು ನನ್ನನ್ನು ಖಂಡಿತ ಕರೆದೊಯ್ಯಲಾರರು" ಎಂದು ಹೇಳಿದ ಲಿಲ್ಲಿ ಕರ್ಚೀಫನ್ನು ಕಣ್ಣಿಗೊತ್ತಿಕೊಂಡು ಬಿಕ್ಕಿ ಬಿಕ್ಕಿ ಅಳತೊಡಗಿದಳು.

ಅನಿಲನಿಗೆ ಯಾವ ರೀತಿ ಅವಳಿಗೆ ಸಮಾಧಾನ ಹೇಳಬೇಕೋ ತಿಳಿಯದಾಯಿತು.

ಲಿಲ್ಲಿಯೆ ಸಾವರಿಸಿಕೊಂಡು "ಛೆ ಛೆ, ಏನೇನೋ ಮಾತಾಡಿದ್ದು ಅಲ್ಲದೇ ಅತ್ತು ಮನಸ್ಸಿಗೆ ಬೇಸರವನ್ನುಂಟುಮಾಡಿದೆ" ಅವಳ ಮಾತಿನಲ್ಲಿ ಕಳವಳವಿತ್ತು.

ಲಿಲ್ಲಿ ಪ್ರತಿ ಸಲ ಅನಿಲ್ ಬಂದಾಗಲೆಲ್ಲ ಭಾರತೀಯ ಸ್ತ್ರೀಯರ ಸಂಯಮ, ಪತಿ ಪ್ರೇಮ, ಮಾತೃವಾತ್ಸಲ್ಯ ಮುಂತಾದ ವಿಷಯಗಳ ಬಗ್ಗೆ ಗಂಟೆಗಟ್ಟಲೇ ಮಾತನಾಡುತ್ತಿದ್ದಳು.

ಅವಳ ಮಾತುಗಳಿಂದಲೇ ಭಾರತೀಯರ ಸಂಪೂರ್ಣ ವ್ಯಕ್ತಿತ್ವ, ಧರ್ಮಾಭಿಮಾನದ ಬಗ್ಗೆ ಸರಿಯಾಗಿ ತಿಳಿದಿದ್ದು ಅನಿಲನಿಗೆ.

ಅನಿಲ್ ನಾಚಿಕೊಳ್ಳುತ್ತಿದ್ದ. ಅಂತಹ ಧರ್ಮದ ನಾಡಾದ ಭಾರತದಲ್ಲಿ ಹುಟ್ಟಿ, ಬೆಳೆದು ವಿದೇಶೀ ತರುಣಿಯಿಂದ ಇಲ್ಲಿನ ಧರ್ಮ, ಸಂಸ್ಕೃತಿಯ ಬಗ್ಗೆ ತಿಳಿಯ ಬೇಕಾಯಿತಲ್ಲ ಎಂದು.

ಅನಿಲನಲ್ಲಿ ಬಹಳಷ್ಟು ಮಾರ್ಪಾಟಾಯಿತು. ಮದ್ಯ, ಮಾಂಸಗಳನ್ನು ವರ್ಜಿಸಿ ಶುದ್ಧ ಭಾರತೀಯನಾಗಲು ಪ್ರಯತ್ನಪಡುತ್ತಿದ್ದ.

ಅವನ ಯೋಚನೆಯನ್ನು ಮಧ್ಯದಲ್ಲೇ ತಡೆದಿದ್ದು ಶೋಭಳ ಕರೆ.

ಅನಿಲ್ ತಲೆ ಎತ್ತಿ ಅವಳ ಕಡೆ ನೋಡಿದ. ಶೋಭ ಅವನ ದೃಷ್ಟಿ ಎದುರಿಸಲಾರದೇ ತಲೆ ತಗ್ಗಿಸಿದಳು. ಅವಳೇನು ನಾಚಿಕೆ ಸ್ವಭಾವದ ಹೆಣ್ಣಲ್ಲ ಎಂಬ ವಿಷಯ ಅನಿಲನಿಗೇನು

ತಿಳಿಯದೇ ಇರಲಿಲ್ಲ.

"ಶೋಭ, ಬಾ ಇಲ್ಲಿ. ನಾನು ಐದು ವರ್ಷ ವಿದೇಶಕ್ಕೆ ಹೋಗಿ ಬಂದುದಕ್ಕೆ ಹೊಸಬರ ಹತ್ತಿರ ನಾಚುವಂತೆ ನಾಚುತ್ತೀಯಲ್ಲ! ಭಾರತೀಯ ಹೆಣ್ಣು ಮಕ್ಕಳಿಗೆ ದೈವದತ್ತವಾದ ಕೊಡುಗೆ ಲಜ್ಜೆ ಅನ್ನೋದು ಎಷ್ಟು ಮಟ್ಟಿಗೆ ನಿಜ" ಎನ್ನುತ್ತ ತಾನೇ ಅವಳ ಬಳಿಗೆ ಬಗ್ಗಿ ಅವಳ ತಲೆಯನ್ನು ಎತ್ತಿದ. ಆದರೆ...ಅವನು ನಿರೀಕ್ಷಿಸಿದ್ದ ಪ್ರೀತಿಯಾಗಲಿ, ಲಜ್ಜೆಯಾಗಲಿ ಅಲ್ಲಿ ಕಾಣದಿದ್ದಾಗ ನಿರಾಶನಾಗಿ ದೂರ ಹೋಗಿ ನಿಂತ.

ಅವನ ತಲೆ ಸಿಡಿಯತೊಡಗಿತು. ತಾನು ಪ್ರೀತಿಸಿ, ಒಡನಾಡಿದ ಶೋಭಳಿಗಾಗೇ ತನ್ನ ಹೃದಯದ ಪ್ರೀತಿಯನ್ನು ಬಚ್ಚಿಟ್ಟಿದ್ದ. ನೀರಸವಾಗಿ ಅವಳಿಂದ ಬರುತ್ತಿದ್ದ ಉತ್ತರಗಳನ್ನು ನೋಡೇ ಕೆಲವೊಮ್ಮೆ ಆತಂಕಗೊಳ್ಳುತ್ತಿದ್ದ. ಆದರೆ...ಲಿಲ್ಲಿಯ ಮಾತುಗಳಲ್ಲಿ ಅಡಗಿರುತ್ತಿದ್ದ ಭಾರತೀಯ ಮಹಿಳೆಯ ಸದ್ಗುಣಗಳನ್ನು ಅರಿತು ಧೈರ್ಯವಾಗಿರುತ್ತಿದ್ದ. ಆದರೆ ಇಂದು ಅವನ ಧೈರ್ಯ ಕುಸಿಯಿತು.

"ಅನಿಲ್... ಯಾಕೆ ಸುಮ್ಮನೇ ನಿಂತಿರಿ?" ಎಂದಳು ಶೋಭ ಆತಂಕದಿಂದ.

"ಏನೂ ಇಲ್ಲ. ನೀನು ಯಾಕೆ ಕೂಗಿದ್ದು?" ಎಂದು ನಗಲು ಪ್ರಯತ್ನಪಟ್ಟ.

"ಫ್ಯಾಕ್ಟರಿಯಿಂದ ನಿನ್ನನ್ನು ನೋಡುವ ಸಲುವಾಗಿ ಯಾರು ಯಾರೋ ಬಂದಿದ್ದಾರೆ" ಬಂದವರು ಯಾರು? ಏನು? ಅಂತ ತಿಳಿದಿದ್ದರೂ ಬೇಗ ಮಾತು ಮುಗಿಸಲು ಹಾಗೆ ಹೇಳಿದಳು.

"ಆಯಿತು ನಡೀ. ಬಂದೇ..." ಎಂದ ಅನಿಲ್ ಸ್ವಲ್ಪ ಹೊತ್ತು ಹಾಗೇ ನಿಂತಿದ್ದು ಅನಂತರ ಇಳಿದು ಕೆಳಗೆ ಬಂದ.

ಅವನನ್ನು ನೋಡಲು ಫ್ಯಾಕ್ಟರಿಯ ಮೇಲುದರ್ಜೆಯ ಎಲ್ಲ ನೌಕರ ವರ್ಗದವರು ಬಂದಿದ್ದರು.

ಅನಿಲ್ ಆತ್ಮೀಯತೆಯ ನಗು ನಕ್ಕು ಬಂದವರನ್ನು ವಿಚಾರಿಸಿದ.

"ನಾವೆಲ್ಲ ನಿಮಗೊಂದು ಪಾರ್ಟಿ ಕೊಡೋಣ ಅಂತ ತೀರ್ಮಾನಿಸಿದ್ದೇವೆ. ಅದಕ್ಕೆ ನಿಮ್ಮ ಒಪ್ಪಿಗೆ ಬೇಕು..." ಎಂದು ಕಮರ್ಷಿಯಲ್ ಮ್ಯಾನೇಜರ್ ಹೇಳಿದರು.

ಸ್ವಲ್ಪ ಸುಮ್ಮನೇ ಯೋಚಿಸುತ್ತ ಕುಳಿತಿದ್ದ ಅನಿಲ್ ನಗುತ್ತ "ಅದಕ್ಕೇನು ಆಗಲಿ... ಪಾರ್ಟಿ ಸಾಧಾರಣವಾಗಿರಲಿ. ಯಾವ ಆಹಾರ ವಸ್ತುಗಳೂ ಪೋಲಾಗದಿರಲಿ. ಅಷ್ಟೇ ಅಲ್ಲದೆ ಅದರಲ್ಲಿ ಭಾರತೀಯತೆ ಮಾತ್ರವಿರಲಿ."

ಅನಿಲನ ಮಾತಿನಿಂದ ಸತೀಶನನ್ನು ಬಿಟ್ಟು ಬಂದಿದ್ದ ಮೇಲುದರ್ಜೆ ಆಫೀಸರ್‌ಗಳೆಲ್ಲ ಸುಸ್ತಾದರು. ಪಾರ್ಟಿ ಅಂದರೆ ತಿಂದು, ಕುಡಿದು, ಕುಣಿದು ಮಜಾ ಉಡಾಯಿಸುವುದೆಂದೇ ಅವರ ಅಭಿಪ್ರಾಯ.

ಸತೀಶ ತಟ್ಟನೇ ಹೇಳಿದ "ಬಹಳ ಸಂತೋಷ ಸಾರ್. ಭಾನುವಾರ ಸಂಜೆ ಪಾರ್ಟಿ

ಇಟ್ಟುಕೊಂಡಿದ್ದೇವೆ. ನಿಮಗೇನು ಅನಾನುಕೂಲವಲ್ಲ ತಾನೇ?"

"ಏನೂ ಇಲ್ಲ, ಹಾಗೇ ಮಾಡಿ" ಎಂದ ಚುಟುಕಾಗಿ ಅನಿಲ್.

ಎಲ್ಲರೂ ವಿಷ್ ಮಾಡಿ ಹೊರಟಾಗ ಅನಿಲ್ ಸತೀಶನನ್ನು ನಿಲ್ಲಿಸಿಕೊಂಡ.

ಸತೀಶನ ಹೃದಯ ಆತಂಕದಿಂದ ಡವಗುಟ್ಟುತ್ತಿತ್ತು.

"ಕೂತ್ಕೊಳ್ಳಿ ಸತೀಶ್" ಎಂದ ಆತ್ಮೀಯವಾಗಿ ಅನಿಲ್.

ಸತೀಶ್ ಅನುಮಾನಿಸುತ್ತಲೇ ಕುಳಿತ.

"ನೀನು ಫ್ಯಾಕ್ಟರಿಯ ಮ್ಯಾನೇಜರ್. ಮಾಲಿಕರಾದ ಮಾತ್ರಕ್ಕೆ ನಮಗೆ ಇಷ್ಟು ಹೆದರುವ ಕಾರಣವಿಲ್ಲ" ಎಂದ ನಗುತ್ತ ಅನಿಲ್.

ಪುನಃ ಅನಿಲನೇ ಮಾತನಾಡಬೇಕಾಯಿತು. "ನಮ್ಮ ಮಾವ ತುಂಬಾ ಬುದ್ಧಿವಂತರು. ನಿಮ್ಮಂತ ಯೋಗ್ಯರನ್ನೇ ಮ್ಯಾನೇಜರ್ ಸ್ಥಾನಕ್ಕೆ ಆರಿಸಿದ್ದಾರೆ. ಇದು ಬೇರೊಬ್ಬರ ಮಾತಲ್ಲ. ಬಂದ ಎರಡು ಮೂರು ದಿನದಲ್ಲೇ ನನ್ನ ಅರಿವಿಗೆ ಬಂತು."

ಸತೀಶನ ಹೃದಯ ನೋವಿನಿಂದ ಹಿಂಡಿತು. ಅನಿಲನ ಹಿರಿಯ ವ್ಯಕ್ತಿತ್ವದ ಅರಿವಿತ್ತು ಅವನಿಗೆ.

"ಅದೆಲ್ಲ ನಿಮ್ಮ ಅಭಿಮಾನ ಮಾತ್ರ..." ಎಂದು ಏನೋ ಹೇಳ ಹೊರಟವನು ಅರ್ಧದಲ್ಲೇ ನಿಲ್ಲಿಸಿದ.

ಅನಿಲ್, ಸತೀಶ್ ಅರ್ಧ ಗಂಟೆ ಅದೂ, ಇದೂ ಹರಟೆ ಹೊಡೆದರೆಂದರೆ ತಪ್ಪಲ್ಲ. ಮೊದ ಮೊದಲು ಸತೀಶ ಸಂಕೋಚಗೊಂಡರೂ ಆಮೇಲೆ ಮೈ ಚಳಿ ಬಿಟ್ಟು ಮಾತನಾಡಿದ.

ರಘುಪತಿಯವರು ಸಂಪೂರ್ಣ ಫ್ಯಾಕ್ಟರಿಯ ವ್ಯವಹಾರಗಳನ್ನೆಲ್ಲಾ ಅನಿಲನಿಗೆ ಒಪ್ಪಿಸಿ ಹೇಳಿದರು.

"ಅನಿಲ್ ನೋಡಪ್ಪ, ನಿಮ್ಮ ತಾಯಿ ಫ್ಯಾಕ್ಟರಿಯ ಎಲ್ಲ ವ್ಯವಹಾರಗಳನ್ನೆಲ್ಲ ನನ್ನ ಕೈಯಲ್ಲಿಟ್ಟು ಕಣ್ಣು ಮುಚ್ಚಿದರು. ಅವಳ ನಂಬಿಕೇನ ಹಾಳು ಮಾಡದೇ ದಕ್ಷತೆಯಿಂದ ಫ್ಯಾಕ್ಟರಿಯ ಏಳಿಗೆಗಾಗಿ ದುಡಿದೆ. ಅದನ್ನ ನಿನಗೆ ಒಪ್ಪಿಸುತ್ತ ಇದ್ದೀನಿ. ಇನ್ನೊಂದು ಮಾತ್ರ ಬಾಕಿ ಉಳಿದಿದೆ. ಶೋಭ ನಿನ್ನ ತಲೆ ಮೇಲೆ ನಾಲ್ಕು ಅಕ್ಕಿ ಕಾಳು ಹಾಕಿಬಿಟ್ಟರೆ ನನ್ನ ಜವಾಬ್ದಾರಿ ಮುಗಿಯಿತು" ಎಂದು ಹೇಳಿದ ಅವರ ಗಂಟಲು ಗದ್ಗದವಾಯಿತು.

ಅವನಿಗೆ ಮಾವನ ಮೇಲೆ ಅಪಾರ ಅಭಿಮಾನವಿದ್ದರೂ ಅವನಿಂದ ಮಾತನಾಡಲಾಗಲಿಲ್ಲ.

ಅನಿಲ್ ಒಂದು ಸಾಧಾರಣ ಬುಶ್‌ಷರ್ಟು, ಪ್ಯಾಂಟು ಧರಿಸಿ ಪಾರ್ಟಿಗೆ ಬಂದಾಗ ಫುಲ್ ಸೂಟುಧಾರಿಗಳಾಗಿ ಬಂದಿದ್ದ ಎಲ್ಲರೂ ನಾಚಿಕೊಂಡರು.

ಗಂಡಂದಿರ ಜೊತೆ ಬಂದಿದ್ದ ಮಹಿಳಾಮಣಿಗಳು ವಿವಿಧ ರೀತಿಯ ತುರುಬುಗಳು, ಝುಗಝುಗಿಸುವ ಆಭರಣಗಳು, ದೇಹದ ಉಬ್ಬು ತಗ್ಗುಗಳನ್ನು ಎತ್ತಿ ತೋರುವಂಥ ಉಡುಪುಗಳನ್ನು ನೋಡಿ ಅನಿಲ್ ನಿಟ್ಟುಸಿರು ಬಿಟ್ಟ.

ಲಿಲ್ಲಿ ಇಲ್ಲಿನ ಸೀರೆಗಳನ್ನು ತರಿಸಿಕೊಂಡು ಉಟ್ಟು ಮೈ ತುಂಬ ಸೆರಗನ್ನು ಹೊದ್ದು ನಿಂತಾಗ ಯಾವ ಗಂಡಿಗಾದರೂ ಅಂಥಹ ಹೆಣ್ಣನ್ನು ಕೀಳು ಮನೋಭಾವದಿಂದ ನೋಡಲಾಗುತ್ತಿರಲಿಲ್ಲ. ಅವಳ ಬಗ್ಗೆ ಅಪಾರ ಗೌರವ ಉಂಟಾಗುತ್ತಿತ್ತು.

ಅನಿಲನ ಕಣ್ಣುಗಳು ಒಂದು ಸಲ ಸುತ್ತು ಬಳಸಿ ಸತೀಶನ ಪಕ್ಕದಲ್ಲಿ ನಿಂತ ತರುಣಿಯ ಮೇಲೆ ಕೇಂದ್ರೀಕರಿಸಿತು. ಅವನ ಹೃದಯದ ನೋವು ಮಾಸಿತು, ಮುಖ ಅರಳಿತು.

ಸತೀಶ ಮಡದಿಯನ್ನು ಕರೆತಂದು ಅನಿಲನಿಗೆ ಪರಿಚಯ ಮಾಡಿಸಿದ.

ಅನುಪಮ ಸಾಧಾರಣ ಬಿಳಿ ಸೀರೆ ಹಸಿರು ಅಂಚಿದ್ದ ಸೀರೆಯನ್ನು ಉಟ್ಟು ಮೈ ತುಂಬ ಸೆರಗನ್ನು ಹೊದ್ದಿದ್ದಳು. ಒಂದೇ ಜಡೆ ಹೆಣೆದು ಮಲ್ಲಿಗೆ ದಂಡೆ ಮುಡಿದಿದ್ದಳು. ಬಿಳಿ ಹಣೆಯ ಕಾಂತಿಯನ್ನು ಎದ್ದು ತೋರಿಸುತ್ತಿದ್ದ ಕೆಂಪು ದುಂಡು ಕುಂಕುಮದ ಬೊಟ್ಟು. ಕಾಣದಂತೆ ಲೇಪಿಸಿದ್ದ ಸ್ನೋ, ಪೌಡರ್ ಅವಳ ಸರಳತೆಯನ್ನು ಎತ್ತಿ ತೋರಿಸುತ್ತಿತ್ತು.

"ಭಾರತ ಸಂಸ್ಕೃತಿಗೆ ಎಂದಿಗೂ ಧಕ್ಕೆ ಇಲ್ಲ ಎನ್ನುವ ಮಾತು ನಿಮ್ಮನ್ನು ನೋಡಿದ ಮೇಲೆ ಸತ್ಯ ಎನ್ನಿಸಿತು" ಎಂದ ಅನಿಲ್ ಗೌರವಪೂರ್ವಕವಾಗಿ.

ಅನಿಲನ ಪಕ್ಕದಲ್ಲಿದ್ದ ಶೋಭಳ ಅಸೂಯೆಯ ಬಟ್ಟಲು ದೊಡ್ಡದಾಯಿತು. ಅವಳಿಗೆ ಅಲ್ಲಿ ನಿಲ್ಲಲೂ ಸಾಧ್ಯವಾಗಲಿಲ್ಲ. ತನಗಾಗಿ ಸಿದ್ಧಪಡಿಸಿದ್ದ ಆಸನದ ಮೇಲೆ ಹೋಗಿ ಕುಳಿತಳು.

ಪಾರ್ಟಿ ಮೊದಲು ಸಾಧಾರಣ ಸಸ್ಯಾಹಾರ, ಹಣ್ಣುಹಂಪಲಿನಿಂದ ಪ್ರಾರಂಭವಾದರೂ ಅನಂತರ ಆಧುನಿಕ ಪಾರ್ಟಿಯಾಯಿತು ಎಂದರೂ ತಪ್ಪಿಲ್ಲ.

ಬಾಲ್ಯ ಸ್ನೇಹಿತ ಸೋಮಶೇಖರ್ ಹಲ್ಲು ಗಿಂಜುತ್ತ ಅನಿಲನ ಮುಂದೆ ಬಂದು ನಿಂತ.

"ಸಾರ್, ಹಿಂದಿನ ಪಾರ್ಟಿ ಯಾರಿಗೂ ರುಚಿಸೋದಿಲ್ಲ. ನೀವು ಅಪ್ಪಣೆ ಕೊಟ್ಟರೆ..."

ಅನಿಲನ ಕೋಪ ನೆತ್ತಿಗೇರಿತು. ಆದರೆ ಅದನ್ನು ತೋರ್ಪಡಿಸಿಕೊಳ್ಳಲು ಇಷ್ಟಪಡದೇ...

"ಆಛುಔಿಘಾ ತಈಜ್ಜುಒಖ ಗಈ" ಎಂದವನೇ ತನ್ನ ಆಸನ ಬಿಟ್ಟು ಕೆಳಗಿಳಿದು ಕಿಟಕಿಯ ಬಳಿ ಹೋಗಿ ನಿಂತ. ಇಷ್ಟೊತ್ತು ನಿಶ್ಯಬ್ದವಾಗಿದ್ದ ವಾತಾವರಣ ದಿಕ್ಕೇ ಬದಲಾಯಿಸಿತು. ಬಾಟಲು, ಗ್ಲಾಸ್‌ಗಳ ಸದ್ದಿನೊಂದಿಗೆ ವಿದೇಶೀ ಸಂಗೀತ ಶುರುವಾಯಿತು. ಎಲ್ಲರ ಕಾಲುಗಳು ಅದಕ್ಕೆ ಸರಿಯಾಗಿ ಕುಣಿಯತೊಡಗಿತು.

ಅವರ ಮಧ್ಯೆ ಕುಳಿತರೆ ಕಷ್ಟವೆಂದು ಸತೀಶ ಮಡದಿಯೊಂದಿಗೆ ಹೊರಗೆ ಬಂದ. ಆಗತಾನೇ ಶುರುವಾಗುತ್ತಿದ್ದ ಮನರಂಜನೆಯಲ್ಲಿ ತಲ್ಲೀನರಾದ ಯಾರೂ ಅವನನ್ನು ಗಮನಿಸಲಿಲ್ಲ. ಅನಿಲನ ಕಾರು ಹೊರಟಿದ್ದನ್ನು ನೋಡಿ ನಾವು ಹೊರಡವುದಕ್ಕೆ ಆತಂಕವಿಲ್ಲ ಎಂದುಕೊಂಡು ಬಂದು ಕಾರಿನಲ್ಲಿ ಕುಳಿತರು. ಕಾರು ವಿಲ್ಸನ್‌ಗಾರ್ಡನ್ ಕಡೆಗೆ ಹೊರಟಿತು.

ಸತೀಶನಲ್ಲಿ ಎಷ್ಟೋ ಮಾರ್ಪಾಟಾಗಿದ್ದರೂ ಗಂಡ, ಹೆಂಡಿರ ಮಧ್ಯೆ ಇದ್ದ ಕಂದಕ ಮುಚ್ಚಿರಲಿಲ್ಲ.

ಪಾರ್ಟಿಯಲ್ಲಿ ಏನೂ ತಿಂದಿರದಿದ್ದರಿಂದ ಇಬ್ಬರಿಗೂ ಹೊಟ್ಟೆ ಹಸಿಯುತ್ತಿತ್ತು. ಮೌನವಾಗಿ ಊಟ ಮುಗಿಸಿದರು.

ಸತೀಶ ಮಹಡಿಯ ಮೇಲೆ ಪೋರ್ಟಿಕೋದಲ್ಲಿ ಬಂದು ಕುಳಿತ. ರಾತ್ರಿಯ ಚಳಿಗಾಳಿ ಹಿತವಾಗಿ ಬೀಸುತ್ತಿತ್ತು. ಸುಂದರವಾದ ಬೆತ್ತದ ಕುರ್ಚಿ, ಮುಂದಿದ್ದ ಕೆತ್ತನೆ ಕೆಲಸದಿಂದ ನಿರ್ಮಿಸಿದ ಮರದ ಟೀಪಾಯಿ ಪಾಟುಗಳಲ್ಲಿ ಅರಳಿ ನಿಂತ ಗುಲಾಬಿ ಗಿಡಗಳು. ಇದೆಲ್ಲ ಅವನಿಗೆ ಕನಸಾಗಿ ಕಾಣಿಸಿತು. ಈ ವೈಭವ ಮುಂದೆಂದೂ ತನ್ನ ಜೀವನದಲ್ಲಿ ದೊರೆಯದೆನ್ನಿಸಿತು.

ಅನಿಲ್ ಬಂದ ಮೇಲೆ ಅವನೆಂದೂ ಶೋಭಳನ್ನು ನೋಡುವ ಸಲುವಾಗಿ ಶೋಭ ವಿಲ್ಲಾ ಕಡೆ ಹೋಗೇ ಇರಲಿಲ್ಲ. ಇದರ ಮುಂಸೂಚನೆಯನ್ನು ರಘುಪತಿಯವರು ಮೊದಲೇ ಕೊಟ್ಟಿದ್ದರು.

* * *

ಅನಿಲ್ ಮನೆಗೆ ಬಂದು ಜಿಗುಪ್ಸೆಯಿಂದ ಶತಪಥ ಸುತ್ತತೊಡಗಿದ. ರಘುಪತಿಯವರು, ಶೋಭ ಮನೆಗೆ ಬಂದಾಗ ಹನ್ನೊಂದು ಗಂಟೆಯಾಗಿತ್ತು. ರಘುಪತಿಯವರು ಲಿಮಿಟಿನಲ್ಲಿ ಪಾನೀಯ ಸೇವಿಸಿದ್ದರು. ಶೋಭ ಸ್ವಲ್ಪ ಹೆಚ್ಚು ಕುಡಿದಿದ್ದಳು. ಅದೇನು ಅನಿಲನಿಗೆ ಹೊಸದಾಗಿರಲಿಲ್ಲ. ಶ್ರೀಮಂತ ಪಾರ್ಟಿಗಳಲ್ಲಿ ಅದೆಲ್ಲ ಸಾಧಾರಣವಾಗಿತ್ತು. ಹಿಂದೆ ಇಂತಹ ಮೋಜಿನ ಜೀವನವನ್ನು ಮನಸಾರೆ ಆಹ್ವಾನಿಸುತ್ತಿದ್ದ. ಆದರೆ ಲಿಲ್ಲಿಯ ಪರಿಚಯ ಅವನ ಜೀವನದ ತಿರುವನ್ನೇ ಬದಲಾಯಿಸಿತ್ತು.

ಮಂಚ ಸೇರಿದ ಅನಿಲ್ ಬೆಳಗಿನವರೆಗೂ ನಿದ್ದೆ ಇಲ್ಲದೇ ಒದ್ದಾಡಿದ. ಯಾವುದೋ ನಿರ್ಧಾರಕ್ಕೆ ಬಂದವನಂತೆ ಬೇಗನೆ ಎದ್ದು ನಿತ್ಯವಿಧಿಗಳನ್ನು ತೀರಿಸಿಕೊಂಡು ಹಾಲಿನಲ್ಲಿ ಸೋಫಾ ಮೇಲೆ ಕುಳಿತ. ರಘುಪತಿಯವರು ಫ್ಯಾಕ್ಟರಿಗೆ ಹೊರಟಾಗ ತಾನು ನಂತರ ಬರುವುದಾಗಿ ತಿಳಿಸಿದ.

ಹತ್ತು ಗಂಟೆಯಾದರೂ ಶೋಭ ಏಳುವ ಸೂಚನೆ ಕಾಣದಾದಾಗ ತಾನೇ ಮಹಡಿ ಹತ್ತಿ ಅವಳ ಕೋಣೆಗೆ ನಡೆದ. ರಾತ್ರಿಯ ಉಡುಪಿನಲ್ಲಿ ನಿದ್ರಿಸುತ್ತಿದ್ದ ಶೋಭಳನ್ನು

ದಿಟ್ಟಿಸಿದ. ಕೃತಕ ಸೌಂದರ್ಯ ಸಾಧನಗಳು ಅವಳ ಸ್ವಾಭಾವಿಕ ಚೆಲುವನ್ನು ಮರೆ ಮಾಡಿತ್ತು. ಹುಬ್ಬಿಗೆ ತೀಡಿದ್ದ ಕಪ್ಪಿನ ಆಕಾರ ದೊಡ್ಡದಾಗಿ ಅಸಹ್ಯವಾಗಿ ಕಾಣುತ್ತಿತ್ತು. ಕುಡಿದ ಜ್ಞಾನದಲ್ಲಿ ಮುಖದ ಮೇಲೆ ಕೈಯಾಡಿಸಿದ ಪರಿಣಾಮವೋ ಏನೋ, ಕೆನ್ನೆಯ ರಂಗು, ತುಟಿಯ ಲಿಪ್‌ಸ್ಟಿಕ್ ಎರಡು ಮಿಲನವಾಗಿ ಸರ್ಕಸ್ಸಿನ ಬಫೂನಿನ ನೆನಪನ್ನು ತರುತ್ತಿತ್ತು.

ತನ್ನ ಹೃದಯದ ಜಿಗುಪ್ಸೆಯನ್ನು ಹತ್ತಿಕ್ಕಿ "ಶೋಭಾ, ಶೋಭಾ" ಎಂದು ಮೆಲುವಾಗಿ ಕರೆದ.

"ಛೂಟಟಿಓ ಸತೀಶ್, ಸುಮ್ಮನೆ ಮಲಗು" ಎನ್ನುತ್ತ ಪಕ್ಕದಲ್ಲಿದ್ದ ದಿಂಬನ್ನು ತಳ್ಳಿದಳು ಅರೆ ನಿದ್ದೆಯಲ್ಲಿ.

ಅನಿಲನ ಸಂದೇಹ ಆ ಮಾತಿನಿಂದ ದೃಢಪಟ್ಟರೂ ಸತೀಶನ... ಬಗ್ಗೆ ಯೋಚಿಸುವುದೇ ಅವನಿಗೆ ಕಷ್ಟವಾಯಿತು.

"ಶೋಭಾ, ಶೋಭಾ" ಎಂದು ಅವಳ ಮೈಯನ್ನು ಅಲುಗಾಡಿಸಿ ಬಲವಂತದಿಂದ ಎಬ್ಬಿಸಿದ. ಹಿಂದೆ ಆಗಿದ್ದರೆ ಅವನ ಮುತ್ತಿನ ಸುರಿಮಳೆಯಲ್ಲೇ ಅವಳನ್ನು ತೇಲಿಸಿ ಮುಳುಗಿಸಿಬಿಡುತ್ತಿದ್ದ. ಆದರೆ ಇಂದು ಅವನ ಹೃದಯ ಅವಳಿಂದ ವಿಮುಖಗೊಂಡಿತ್ತು.

"ಶೋಭ, ನಿನ್ನ ಬೆಳಗಿನ ಕೆಲಸ ತೀರಿಸಿಕೊಂಡು ಬೇಗ ಬಾ. ನಾನು ಕೆಳಗೆ ನಿನಗಾಗಿ ಕಾಯುತ್ತಿರುತ್ತೇನೆ" ಎಂದವನೇ ಕೋಣೆಯಿಂದ ಹೊರಗೆ ನಡೆದ.

ಶೋಭಳ ಹೃದಯ ಭಯದಿಂದ ಡವಗುಟ್ಟಿದರೂ, ಯಾವುದೇ ಕಾರಣಕ್ಕೆ ಅವಳು ಸತೀಶನನ್ನು ಕಳೆದುಕೊಳ್ಳುವುದಕ್ಕೆ ಸಿದ್ಧವಾಗಿರಲಿಲ್ಲ. ಅನಿಲ್ ತನ್ನನ್ನು ಎಷ್ಟುಮಟ್ಟಿಗೆ ಪ್ರೀತಿಸುತ್ತಾನೆ ಎಂಬುದು ಅವಳಿಗೆ ತಿಳಿದಿತ್ತಾದರೂ ಅವನಿಗಾಗಿ ಅವಳ ಹೃದಯದಲ್ಲಿದ್ದ ಪ್ರೇಮಜಾಲ ಬತ್ತಿಹೋಗಿತ್ತು.

ಅನಿಲ್‌ನನ್ನು ಮದುವೆಯಾಗದಿದ್ದರೂ ಶ್ರೀಮಂತಿಕೆಯ ಬಗ್ಗೆ ಅವಳು ಯೋಚಿಸಬೇಕಾಗಿರಲಿಲ್ಲ. ರಘುಪತಿಯವರು ಸಾಕಷ್ಟು ದೊಡ್ಡ ಮೊತ್ತವನ್ನೇ ಸಂಗ್ರಹಿಸಿದ್ದರು.

ಶೋಭ ಕೆಳಗಿಳಿದು ಬಂದಾಗ ಅನಿಲ್ ಯಾವುದೋ ಮ್ಯಾಗಜೀನ್ ತಿರುವಿ ಹಾಕುತ್ತ ಕುಳಿತಿದ್ದ.

ಅವಳನ್ನು ನೋಡಿದವನೇ "ಶೋಭ, ನಿನ್ನ ಹತ್ತಿರ ಸ್ವಲ್ಪ ಮಾತನಾಡಬೇಕು. ಮೇಲೇನೇ ಹೋಗೋಣ" ಎಂದವನೇ ಮೆಟ್ಟಲು ಹತ್ತಿ ಮೇಲೆ ನಡೆದು ಶೋಭಳ ಮಲಗುವ ಕೋಣೆಯ ಪಕ್ಕದ ಕೋಣೆಗೆ ಹೋಗಿ ಸೋಫಾದ ಮೇಲೆ ಕುಳಿತು ಜೊತೆಯಲ್ಲಿ ಬಂದ ಶೋಭಳಿಗೆ ಎದುರಿಗಿದ್ದ ಆಸನ ತೋರಿಸಿದ. ಅವಳು ಕುಳಿತ ಮೇಲೆ ಹೇಗೆ ಮಾತು ಪ್ರಾರಂಭಿಸಬೇಕು ಎಂದು ಯೋಚಿಸಿದ.

"ಶೋಭ, ನೀನು ನನ್ನ ಕಣ್ಣಿಗೆ ಮೊದಲಿನ ಶೋಭಳಾಗಿ ಕಾಣಿಸುತ್ತಿಲ್ಲ. ಅದು ನನ್ನ ಭ್ರಮೆಯೋ? ಸತ್ಯವೋ? ಗೊತ್ತಾಗುತ್ತ ಇಲ್ಲ. ನನಗೆ ಜೀವನದಲ್ಲಿ ಬಹಳಷ್ಟು ಪ್ರೀತಿಯ ಕೊರತೆ ಅಂತ ನಿನಗೆ ಗೊತ್ತೇ ಇದೆ. ಬರೀ ದೈಹಿಕ ತೃಷೆ ತೀರಿಸಿ ಸಮಾಜದ ಎದುರಿನಲ್ಲಿ ತೋರಿಸೋದಿಕ್ಕೆ ಒಬ್ಬ ಸಂಗಾತಿ ಮಾತ್ರ ಬೇಕಾಗಿಲ್ಲ. ತಾಯಿಯಂತೆ ಮುದ್ದಿಸಿ ತಂದೆಯಂತೆ ಲಲ್ಲಗರೆದು, ಒಡಹುಟ್ಟಿದವರಂತೆ ಚೆನ್ನಾಟವಾಡುವ, ಮಡದಿಯಂತೆ ಓಲೈಸುವ ಗೆಳತಿಯ ಅವಶ್ಯಕತೆ ಇದೆ. ಇದನ್ನು ನೀನು ತುಂಬಿಕೊಡಬಲ್ಲೆ ಎನ್ನೋ ಧೈರ್ಯವಿದ್ದರೆ ಮಾತ್ರ ನನ್ನ ಮದುವೆಯಾಗಲು ಒಪ್ಪಿಗೆ ಕೊಡು. ಅಷ್ಟೇ ಅಲ್ಲದೇ ನಾನು ಬಹಳ ಸ್ವಾರ್ಥಿ ಅಂದುಕೊಂಡರೂ ಪರವಾಗಿಲ್ಲ. ನನ್ನ ಮಡದಿ ನನಗೊಬ್ಬನಿಗೆ ಮೀಸಲು" ಎಂದು ಮೆಲುವಾಗಿ ಅನಿಲ್ ಹೇಳಿದರೂ ಅದರಲ್ಲಿ ಭರ್ಜಿಯ ಅಲುಗಿನಂಥ ಕಾವಿತ್ತು.

ಶೋಭಳ ಹೃದಯದಲ್ಲಿ ಘರ್ಷಣೆಗಳ ಮಹಾಪೂರವೇ ಎದ್ದಿತು, ನಿಜ ಸ್ಥಿತಿ ತಿಳಿಸಲಾರದೇ ಒದ್ದಾಡಿದಳು.

"ಶೋಭ, ಧೈರ್ಯವಾಗಿ ಹೇಳು. ನೀನು ಯಾರನ್ನಾದರೂ ಮೆಚ್ಚಿ ಮದುವೆಯಾಗ ಬೇಕೆಂದಿದ್ದರೆ ಖಂಡಿತ ನಾನೇ ನಿಂತು ಮಾಡುತ್ತೀನಿ. ಇದು ಹುಡುಗಾಟದ ಪ್ರಶ್ನೆಯಲ್ಲ. ಇಡೀ ಜೀವನದ ಪ್ರಶ್ನೆ."

ಅನಿಲನ ಮಾತು ಕೇಳಿ ಶೋಭಳ ಕಣ್ಣಲ್ಲಿ ನೀರಾಡಿತು. ಛೆ! ಇಂಥ ವ್ಯಕ್ತಿಗೆ ದ್ರೋಹ ಮಾಡಿದೆನಲ್ಲ ಎಂದು ಮನದಲ್ಲೇ ದೂಷಿಸಿಕೊಂಡಳು.

"ಅನಿಲ್..." ಎಂದು ಶುರು ಮಾಡಿದ ಶೋಭ ನಡುವೆ ತಡವರಿಸಿದರೂ ಇದ್ದ ವಿಷಯವನ್ನೆಲ್ಲ ಸಂಕೋಚಪಡದೇ ಅನಿಲನ ಮುಂದೆ ಪುಸ್ತಕದಂತೆ ತೆರೆದಿಟ್ಟಿದ್ದಳು.

ಅನಿಲ ಎಲ್ಲ ಕೇಳಿ ನಿಟ್ಟುಸಿರುಬಿಟ್ಟ. ಅವನ ಮುಖದಿಂದ ನಿರಾಶೆಯ ನಗು ಹೊರಬಿತ್ತು. ಅವನ ದೃಷ್ಟಿ ಗೋಡೆಯ ಮೇಲೆ ವಿರಾಜಿಸುತ್ತಿದ್ದ ಪಾರ್ಥಸಾರಥಿಯ ಮೇಲೆ ಬಿತ್ತು.

ಜನತೆ ವಿಜ್ಞಾನದ ಪ್ರಗತಿಯನ್ನು ಕಂಡು ದೇವರೇ ಇಲ್ಲ ನಮ್ಮ ಬುದ್ಧಿ ಚತುರತೆ, ಶ್ರೀಮಂತಿಕೆಯಿಂದ ಏನನ್ನಾದರೂ ಸಾಧಿಸಬಲ್ಲೆವು ಎಂದು ಬೊಬ್ಬಿಡುತ್ತಾರೆ. ಆದರೆ ಅವರ ಜೀವನದ ಪಥವನ್ನೇ ಸರಿಯಾಗಿ ಕಂಡುಕೊಳ್ಳಲಾರದೇ ಕಷ್ಟಕ್ಕೆ ಸಿಕ್ಕಿ ಮರುಗುತ್ತಾರೆ ಎಂಬುದಕ್ಕೆ ಶೋಭಳ ಜೀವನವೇ ಸಾಕ್ಷಿ. ಸಮಾಜದ ದೃಷ್ಟಿಯಿಂದ ತಮ್ಮ ಮಗಳನ್ನು ಪಾರುಮಾಡುವುದಕ್ಕಾಗಿ ಸತೀಶನಿಗೆ ಮದುವೆ ಮಾಡಿದರು. ಅದೇ ಇವರ ಮಗಳ ಬಾಳಿನ ಸಮಾಧಿಯಾಯಿತು.

"ಶೋಭ, ಇಲ್ಲೂ ನೀನು ದುರದೃಷ್ಟವಂತೆ..." ಎಂದು ನಿಟ್ಟುಸಿರುಬಿಟ್ಟನು.

"ಇಲ್ಲ ಅನಿಲ್, ಸತೀಶ್ ನನ್ನವನು. ಅಣ್ಣನ ಬಲವಂತಕ್ಕಾಗಿ ಅವನು ಮದುವೆಯಾದ" ಎಂದು ಉದ್ವೇಗದಿಂದ ಹೇಳಿದ.

"ಅದು ಹೇಗೇ ಇರಲಿ! ಸತೀಶ್ ನಿನಗೆ ನಿಲುಕದ ವಸ್ತು. ಈಗಿರೋ ಆಸ್ತಿಯಲ್ಲಿ ನಿನಗೆ ಅರ್ಧ ಭಾಗ ಕೊಡೋಕೆ ನಾನು ಸಿದ್ಧ. ಇನ್ನು ನಿನ್ನ ಜೀವನ ಹೇಗೆ ಬೇಕಾದರೂ ರೂಪಿಸಿಕೋ" ಎಂದವನೇ ಮಾತು ಮುಗಿಯಿತು ಎನ್ನುವಂತೆ ಕೋಣೆಯಿಂದ ಹೊರಗೆ ಹೋದ.

ಅನಿಲ್ ನೇರವಾಗಿ ಫ್ಯಾಕ್ಟರಿಗೆ ಬಂದು ಅವನ ಛೇಂಬರಿಗೆ ಹೋದಾಗ ರಘುಪತಿಯವರು ಯಾವುದೋ ಫೈಲ್‌ಗಳನ್ನು ನೋಡುವುದರಲ್ಲಿ ಮಗ್ನರಾಗಿದ್ದರು. ಅವರನ್ನು ಮಾತನಾಡಿಸುವ ಗೋಜಿಗೆ ಸಹ ಹೋಗದೇ ತನ್ನ ಆಸನದಲ್ಲಿ ಕುಳಿತು ಟಪಾಲು ನೋಡುವುದರಲ್ಲಿ ಮಗ್ನನಾದ.

ರಘುಪತಿ ತಾವೇ ಎರಡು ಸಲ ಅನಿಲನನ್ನು ಮಾತನಾಡಿಸುವುದಕ್ಕೆ ಪ್ರಯತ್ನಪಟ್ಟು ನಿರಾಶರಾಗಿ ಎದ್ದು ಹೋದರು.

ಇದ್ದಕ್ಕಿದ್ದ ಹಾಗೆ ಅನಿಲನಿಗೆ ಜ್ಞಾಪಕ ಬಂತು. ಒಡನೆಯೇ ಸೋಮಶೇಖರನಿಗೆ ಹೇಳಿ ಕಳಿಸಿದ.

ಸೋಮಶೇಖರ್ ಅವನ ಬಾಲ್ಯ ಗೆಳೆಯನಾದರೂ ತಲೆ ಕೆರೆದುಕೊಳ್ಳುತ್ತ ಬಂದು ನಿಂತ ಅನಿಲನ ಮುಂದೆ.

"ನಿಮ್ಮ ಬ್ಯಾಚ್ ಮ್ಯಾನೇಜರಿಗೆ ಹೇಳಿ ಬಿಟ್ಟು ಬನ್ನಿ. ಸ್ವಲ್ಪ ಹೊರಗೆ ಹೋಗೋಣ" ಎಂದ ಅನಿಲ್ ಮೇಜಿನ ಕಡೆ ನೋಡುತ್ತ.

ಮಾಲೀಕರ ಮಾತು ಎಂದರೆ ಸಾಮಾನ್ಯವೇ? ಹತ್ತು ನಿಮಿಷದಲ್ಲಿ ಹೋಗಿ ಬಂದು ನಿಂತ ಸೋಮಶೇಖರ.

ಇಬ್ಬರೂ ಹೊರಗೆ ಬಂದು ಕಾರಿನಲ್ಲಿ ಕುಳಿತರು. ಅನಿಲ್ ಇಬ್ಬಗೆಯಾಗಿ ಯೋಚಿಸುತ್ತಿದ್ದ. ತನ್ನ ಮನೆ ವಿಷಯ ಬೇರೆಯವರನ್ನು ಕೇಳುವುದು ಹೇಗೆಂದುಕೊಂಡರೂ ಸತೀಶನ ಸ್ವಭಾವದ ಪರಿಚಯವನ್ನು ಮಾಡಿಕೊಳ್ಳಲೇಬೇಕೆಂದು ಬಯಸಿದ.

ಸೋಮಶೇಖರ್, ಅನಿಲ್ ಕಾಲೇಜು ಸಹಪಾಠಿಗಳು, ಅಷ್ಟೇ ಅಲ್ಲದೇ ಅವರಲ್ಲಿ ಗೆಳೆತನದ ಸಲಿಗೆ ಇತ್ತು. ಸೋಮಶೇಖರ್ ಡಿಗ್ರಿ ತೆಗೆದುಕೊಂಡಾಗ ಅನಿಲ್ ಕರೆದು ಫ್ಯಾಕ್ಟರಿಯಲ್ಲಿ ಕೆಲಸ ಕೊಟ್ಟಿದ್ದ. ಆ ಸ್ನೇಹ ಸೋಮಶೇಖರ್ ದುರುಪಯೋಗ ಪಡಿಸಿಕೊಳ್ಳದಿದ್ದರೂ ದುಡ್ಡಿನ ಗೆಳೆಯರ ಸಹವಾಸದಿಂದ ಕೆಟ್ಟ ಚಟಕ್ಕೆ ಬಿದ್ದಿದ್ದ. ಆದರೆ ಅಷ್ಟೇನೂ ಹದಗೆಟ್ಟು ಸಂಸಾರವನ್ನು ನಿರ್ಲಕ್ಷಿಸಿರಲಿಲ್ಲ.

ಕಾರಿನ ವೇಗವನ್ನು ಮಂದಗತಿಗೆ ತಂದ ಅನಿಲ್ "ಸೋಮು, ಸತೀಶ್ ಬಗ್ಗೆ ನಿನ್ನ ಅಭಿಪ್ರಾಯ ಏನು? ಆದರೆ..." ಎಂದು ಸ್ವಲ್ಪ ನಿಲ್ಲಿಸಿ "ಅವರ ಕಾರ್ಯದಕ್ಷತೆಯ ಪರಿಚಯ ನನಗಿಲ್ಲೇ ಸ್ವಲ್ಪಮಟ್ಟಿಗೆ ಆಗಿದೆ. ಆದರೂ ಪೂರ್ಣ ತಿಳಿಯುವ ಕುತೂಹಲ."

ಸೋಮಶೇಖರನಿಗೆ ಗಾಬರಿಯುಂಟಾಯಿತು. ಅವನು ಇಬ್ಬಂದಿಯ ಸಂಕಟಕ್ಕೆ

ಗುರಿಯಾದ. ಅವರಿಗೆ ಸಂಪೂರ್ಣ ಸತೀಶನ ಜೀವನದ ಪರಿಚಯವಿತ್ತು. ಆದರೂ... ಸತೀಶನ ಸರಳ ವ್ಯಕ್ತಿತ್ವ, ಉದಾರ ಹೃದಯ, ದಕ್ಷ ಆಡಳಿತ ಅವನ ಒಳಜೀವನವನ್ನು ಅದಷ್ಟು ಮರೆ ಮಾಡಿತ್ತು.

"ಸೋಮು, ನನಗೆ ಎಲ್ಲ ತಿಳಿದಿದೆ. ಇದರಲ್ಲಿ...ಸತೀಶನದು ಎಷ್ಟು ಪಾಲಿದೆ ಅಂತ ತಿಳಿಯುವ ಆಸೆ" ಎಂದು ರೋಡಿನ ಮೇಲೆ ಗಮನವಿಟ್ಟು ಅನಿಲ್ ಹೇಳಿದ ಪುನಃ.

"ನಿಜ ಹೇಳಬೇಕೆಂದರೆ ಸತೀಶ್ ನಿರಪರಾಧಿ ಎಂದು ಹೇಳಿದರೂ ತಪ್ಪಲ್ಲ, ಅವನ ನಿರುದ್ಯೋಗತ್ವ ಅವನನ್ನು ಈ ಜೀವನಕ್ಕೆ ತಳ್ಳಿತು. ಅವನು ಮನಃಪೂರ್ವಕವಾಗಿ ಈ ಕೆಲಸ ಮಾಡಿಲ್ಲ. ಅಷ್ಟು ಮಾತ್ರ ಹೇಳಬಲ್ಲೆ" ಎಂದು ಹೇಳಿದ ಸೋಮು ಸತೀಶನ ವ್ಯಕ್ತಿತ್ವದ ಪೂರ್ಣ ಪರಿಚಯ ಮಾಡಿಕೊಟ್ಟ.

ಸೋಮುವನ್ನು ಫ್ಯಾಕ್ಟರಿಗೆ ತಲುಪಿಸಿದ ಅನಿಲ್ ನೇರವಾಗಿ ಮನೆಗೆ ನಡೆದ.

ಅನಿಲ್ ಮನೆಗೆ ಬಂದಾಗ ತಂದೆ, ಮಗಳಿಗೆ ದೊಡ್ಡ ಹಗರಣವೇ ನಡೆಯುತ್ತಿತ್ತು. ಏನೂ ಅರಿಯದವನಂತೆ ಊಟ ಮಾಡಿ ತನ್ನ ಕೋಣೆ ಸೇರಿದ.

ರಘುಪತಿಯವರ ಸ್ವರ ತಾರಕಕ್ಕೇರಿತು. ತಾನೇನು ಕಮ್ಮಿ ಇಲ್ಲ ಎನ್ನುವಂತೆ ಶೋಭ ಕೂಗಾಡುತ್ತಿದ್ದಳು. ಕಡೆಗೆ ಬೇಸತ್ತರು ಅಂತ ಕಾಣುತ್ತೆ. ರಘುಪತಿಯವರು ಮಗಳಿಗೆ ಹಿಡಿ ಶಾಪ ಹಾಕುತ್ತ ಕೆಳಗಿಳಿದು ಬಂದರು.

ಅವರು ವಿವೇಚನೆಯನ್ನೇ ಕಳೆದುಕೊಂಡವರಂತೆ ಕಾರನ್ನು ಸತೀಶನ ಮನೆಗೆ ನಡೆಸಿದರು. ಅಲ್ಲಿ ಅನುಪಮ ಎಂದಿನ ಗಂಭೀರ ಮುಖದಿಂದಲೇ ಎದುರುಗೊಂಡಳು.

ಅವಳನ್ನು ನೋಡಿದ ಕೂಡಲೇ ಅರ್ಥಂಬರ್ಥ ಕೋಪ ತಣ್ಣಗಾದದ್ದು ಅಲ್ಲದೇ ಅಪರಾಧಿ ಭಾವನೆಯಿಂದ ತಲೆ ತಗ್ಗಿಸಿದರು.

"ಬನ್ನಿ ಬನ್ನಿ" ಎಂದು ಸ್ವಾಗತಿಸಿದ ಅನುಪಮ, ಬಂದ ಕಾರಣವನ್ನು ವಿಚಾರಿಸಿದಳು.

"ಏನಿಲಮ್ಮ, ಸತೀಶನನ್ನು ನೋಡಬೇಕಾಗಿತ್ತು... ಮನೆಯಲ್ಲಿ ಇಲ್ಲವೇ?" ಅವನು ಫ್ಯಾಕ್ಟರಿಯಲ್ಲಿ ಇರುವ ಸಂಗತಿ ತಿಳಿದೂ ಸಹ ಪ್ರಶ್ನಿಸಿದರು.

"ಫ್ಯಾಕ್ಟರಿಯಲ್ಲೇ ಇರಬೇಕಲ್ಲ..." ಎಂದಳು ಮೆಲುವಾಗಿ.

ಅವರಿಗೆ ಏನು ಹೇಳಬೇಕೋ ತಿಳಿಯದಾಯಿತು. ತಮ್ಮ ಮನಸ್ಸಿನ ಆಂದೋಳನವನ್ನು ಮರೆಮಾಚಲು ಗಟ್ಟಿಯಾಗಿ ನಗುತ್ತ ಏನೋ ಹೇಳಿದರು. ಅದು ಅನುಪಮಳಿಗೆ ಅರ್ಥವಾಗಲೇ ಇಲ್ಲ. ಪ್ರಯತ್ನಪಟ್ಟಿದ್ದರೆ ಅರ್ಥವಾಗುತ್ತಿತ್ತೇನೋ. ಅವಳು ಪ್ರಯತ್ನಪಡಲೇ ಇಲ್ಲ.

"ಇಲ್ಲೇ ಊಟ ಮಾಡೇಳಿ, ಹೇಗೂ ಮಧ್ಯಾಹ್ನ ಬಂದಿದ್ದೀರಿ" ಅವಳ ಮಾತಿನಲ್ಲಿ ಮಧ್ಯಾಹ್ನ ಬಂದ ಬ್ರಾಹ್ಮಣನನ್ನು ಉಪಚರಿಸುವ ರೀತಿ ಇತ್ತೇ ವಿನಃ ಒಬ್ಬ ಫ್ಯಾಕ್ಟರಿಯ

ಶ್ರೀಮಂತ ಮಾಲೀಕನಿಗೆ ತೋರಿಸುವ ಗೌರವಾದರಗಳಿರಲಿಲ್ಲ.

ಅಷ್ಟರಲ್ಲಿ ಸತೀಶ ಬರದಿದ್ದರೆ ಏನು ಮಾಡುತ್ತಿದ್ದರೋ ಸತೀಶ ಬಂದಿದ್ದರಿಂದ ಅವರ ಹಗುರವಾಗಿದ್ದ ಹೃದಯ ಭಾರವಾಯಿತು. ಹೃದಯದಲ್ಲಿ ಅಡಗಿಸಿಟ್ಟ ಅಸಮಾಧಾನವನ್ನು ಮುಖ ವ್ಯಕ್ತಪಡಿಸಿತು.

ಸತೀಶನ ಮುಖ ಆಯಾಸದಿಂದ ದಣಿದಿತ್ತು. ಅವರನ್ನು ಗಮನಿಸದಿದ್ದವನಂತೆ ಉಸ್ಸೆಂದು ಕುಳಿತು ಅವರ ಕಡೆ ಗಮನಹರಿಸಿದ.

ರಘುಪತಿಗಳಿಗೆ ತಮ್ಮ ಹೃದಯದಲ್ಲಿದ್ದ ಅಸಮಾಧಾನವನ್ನು ಹೇಗೆ ತೋರ್ಪಡಿಸಬೇಕೋ ತಿಳಿಯದಾಯಿತು. ತಪ್ಪೆಲ್ಲ ಅವರದೇ ಆಗಿತ್ತು. ಅದೂ ಅಲ್ಲದೇ ಮಗಳ ನಿರ್ಧಾರಕ್ಕೆ ಅವರ ಬೆಂಬಲವಿದೆಯೋ ಇಲ್ಲವೋ ಎಂದು ಕಾದು ನೋಡಬೇಕಾಗಿತ್ತು.

"ಸತೀಶ್, ಊಟ ಮಾಡಿಕೊಂಡು ಬೇಗ ಬಂದುಬಿಡು" ಎಂದವರೆ ಅವನ ಉತ್ತರಕ್ಕೂ ಕಾಯದೆ ಹೊರಟುಬಿಟ್ಟರು. ಕಾರು ಬುರ್ರೆಂದು ಹೊರಟಾಗ ಸತೀಶನಿಗೆ ಸಮಾಧಾನವಾಯಿತು.

ಏನೋ ನೆನಸಿಕೊಂಡು ನಕ್ಕ ಸತೀಶ್ "ಅನು, ರಘುಪತಿಯವರಿಗೆ ಕಾರು ಎಂದರೆ ಪ್ರಾಣಭಯ. ಅವರು ಡ್ರೈವರ್ ಇಲ್ಲದೇ ಹೊರಗೆ ಹೊರಡುವುದೇ ಇಲ್ಲ. ಎರಡು ಸಲ ಸ್ವತಃ ಕಾರು ಡ್ರೈವ್ ಮಾಡೋದಿಕ್ಕೆ ಹೋಗಿ ಆಕ್ಸಿಡೆಂಟ್ ಮಾಡಿಕೊಂಡು ಕೈ, ಕಾಲಿಗೆ ಬ್ಯಾಂಡೇಜ್ ಹಾಕಿಸಿಕೊಂಡಿದ್ದರು. ಇಂದೇನಾಗುತ್ತೋ...?"

ಎಂದವನೇ ಬಟ್ಟೆ ಬದಲಾಯಿಸಲು ತನ್ನ ಕೋಣೆಗೆ ಬಂದ. ಹಿಂದೇನೆ ಬಂದ ಅನುಪಮ ಅವನು ಬಿಚ್ಚಿದ ಬಟ್ಟೆಗಳನ್ನು ಹ್ಯಾಂಗರಿಗೆ ಹಾಕತೊಡಗಿದಳು.

ಸತೀಶನ ಮುಖದ ಮೇಲೆ ತೆಳುನಗೆ ತೇಲಿತು.

ಅನುಪಮಳ ವ್ಯಕ್ತಿತ್ವವನ್ನು ಅರ್ಥ ಮಾಡಿಕೊಳ್ಳುವುದೇ ಅವನಿಗೆ ಕಷ್ಟವೆನ್ನಿಸಿತು. ಹೆಣ್ಣಿನ ಸ್ವತಂತ್ರದ ಬಗ್ಗೆ ಭಾಷಣ ಬಿಗಿಯುವ ಅವಳು ಗಂಡನ ಎಲ್ಲ ಕೆಲಸಗಳನ್ನ ಶ್ರದ್ಧೆಯಿಂದ ಮಾಡುತ್ತಿದ್ದಳು. ಅವನ ಷೂಗೆ ಸಹ ತಾನೇ ಪಾಲೀಷ್ ಹಾಕುತ್ತಿದ್ದಳು. ಆದರೆ ಅದನ್ನೆಲ್ಲ ನೋಡಿ ಹಳೇ ಶತಮಾನ ನೆನಪಿಗೆ ಬಂದರೂ ಅವಳ ಭೀತಿ ಇಲ್ಲದ ಮಾತು, ನಿರ್ಧಾರ ಅದನ್ನು ಬಡಿದೋಡಿಸುತ್ತಿತ್ತು.

ಕೆಳಗಿಳಿದು ಬಂದ ಅನುಪಮ ಊಟಕ್ಕೆ ರೆಡಿ ಮಾಡಿ ಸತೀಶನಿಗಾಗಿ ಕಾದು ಕುಳಿತಳು. ಅವನು ಬರುವ ಸೂಚನೆ ಕಾಣದಾದಾಗ ತಾನೆ ಎದ್ದು ಮೇಲೆ ನಡೆದಳು.

ಅಂಗಾತ ಮಂಚದ ಮೇಲೆ ಮಲಗಿದ್ದ ಸತೀಶ ಯೋಚನಾಪರವಶನಾಗಿದ್ದ. ಅವನ ಮುಖದಲ್ಲಿ ಯಾವ ಭಾವನೆಗಳಿತ್ತೋ ಗುರುತಿಸುವುದೇ ಕಷ್ಟವಾಗಿತ್ತು.

ಅನುಪಮಳ ಹೃದಯದಲ್ಲಿ ದೊಡ್ಡ ಆಂದೋಳನವೇ ಎದ್ದಿತು. ಗಂಡನ ವ್ಯಥೆಯ

ಅರಿವಿತ್ತು ಅವಳಿಗೆ. ಆದರೆ ಅವಳು ನಿಸ್ಸಹಾಯಕಳಾಗಿ ವರ್ತಿಸಲೇಬೇಕಾಗಿತ್ತು.

ಅನಿಲ್ ಬಂದಿದ್ದರಿಂದ ಶೋಭ, ಸತೀಶನ ಜೀವನದಲ್ಲಿ ಏರುಪೇರಾಗಿರಲು ಸಾಧ್ಯ. ರಘುಪತಿಯವರು ಅದರ ಬಗ್ಗೆಯೇ ಮಾತನಾಡಲು ಬಂದಿರಬೇಕು. ಇಷ್ಟು ದಿನ ಅನುಭವಿಸುತ್ತಿದ್ದ ಶ್ರೀಮಂತಿಕೆ, ಶೋಭಳ ಒಲವಿಗೆ ಎರವಾಗಬೇಕಾಯಿತಲ್ಲ ಎಂದು ಗಂಡನಿಗೆ ಸಂಕಟವಿರಬಹುದು. ಅದನ್ನು ಯಾರೂ ಹೇಳಲಾರದ ಪರಿಸ್ಥಿತಿಯಲ್ಲಿದ್ದುದರಿಂದ ಸಂಕಟಪಡುತ್ತಿರಬಹುದು. ಆದರೆ ಅಂದು ಬೇರೆ ಕೆಲಸಕ್ಕೆ ಸೇರುವ ಉದ್ದೇಶವನ್ನ ಪ್ರಸ್ತಾಪಿಸಿದ್ದರ ಅರ್ಥವೇನು? ಅವಳ ಚುರುಕು ಮನಸ್ಸು ಮಂಕು ಕವಿದಂತೆ ಆಯಿತು.

"ಊಟಕ್ಕೆ ಬರ್ತೀರಾ?"

ಮಡದಿಯ ಮಾತಿನಲ್ಲಿದ್ದ ನೋವಿನ ಎಳೆಯನ್ನು ಸತೀಶ ತಟ್ಟನೆ ಗುರ್ತಿಸಿ ಮೇಲಕ್ಕೆದ್ದ. ಅವನ ಕಣ್ಣೋಟ ಅವಳ ಮೇಲೆಲ್ಲ ಹರಿದಾಡಿ ಮುಖದ ಮೇಲೆ ನಿಂತಿತು. ಅವಳನ್ನು ಹತ್ತಿರಕ್ಕೆಳೆದುಕೊಂಡು ಸಂತೈಸುವ ಮನಸ್ಸಾಯಿತು.

"ಅನು," ಎಂದವನೆ ಅವಳ ಶರೀರವನ್ನು ತನ್ನ ಬಲವಾದ ಬಾಹುಗಳಿಂದ ತಬ್ಬಿದ. ತಟ್ಟನೆ ದೂರ ಸರಿದ.

"ನೀನು ಅಂದು ಹೇಳಿದ ಮಾತು ಇನ್ನೂ ನನ್ನ ನೆನಪಿನಲ್ಲಿದೆ. ಯಾವ ನತದೃಷ್ಟ ಗಂಡು..." ಅವನು ಪೂರ್ತಿ ಮಾಡದೆಯೇ ತಲೆ ತಗ್ಗಿಸಿ ಹೊರಗೆ ನಡೆದುಬಿಟ್ಟ.

ಸುಮ್ಮನೆ ಗಂಡನ ಹಿಂದೆ ತಲೆ ತಗ್ಗಿಸಿಕೊಂಡು ಬಂದ ಅನುಪಮ ಊಟದ ಟೇಬಲಿನ ಮುಂದೆ ಅವನಿಗಾಗಿ ಎದುರಾಗಿ ಕುಳಿತಳು. ಮಾತುಕತೆ ಇಲ್ಲದೆ ಇಬ್ಬರೂ ಸೇರಿದಷ್ಟು ಊಟ ಮಾಡಿದರು.

ಸತೀಶ ಊಟ ಮಾಡಿದ ಕೂಡಲೆ ವಿಶ್ರಾಂತಿ ಸಹ ಪಡೆಯದೆ ಹೊರಟು ಬಿಟ್ಟ.

ಕೋಣೆಗೆ ಬಂದ ಅನುಪಮಳಿಗೆ ದುಃಖ ಉಕ್ಕಿ ಬಂತು. ಕುಳಿತು ಮನಸ್ಸು ಸಮಾಧಾನಕ್ಕೆ ಬರುವವರೆಗೂ ಅತ್ತಳು. ಆ ಅಳುವಿನಲ್ಲೂ ಅವಳಿಗೆ ಒಣನಗೆ ಉಕ್ಕಿ ಬಂತು. ತಾನು ಅಳಬಾರದು, ಎಲ್ಲವನ್ನೂ ಧೈರ್ಯದಿಂದ ಎದುರಿಸಿ ಮೆಟ್ಟಿ ನಿಲ್ಲಬೇಕು. ಹೆಣ್ಣು ಅಬಲೆಯಲ್ಲ, ಅಳುಬುರುಕಿಯಲ್ಲ ಎಂದು ತೋರಿಸಬೇಕೆಂದರೂ ಸಾಧ್ಯವಾಗುತ್ತಿಲ್ಲ. ಕೆಲವು ಗುಣದೋಷಗಳನ್ನು ದೇವರೇ ಎರಕಹೊಯ್ದಿರಬೇಕು. ಅದಕ್ಕಾಗಿ ಕೂಗಾಡುವ ಬದಲು ದೇವರನ್ನೇ ಘೇರಾವ್ ಮಾಡಬೇಕು.

ದಢದಢನೆ ಮೆಟ್ಟಲು ಹತ್ತಿ ಬಂದ ಅಡಿಗೆಯವನು ಏದುಸಿರು ಬಿಡುತ್ತ ಕೋಣೆಯ ಬಾಗಿಲಿನಲ್ಲಿ ನಿಂತು "ಅಮ್ಮಾವರೇ...ಬಂದಿದ್ದಾರೆ" ಎಂದವನೇ ಹಿಂದಿರುಗಿಬಿಟ್ಟ.

ಮೇಲಕ್ಕೆದ್ದ ಅನುಪಮ ಒಂದು ಕ್ಷಣ ಯಾರು ಬಂದಿರಬಹುದೆಂದು ಯೋಚಿಸಿದಳು. ಸತೀಶ ಈಗತಾನೆ ಹೋಗಿದ್ದರಿಂದ ಅವನು ಬರುವ ಸಾಧ್ಯತೆ ಕಡಿಮೆ. ಅಕಸ್ಮಾತ್

ಬಂದರೆ ಮೇಲತ್ತಿ ಬರುತ್ತಿದ್ದ. ಅದೂ ಅಲ್ಲದೆ ಅಡಿಗೆಯವನು ಏದುಸಿರು ಬಿಡುತ್ತ ಬಂದು ಹೇಳಲು ಕಾರಣ? ಎಲ್ಲೋ ಹಳ್ಳಿಯಿಂದ ಅತ್ತೆನೋ, ಮಾವನೋ ಬಂದಿರಬೇಕು ಎಂದುಕೊಂಡವಳೇ ವಾಶ್ ಬೇಸನ್ನಿನಲ್ಲಿ ಮುಖ ತೊಳೆದು, ತಾನು ಅತ್ತದ್ದು ಯಾರಿಗೂ ತಿಳಿಯದಿರಲಿ ಎಂದು ತೆಳುವಾಗಿ ಪೌಡರ್ ಲೇಪಿಸಿ ಸೆರಗು ಸರಿಪಡಿಸಿ ಹೊರಗೆ ಬಂದಳು ಕೆಳಗಿಳಿದು ಬಂದಳು.

ಶೋಭಳನ್ನು ನೋಡಿದ ತಕ್ಷಣ ಅವಾಕ್ಕಾದಳು. ಅಷ್ಟೇ ಅಲ್ಲದೆ ಅವಳ ಮುಖದ ಮೇಲೆ ಯುದ್ಧಕ್ಕೆ ಬಂದ ಶತ್ರುವಿನ ಕಳೆ ವಿಜೃಂಭಿಸುತ್ತಿತ್ತು.

"ಏನು, ಮಧ್ಯಾಹ್ನ ಬಿಸಿಲಿನಲ್ಲೇ ಬಂದುಬಿಟ್ಟಿದ್ದೀರಿ" ಎಂದ ಅನುಪಮ "ಕಾರಿನಲ್ಲಿ ಓಡಾಡುವುದರಿಂದ ನಿಮಗೆ ಬಿಸಿಲಿನ ಅನುಭವ ಕಡಿಮೆ" ಎಂದವಳೆ ನಗುತ್ತ ಸೋಫಾದ ಮೇಲೆ ಕುಳಿತಳು.

ಶೋಭ ಧುಮುಗುಟ್ಟುತ್ತ ನಿಂತೇ ಇದ್ದಳು.

"ಕೂತುಕೊಳ್ಳಿ ಪರವಾಗಿಲ್ಲ" ಎಂದವಳೆ ಅನುಪಮ ಟೀಪಾಯಿ ಮೇಲಿದ್ದ ಮ್ಯಾಗಜೀನ್ ತೆಗೆದುಕೊಂಡು ತಿರುವುಹಾಕತೊಡಗಿದಳು.

ಅವಳಿಗೆ ತನ್ನ ಮೇಲಿರುವ ಉದಾಸೀನ ಕಂಡು ಶೋಭಳಿಗೆ ರೇಗಿ ಹೋಯಿತು.

"ನಿಮ್ಹತ್ರ ಸ್ವಲ್ಪ ಮಾತನಾಡಬೇಕಿತ್ತು" ಆದಷ್ಟು ಕೋಪವನ್ನು ಒತ್ತಿ ಹಿಡಿದು ಹೇಳಿದಳು ಶೋಭ.

"ಆಯಿತು, ಮಾತಾಡಿ ಅದಕ್ಕೇನು?" ಎಂದು ಮ್ಯಾಗಜೀನ್‌ನಲ್ಲಿದ್ದ ತನ್ನ ದೃಷ್ಟಿಯನ್ನು ಮೇಲೆತ್ತದೆ ಹೇಳಿದಳು.

"ಮೇಲೆ ನಿಮ್ಮ ಕೋಣೆಗೆ ಹೋಗೋಣ ನಡೀರಿ" ಎಂದವಳೇ ತಾನೇ ಮಹಡಿ ಮೆಟ್ಟಲಿನ ಕಡೆ ಹೆಜ್ಜೆ ಹಾಕಿದಳು. ಶೋಭ ಅವಳನ್ನು ಹಿಂಬಾಲಿಸಿದವಳೇ "ಸ್ವಲ್ಪ ತಡೀರಿ, ನಾನು ಮುಂದೆ ಹೋಗುತ್ತೀನಿ" ಎಂದವಳೇ ಎರಡೆರಡು ಮೆಟ್ಟಲು ಹಾರುತ್ತ ಮೇಲೆ ನಡೆದಳು.

ಎಲ್ಲ ತಿಳಿದು ಸಹ ಅವಳ ಉತ್ಸಾಹ, ಧೈರ್ಯ ನೋಡಿ ಶೋಭ ದಂಗಾಗಿ ಹೋದಳು.

"ಬನ್ನಿ" ಎಂದವಳೇ ತಮ್ಮ ಓದುವ ಕೋಣೆಗೆ ಕರೆದೊಯ್ದಳು. ಶೋಭ ಉಸ್ಸೆಂದು ಕುಕ್ಕರಿಸಿದಳು. ಅವಳ ಮಾನಸಿಕ ನೆಮ್ಮದಿಯೇ ಹದಗೆಟ್ಟು ಹೋಗಿತ್ತು. ಏನೇ ಆದರೂ ಅವಳು ಸತೀಶನನ್ನು ಬಿಟ್ಟುಕೊಡುವುದಕ್ಕೆ ಸಿದ್ಧವಾಗಿರಲಿಲ್ಲ.

"ನೀವು ಬಹಳ ಬಿಸಿಯಾಗಿ ಬಂದಿದ್ದೀರ ಅಂತ ಕಾಣಿಸುತ್ತೆ. ಈ ಹಣ್ಣಿನ ರಸ ಕುಡಿಯಿರಿ" ಎಂದವಳೇ ಅನುಪಮ ಅವಳ ಮುಂದೆ ಹಣ್ಣಿನ ರಸ ತಂದಿರಿಸಿ, ತಾನು ಮಾತ್ರ ಹೊಗೆಯಾಡುವ ಕಾಫಿ ಕಪ್ಪನ್ನು ಕೈಗೆ ತೆಗೆದುಕೊಂಡಳು.

ಶೋಭ ಪ್ರಶ್ನಾರ್ಥಕವಾಗಿ ಅವಳ ಕಡೆ ನೋಡಿದಳು.

ಅನುಪಮ ಮುಗುಳುನಗುತ್ತ "ಏನಿಲ್ಲ... ಈಗ ನಿಮಗೆ ತಂಪು ಪಾನೀಯದ ಅವಶ್ಯಕತೆ ಇದೆ. ನನಗೆ ಮಾತ್ರ ಇದರ ಅವಶ್ಯಕತೆ ಇದೆ" ಎಂದು ಹೇಳಿದ ಅನುಪಮ ಕಾಫಿ ಕುಡಿದು ಮುಗಿಸಿ ಕಪ್ಪನ್ನು ಕೆಳಗಿಟ್ಟರೂ ಶೋಭ ಹಣ್ಣಿನ ರಸದ ಕಡೆ ಗಮನ ಕೊಡಲಿಲ್ಲ.

ಹೆಚ್ಚು ಬಲವಂತ ಮಾಡದ ಅನುಪಮ ಪ್ಲೇಟು ಮುಚ್ಚಿ ಅದನ್ನು ಪಕ್ಕಕಿಟ್ಟು "ನೀವು ಬಂದ ವಿಷಯ ಬೇಗ ಹೇಳಿ, ಸಮಯ ಬಹಳ ಅಮೂಲ್ಯವಾದದ್ದು" ಎಂದು ನೇರವಾಗಿ ಶೋಭಳ ಮುಖ ನೋಡಿದಳು.

ಅವಳ ದೃಷ್ಟಿ ಎದುರಿಸಲಾರದೇ ಒಂದು ಕ್ಷಣ ತಲೆ ತಗ್ಗಿಸಿದರೂ ಸಾವರಿಸಿಕೊಂಡು "ಇಂದಿನ ಸಮಾಜದಲ್ಲಿ ದುಡ್ಡಿದ್ದವರು ಏನು ಬೇಕಾದರೂ ಮಾಡಬಲ್ಲರು ಅನ್ನೋ ವಿಷಯ ನಿನಗೆ ಗೊತ್ತಿರಬೇಕು."

"ಹಾಗಿದ್ದವರು ದುಡ್ಡಿದ್ದವರು ತಿಳಿದುಕೊಂಡಿದ್ದಾರೆ ಅಷ್ಟೆ" ಅವಳ ಮಾತಿನಲ್ಲಿ ಸಹಜತೆ ಇತ್ತು.

"ಅನುಪಮ...ನಾನು ತುಂಬ ಹೇಳೋದಿಕ್ಕೆ ಇಷ್ಟಪಡೋದಿಲ್ಲ. ನೀವು ಸತೀಶನಿಂದ ಡೈವೋರ್ಸ್ ಪಡೆಯಲೇಬೇಕು. ಅವನನ್ನೆಂದೂ ಬಿಟ್ಟುಕೊಡುವುದಕ್ಕೆ ನಾನು ತಯಾರಿಲ್ಲ" ಎಂದು ಹೇಳಿ ಅನುಪಮಳ ಮುಖ ನೋಡಿದಳು. ಅಲ್ಲಿ ಎಂದಿನ ಶಾಂತತೆಯೇ ಇತ್ತು.

"ಪೂರ್ತಿ ಹೇಳಿಬಿಡಿ ಮರೆತುಹೋಗುತ್ತೆ. ಯಾವ ಕಾದಂಬರಿಯಲ್ಲಿ ಉರುಹಚ್ಚಿದಿರೋ? ಇಲ್ಲ ಯಾವ ಸಿನಿಮಾದಲ್ಲಿ ಕೇಳಿ ಕಂಠಪಾಠ ಮಾಡಿದ್ದಿರೋ ನೀವು ಅಷ್ಟು ಪರಿಶ್ರಮಪಟ್ಟು ಹೇಳಬೇಕು ಅಂತ ಬಂದಿರೋ ಮಾತುಗಳು ಮರೆತು ಹೋಗುವುದು ಬೇಡ, ಹೇಳಿಬಿಡಿ."

"ನೀವು ನನ್ನ ಮಾತನ್ನು ಹಗುರವಾಗಿ ಭಾವಿಸುತ್ತಿದ್ದೀರಿ" ಶೋಭಳ ಮಾತಿನಲ್ಲಿ ಕೋಪದ ಕಾವಿತ್ತು.

"ನಾವು ಎಷ್ಟೋ ಸಲ ಕೆಲವು ಮಾತುಗಳನ್ನು ತೂಕವಾಗಿ ಭಾವಿಸಬೇಕು ಅಂತಲೇ ಇರುತ್ತೇವೆ. ಆದರೆ..ತೀರ ಅರ್ಥವಿಲ್ಲದ ಮಾತನ್ನು ಹೇಗೆ ತೂಕವಾಗಿ ಭಾವಿಸಲಿ?"

ಇಷ್ಟರವರೆಗೆ ತಡೆದಿಟ್ಟಿದ್ದ ಶೋಭಳ ಸಿಟ್ಟು, ಅಸಹನೆ ಭುಗಿಲೆಂದು ಎದ್ದಿತು.

"ಪ್ರೇಮದಲ್ಲೂ, ದ್ವೇಷದಲ್ಲೂ ಹೆಣ್ಣು ಗಂಡಿಗಿಂತ ಮೃಗ ಸ್ವಭಾವದವಳು ಅನ್ನೋ ಮಾತನ್ನು ನೀವು ನೆನಪಿನಲ್ಲಿಡಿ" ಎಂದವಳೇ ನೋಟಿನ ಕಂತೆಗಳನ್ನು ಅನುಪಮಳ ಮುಂದೆ ಇದ್ದ ಟೀಪಾಯಿಯ ಮೇಲಿಟ್ಟಳು.

"ಯಾಕೋ ನನಗೆ ತುಂಬ ಅನುಮಾನ, ಇದೇನು ಕನಸೋ ಇಲ್ಲ ಸಿನಿಮಾನೋ. ಎಲ್ಲ ವಾಸ್ತವಿಕ ವಸ್ತುಗಳಿಂದ ತುಂಬಿರುವುದರಿಂದ ನಿಮಗೆಲ್ಲೋ ತಲೆ ಕೆಟ್ಟಿರಬೇಕು ಎಂದವಳೇ ಅವಳ ಕೈಯಲ್ಲಿದ್ದ ವ್ಯಾನಿಟಿ ಬ್ಯಾಗಿನ ನೋಡಿನ ಕಂತೆಗಳನ್ನು ತುಂಬಿ ಈಗ

ನೀವು ಮನೆಗೆ ಹೋಗಿ" ಎಂದವಳೇ ಹೊರಗೆ ಹೊರಟುಬಿಟ್ಟಳು.

ಅನುಪಮಳ ಆತ್ಮಸ್ಥೈರ್ಯ ನೋಡಿ ಶೋಭಳ ಕೋಪ ತಣ್ಣಗಾಯಿತು. ಅವಮಾನ ಅವಳನ್ನು ಹಿಂಡಿಹಿಪ್ಪೆ ಮಾಡಿತು. ಸೋತವಳಂತೆ ಹೋಗಿ ಕಾರಿನಲ್ಲಿ ಕುಳಿತಳು. ಕಾರು 'ಶೋಭಾವಿಲ್ಲಾ' ಕಡೆಗೆ ತೆರಳಿತು.

ಅನಿಲ್ ಬಂದ ಹತ್ತಾರು ದಿನಗಳಲ್ಲೇ ಬಹಳಷ್ಟು ಬದಲಾವಣೆಗಳು ನಡೆದು ಹೋದವು. "ಶೋಭಾ ಗ್ಲಾಸ್ ಫ್ಯಾಕ್ಟರಿ" ತನ್ನ ಹಳೆಯ ಹೆಸರು ಕಳೆದುಕೊಂಡು ಕರ್ನಾಟಕ ಗ್ಲಾಸ್ ಫ್ಯಾಕ್ಟರಿಯಾಯಿತು. 'ಶೋಭಾವಿಲ್ಲಾ' ಹೋಗಿ 'ಭಾಗೀರಥೀ ನಿಲಯ' ವಾಯಿತು.

ಇವೆಲ್ಲ ಏರುಪೇರುಗಳನ್ನು ನೋಡಿ ರಘುಪತಿಯವರಿಗೆ ಆತಂಕವಾಯಿತು. ತಮ್ಮ ದುರಾಲೋಚನೆಯೇ ಇಷ್ಟಕ್ಕೆಲ್ಲ ಕಾರಣವೆಂದು ಮರುಗಿದರು, ಮಗಳನ್ನು ಬಾಯಿ ತುಂಬ ಶಪಿಸಿದರು.

ಸೋದರಳಿಯ ಆರಾಮವಾಗಿರುವ ವೇಳೆಯನ್ನು ನೋಡಿ ಮೆಲ್ಲನೆ ರಘುಪತಿಯವರು ಹೋಗಿ ಕುಳಿತರು.

ಆಗಲೇ ಎಲ್ಲರದೂ ಊಟ ಮುಗಿದಿತ್ತು. ಎಲ್ಲರೂ ತಮ್ಮ ತಮ್ಮ ಕೋಣೆ ಸೇರಿದ್ದರು. ರಘುಪತಿಯವರು, ಅನಿಲನ ಕೋಣೆಗೆ ಬಂದು ಕುಳಿತಿದ್ದರಿಂದ ಶೋಭ ಒಬ್ಬಳು ಮಾತ್ರ ತನ್ನ ಕೋಣೆಯಲ್ಲಿ ಉಳಿದಿದ್ದಳು.

"ಅನಿಲ್, ಆದಷ್ಟು ಬೇಗ ಮದುವೆ ಮುಗಿಸಿಬಿಡೋದು ಒಳ್ಳೆಯದು" ಎಂದರು ಮೆಲುವಾಗಿ.

"ಯಾರ ಮದುವೆ ಮಾವ?" ಎಂದ ತಟಕ್ಕನೇ.

ರಘುಪತಿಯವರು ಮಾತನಾಡಲು ತಡವರಿಸಿದರು. ಸೋದರಳಿಯನ ಗಂಭೀರ ಮುಖಮುದ್ರೆಯೇ ಅವರಲ್ಲಿ ಹೆದರಿಕೆಯನ್ನುಂಟುಮಾಡಿತು.

"ಶೋಭ... ಮದುವೆ" ಎಂದು ತಡವರಿಸುತ್ತಲೇ ಉಸುರಿದರು.

ಅನಿಲ್ ವ್ಯಂಗ್ಯ ನಗು ನಕ್ಕ.

"ಸರಿ... ಮಾಡಿ. ಅದಕ್ಕೆ ನನ್ನ ಕೇಳಬೇಕಾದ ಅವಶ್ಯಕತೆಯೇ ಇಲ್ಲ. ನಿಮ್ಮ ಮುಂದೆ ನಾನು ಅಳತೆ ಮೀರಿ ಮಾತನಾಡುವುದಕ್ಕೆ ಇಷ್ಟಪಡೋದಿಲ್ಲ. ಯೋಚನೆ ಮಾಡಿ" ಎಂದವನೇ ಎದ್ದು ಹೋಗಿ ಮಲಗಿದ.

ಸ್ವಲ್ಪ ಹೊತ್ತು ಸುಮ್ಮನೇ ಕೂತಿದ್ದ ರಘುಪತಿಯವರು ಕೋಣೆಯಿಂದ ಹೊರಗೆ ನಡೆದರು.

ಶೋಭಳ ಬಗ್ಗೆ ಅನಿಲನಿಗಿದ್ದ ಪ್ರೀತಿ, ವಿಶ್ವಾಸವೆಲ್ಲ ಉರಿದು ಭಸ್ಮವಾಗಿ ಹೋಗಿದ್ದವು. ಅವಳ ಮತ್ತು ರಘುಪತಿಯವರ ಅಜ್ಞಾನದಿಂದ ಅವಳ ಜೀವನದ ದೋಣಿ

ಸುಳಿಯ ಮಧ್ಯೆ ಸಿಲುಕಿತ್ತು. ಅದರಿಂದ ಹೊರಬರುವ ಸಾಧ್ಯತೆ ಬಹಳಷ್ಟು ಕಷ್ಟಕರವಾಗಿತ್ತು.

ಯೋಚನೆಯ ಸುಳಿಯಲ್ಲಿ ನಿದ್ದೆ ಬರದೇ ಹೊರಳಾಡುತ್ತಿದ್ದ ಅನಿಲನಿಗೆ, ಶೋಭಳ ಕೋಣೆಯಿಂದ ಬಿಕ್ಕುವ ಶಬ್ದ ಕೇಳಿಸಿತು. ಹೋಗಿ ಸಂತೈಸಬೇಕೆನ್ನುವ ಅಭಿಲಾಷೆ ಯಿದ್ದರೂ ಅವನ ಮನ ಕಲ್ಲಾಗಿತ್ತು. ಆದರೆ ಅವನಲ್ಲಿದ್ದ ಮಾನವತೆ ಜಾಗೃತವಾಯಿತು.

ಅವನ ಕಾಲುಗಳು ಶೋಭಳ ಕೋಣೆಯ ಕಡೆಗೆ ಹೆಜ್ಜೆ ಹಾಕಿದವು. ಶೋಭ ಬೋರಲು ಮಲಗಿಕೊಂಡು ಬಿಕ್ಕಿಬಿಕ್ಕಿ ಅಳುತ್ತಿದ್ದಳು. ಅವಳ ಕಣ್ಣೀರು ದಿಂಬನ್ನೆಲ್ಲ ತೋಯಿಸಿತ್ತು.

"ಶೋಭ..." ಎಂದ ಅನಿಲ್. ಅವನ ಕರೆಯಲ್ಲಿ ಕರುಣೆ ಮಾತ್ರ ಇತ್ತು.

ಓಡಿ ಬಂದ ಶೋಭ ಅವನಿಗೆ ತೆಕ್ಕೆಬಿದ್ದು ಅಳತೊಡಗಿದಳು.

ಅವಳನ್ನು ಕರೆದೊಯ್ದು ಸೋಫಾದ ಮೇಲೆ ಕುಳ್ಳಿರಿಸಿ, ಅವಳ ಎದುರಿಗಿದ್ದ ಸೋಫಾದ ಮೇಲೆ ಕುಳಿತ. ಶೋಭ ಪೂರ್ತಿ ಅತ್ತು ಸಮಾಧಾನ ಮಾಡಿಕೊಳ್ಳುವವರೆಗೂ ಸುಮ್ಮನೆ ಕುಳಿತಿದ್ದ.

"ಶೋಭ, ಸುಮ್ಮನೇ ಯಾಕೆ ಅತ್ತು ತಲೆ ಕೆಡಿಸಿಕೊಳ್ಳುತ್ತೀಯಾ? ಬಂದಿದ್ದನ್ನು ಧೈರ್ಯವಾಗಿ ಎದುರಿಸೋದನ್ನು ಕಲಿಯಬೇಕು. ಅನುಪಮ ನೋಡು, ಹೆಣ್ಣು ಕುಲಕ್ಕೆ ಹತ್ತಿರೋ ಮಸೀನ ತೊಡೆಯುವುದಕ್ಕೆ ಅನ್ನೋ ಹಾಗೆ ಇದ್ದಾರೆ. ಅಂಥ ಒಂದೊಂದು ಹೆಣ್ಣು ಸಾಕು" ಅವನ ಮಾತಿನಲ್ಲಿ ಅನುಪಮಳ ಬಗ್ಗೆ ಪೂಜ್ಯನೀಯ ಭಾವವಿತ್ತು.

ಅನುಪಮಳ ಹೆಸರನ್ನು ಕೇಳಿದ ತಕ್ಷಣ ಶೋಭ ಕೆರಳಿದ ಸಿಂಹಿಣಿಯಾದಳು.

"ಅವಳ ಸುದ್ದೀನ ನನ್ನ ಹತ್ತಿರ ಎತ್ತಬೇಡ, ಅವಳು ನನ್ನ ಪಾಲಿಗೆ ಶತ್ರು. ಅನಿಲ್, ಒಂದು ಕೆಲಸ ಮಾಡು. ನಮ್ಮಿಬ್ಬರ ಮದುವೆಗೆ ನೀನು ಅಡ್ಡಿಯಲ್ಲ ಅಂತ ಸತೀಶನಿಗೆ ತಿಳಿಸು" ಎಂದಳು ಉದ್ವೇಗದಿಂದ.

"ನನ್ನ ಅಭ್ಯಂತರವೇನಿಲ್ಲ, ಹೇಳ್ತೀನಿ. ಆದರೆ ಅನುಪಮಳಿಂದ ಅವನನ್ನು ಸೆಳೆದುಕೊಳ್ಳಲಾರೆ. ಅವಳು ವಿಜೇತ" ಎಂದ ಮನಃಪೂರ್ವಕವಾಗಿ.

"ನಿನಗೆ ಗೊತ್ತಿಲ್ಲ. ಅಣ್ಣನ ಬಲವಂತದಿಂದ ಸತೀಶ ಮದುವೆಯಾಗಿದ್ದು."

"ಸರಿ. ದೈವೇಚ್ಛೆ ಮುಂದೆ ಮನುಷ್ಯನ ಪ್ರಯತ್ನವೇನು ನಡೆಯೋಲ್ಲ. ನಾಳೆ ಸತೀಶನಿಗೆ ತಿಳಿಸಿ ಕಳುಹಿಸಿಕೊಡುತ್ತೇನೆ" ಎಂದವನೇ ಹೊರಗೆದ್ದು ಹೋದ.

ದೈವನಿಯಮ ಎಂಥ ವಿಚಿತ್ರವೆನಿಸಿತು ಅವನಿಗೆ.

ಮರುದಿನ ರಘುಪತಿಯವರು ಫ್ಯಾಕ್ಟರಿಗೆ ಹೋಗುವವರೆಗೂ ಸುಮ್ಮನಿದ್ದ ಅನಿಲ್ ಫೋನ್ ಮಾಡಿ ಸತೀಶನನ್ನು ಕರೆಸಿಕೊಂಡ.

**ಸತೀಶ್ ಹುಚ್ಚು** ಧೈರ್ಯವನ್ನು ಶೇಖರಿಸಿಟ್ಟುಕೊಂಡಿದ್ದ. ಅವನು ಆದಷ್ಟು ಬೇಗ

ರಾಜೀನಾಮೆ ಕೊಟ್ಟು ಹೋಗುವ ತರಾತುರಿಯಲ್ಲಿದ್ದ. ಅದಕ್ಕಾಗಿ ಸಮಯ ಕಾಯುತ್ತಿದ್ದ.

"ಬನ್ನಿ ಸತೀಶ್" ಎಂದು ಆದರದಿಂದಲೇ ಸ್ವಾಗತಿಸಿ "ಅಲ್ಲಿ ಹೋಗೋಣ ಬನ್ನಿ, ನಿಮ್ಮ ಹತ್ತಿರ ಮಾತನಾಡಬೇಕು" ಎಂದು ಹೇಳಿ ಅತಿಥಿಗಳಿಗಾಗಿ ಮೀಸಲಾಗಿದ್ದ ಕೋಣೆಗೆ ನಡೆದ.

ಸತೀಶ್ ಮರುಮಾತನಾಡದೇ ಅವನನ್ನು ಹಿಂಬಾಲಿಸಿದ.

ಇಬ್ಬರೂ ಕುಳಿತ ಮೇಲೆ ಅಡಿಗೆಯವನು ತಿಂಡಿಯನ್ನು ತಂದಿಟ್ಟ. ಸತೀಶ ಮೊದಲು ನಿರಾಕರಿಸಿದ. ಅನಿಲನ ಬಲವಂತ ಅಧಿಕವಾದಾಗ ತಿಂಡಿಯ ತಟ್ಟೆಗೆ ಕೈ ಹಾಕಿದ.

ಅನಿಲನಿಗೆ ಹೇಗೆ ಮಾತು ಶುರು ಮಾಡಬೇಕೋ ತಿಳಿಯದಾಯಿತು.

"ಈಗ ನನ್ನ ನಿಮ್ಮೊಬ್ಬ ಗೆಳೆಯನೆಂದು ಭಾವಿಸಿ, ಇಂದು ನಾನು ನಿಮಗೆ ಬಾಸಾಗಿ ಮಾತನಾಡುತ್ತಿಲ್ಲ. ಒಬ್ಬ ಆತ್ಮೀಯ ವ್ಯಕ್ತಿಯಾಗಿ ಮಾತನಾಡುತ್ತೀನಿ ಎಂದು ಭಾವಿಸಿ" ಎಂದ ಅನಿಲ್.

ಇಂಥಾ ವ್ಯಕ್ತಿಗೆ ದ್ರೋಹ ಬಗೆದೆನಲ್ಲ ಎಂದು ಸತೀಶನ ಕಣ್ಣಲ್ಲಿ ನೀರಾಡಿತು.

"ನಾನು ಮಾಡಿರೋ ತಪ್ಪಿಗೆ ನೀವು ಏನು ಅಂದರೂ ಪರವಾಗಿಲ್ಲ, ಎಂಥಾ ಶಿಕ್ಷೆ ಕೊಟ್ಟರೂ ಪರವಾಗಿಲ್ಲ" ಅವನ ಮಾತಿನಲ್ಲಿ ದೃಢ ನಿರ್ಧಾರವಿತ್ತು.

"ನಿಮ್ಮ ತಪ್ಪಿಗೆ ಶೋಭಳನ್ನೇ ನಿಮಗೆ ಕೊಡುತ್ತ ಇದ್ದೀನಿ" ಎಂದ ತಟಕ್ಕನೆ.

ಕುಳಿತಿದ್ದ ಸತೀಶ್ ತಟ್ಟನೇ ಎದ್ದು ನಿಂತ. ಅವನ ರೋಮಗಳೆಲ್ಲ ನಿಮಿರಿ ನಿಂತವು.

"ಅಂಥ ಶಿಕ್ಷೆ ಮಾತ್ರ ಬೇಡ. ಈಗಲೋ ಆಗಲೋ ಸಾಯೋ ಮುದುಕನಿಗೆ ಜೀವಾವಧಿ ಶಿಕ್ಷೆ ಎನ್ನುವಂತೆ. ಆ ಶಿಕ್ಷೆ ಅನುಭವಿಸೋ ಅಧಿಕಾರವಾಗಲಿ, ಆಸೆಯಾಗಲಿ ನನಗಿಲ್ಲ."

"ಸ್ವಲ್ಪ ಕೂತುಕೊಂಡು ಮನಸ್ಸನ್ನು ಸಮಾಧಾನ ಸ್ಥಿತಿಗೆ ತಂದುಕೊಂಡು ಯೋಚನೆ ಮಾಡಿ. ನೀವು ಹಿಂದೆ ನಿರುದ್ಯೋಗಿಯಾಗಿದ್ದಾಗ ಪಟ್ಟ ಪಾಡೆಲ್ಲ ಸ್ವಲ್ಪ ನೆನಪಿಗೆ ತಂದುಕೊಳ್ಳಿ. ನೀವಾಗಿ ನೀವು ನಿಮ್ಮ ಕಾಲು ಮೇಲೆ ಕಲ್ಲು ಹಾಕಿಕೊಳ್ಳಬೇಡಿ, ಶೋಭಳ ಜೊತೆಗೆ ಅರ್ಧ ಫ್ಯಾಕ್ಟರಿನ ನಿಮ್ಮ ಹೆಸರಿಗೆ ಬರೆದು ನಿಮ್ಮನ್ನ ಪಾರ್ಟನರ್ ಆಗಿ ತಗೋತೀನಿ. ನಿಮ್ಮ ಡೈವೋರ್ಸ್ ಬಗ್ಗೆ ನೀವೇನು ಯೋಚನೆ ಮಾಡಬೇಕಾಗಿಲ್ಲ."

ಪುನಃ ಕುಳಿತಿದ್ದ ಸತೀಶ್ ಜೋರಾಗಿ ನಕ್ಕ.

"ನನ್ನ ಹೆದರಿಸಬೇಡಿ ಸಾರ್. ನಾನು ಶ್ರೀಮಂತಿಕೆಯ ಸುಪ್ಪತ್ತಿಗೆಯಲ್ಲಿದ್ದರೂ ಇಷ್ಟು ದಿನ ನಾನು ಅನುಭವಿಸಿದ್ದು ರೌರವ ನರಕ. ಇನ್ನೆಂದೂ ಆ ನರಕಕ್ಕೆ ಕಾಲಿಡಲಾರೆ. ಮಾನಾಭಿಮಾನ ಮರೆತ ನಿಮ್ಮಂಥ ಶ್ರೀಮಂತರಿಗೆ ನನ್ನ ಧಿಕ್ಕಾರ. ಹಿಂದೆ ನನ್ನಲ್ಲಿತ್ತು. ವಿದ್ಯಾವಂತ ಅನ್ನೋ ಅಭಿಮಾನ ಸತ್ತಿದೆ. ಈಗ ಯಾರ ಬಗ್ಗೇನೂ ಯೋಚಿಸಬೇಕಾಗಿಲ್ಲ. ನನ್ನ ರೆಟ್ಟೆಯಲ್ಲಿ ಬಲ ಇದೆ. ಕೂಲಿ ಮಾಡಿ ಜೀವನ ಮಾಡಬಲ್ಲೆ" ಎಂದವನೇ ತನ್ನ

ಕೈಯಲ್ಲಿದ್ದ ಲೆದರ್ ಬ್ಯಾಗ್ ತೆಗೆದು ಅದರಲ್ಲಿದ್ದ ಹಾಳೆಯನ್ನು ಹೊರಗೆ ತೆಗೆದು ರಾಜೀನಾಮೆ ಬರೆದು ಅನಿಲನ ಮುಂದಿಟ್ಟು "ದಯವಿಟ್ಟು ನನ್ನ ರಾಜೀನಾಮೇನ ಸ್ವೀಕಾರ ಮಾಡಿ" ಎಂದವನೇ ಕೋಣೆಯ ಬಾಗಿಲಿಗೆ ಬಂದ. ಶೋಭ ಬಾಗಿಲಿಗಡ್ಡವಾಗಿ ನಿಂತಿದ್ದಳು.

"ದಯವಿಟ್ಟು ದಾರಿ ಬಿಡಿ. ನಿಮ್ಮ, ನನ್ನ ಕಂಟ್ರಾಕ್ಟ್ ಮುಗಿಯಿತು" ಎಂದ ದೃಢವಾಗಿ.

"ಸತೀಶ್, ಒಂದು ಘಳಿಗೆ ಮಾತನಾಡೋಕೆ ಅವಕಾಶ ಕೊಡಿ" ಎಂದವಳೇ ಅವನ ಕೈ ಹಿಡಿದು ಎಳೆದೊಯ್ದು ಸೋಫಾದ ಮೇಲೆ ಕೂಡಿಸಿದಳು, ಅನಿಲನ ಇರುವನ್ನು ಮರೆತು.

ಅನಿಲ್ ಹೊರಗೆದ್ದು ಹೋದುದನ್ನು ಇಬ್ಬರೂ ಗಮನಿಸಿದರೂ ಸುಮ್ಮನಾದರು.

ಶೋಭ ಅವನ ಮುಂದೆ ತನ್ನ ಹೃದಯವನ್ನು ಬಿಚ್ಚಿಟ್ಟು. "ಸತೀಶ್, ನಾನು ನಿನ್ನ ತುಂಬ ಪ್ರೀತಿಸುತ್ತೇನೆ" ಎಂದಳು.

"ಪ್ರೀತಿ..." ಎಂದು ನಕ್ಕ. ಅವನ ನಗುವಿನಲ್ಲಿ ವ್ಯಂಗ್ಯವಿತ್ತು.

ತನ್ನ ಮೇಲೆ ಅವನಿಗಿದ್ದ ತಿರಸ್ಕಾರದ ಅರಿವುಂಟಾಯಿತು. ಶೋಭಳಿಗೆ ಇದಕ್ಕೆಲ್ಲ ಬಹಳಷ್ಟು ಮಟ್ಟಿಗೆ ಅನುಪಮಳೇ ಕಾರಣವೆನಿಸಿತು.

"ಅನುಪಮಳಲ್ಲಿ ಏನು ಕಂಡು ಮಾರುಹೋದೆ?" ಅವಳ ಮಾತಿನಲ್ಲಿ ಈರ್ಷ್ಯೆ ಇತ್ತು.

"ಛೆ, ಅವಳ ಹೆಸರು ಎತ್ತೋ ಯೋಗ್ಯತೇನೇ ನಮಗಿಲ್ಲ. ಅವಳಿಗೆ ತಾಳಿ ಕಟ್ಟಿದ ಗಂಡ ನಾನು. ನನ್ನ ಪ್ರೀತಿ ಅವಳೊಬ್ಬಳಿಗೆ ಮಾತ್ರ ಮೀಸಲು. ಅವಳು ಸದ್ಗುಣಗಳ ಗಣಿ, ಸಂಯಮಿ, ಸಂಸ್ಕೃತಿಯ ಸಾಕಾರ" ಅವನ ಒಂದೊಂದು ನುಡಿಯಲ್ಲೂ ಅವನಿಗೆ ಮಡದಿಯ ಬಗ್ಗೆ ಇದ್ದ ಗೌರವಾದರಗಳನ್ನು ಎತ್ತಿ ಚಿಮ್ಮುತ್ತಿತ್ತು.

ಕಡೆಯ ಮಾತೆನ್ನುವಂತೆ ಹೇಳಿದ "ನಿಮ್ಮ ತಂದೆ ನನಗೆ ಹೇಳಿದ್ದ ಕಂಟ್ರಾಕ್ಟ್ ಅವಧಿ ಮುಗಿಯಿತು ಅಷ್ಟೆ. ಇದೇ ನನ್ನ, ನಿಮ್ಮ ಕಡೆಯ ಭೇಟಿ" ಎಂದವನೇ ಕಾರಿನ ಕೀಯನ್ನು ಸೋಫಾದ ಮೇಲೆ ಒಗೆದು ಸರಸರನೇ ನಡೆದುಬಿಟ್ಟ.

ಆಗಲೇ ವೇಳೆ ಹನ್ನೆರಡು ಗಂಟೆ ಸಮೀಪಿಸುತ್ತಿತ್ತು. ಬಿಸಿಲಿನ ಧಗೆ ಜೋರಾಗಿತ್ತು. ಕಾರಿನಲ್ಲೇ ಓಡಾಡುತ್ತಿದ್ದರಿಂದ ಬಿಸಿಲ ಬೇಗೆಯ ಅನುಭವ ಅವನಿಗೆ ಹಳೆಯದಾಗಿತ್ತು. ಒಂದು ಫರ್ಲಾಂಗ್ ನಡೆಯುವ ಹೊತ್ತಿಗೆ ಅವನಿಗೆ ಸಾಕು ಸಾಕಾಗಿತ್ತು. ಮಧ್ಯಾಹ್ನ ವಾದುದ್ದರಿಂದ ಆಟೋಗಳ ಸಂಚಾರವೂ ಸ್ವಲ್ಪಮಟ್ಟಿಗೆ ಸ್ತಬ್ಧವಾಗಿತ್ತು. ಅವನ ಕಾಲುಗಳು ಟ್ಯಾಕ್ಸಿ ಸ್ಟಾಂಡಿನ ಕಡೇ ಹೆಜ್ಜೆ ಹಾಕಿದವು.

ಟ್ಯಾಕ್ಸಿಯಲ್ಲಿ ಸತೀಶ ಬಂದಿಳಿದಾಗಲೇ ಅನುಪಮ ಸ್ವಲ್ಪಮಟ್ಟಿಗೆ ಊಹಿಸಿ

ಕೊಂಡಳು. ಆದರೆ ಏನೊಂದೂ ಪ್ರಶ್ನಿಸದೇ ಎಂದಿನ ಮುಗುಳುನಗೆಯೊಂದಿಗೆ ಸ್ವಾಗತಿಸಿದಳು.

ವೇದನೆಗೊಂಡು ಭಾರವಾಗಿದ್ದ ಅವನ ಹೃದಯ ಮಡದಿಯ ಮುಖ ಕಂಡ ಕೂಡಲೇ ಹಗುರವಾಯಿತು.

ಎಂದಿನಂತೆ ಮಡದಿಯೊಡನೆ ಮಾತನಾಡುವಾಗ ಅಳುಕದೇ ನಗುನಗುತ್ತ ಮಾತನಾಡುತ್ತ ಹೊಟ್ಟೆ ತುಂಬ ಊಟ ಮಾಡಿದ. ಅವನ ದಣಿದ ಮನ ವಿಶ್ರಾಂತಿಗೆ ಹಾತೊರೆಯಿತು. ಆದರೆ ಅವನು ವಿಶ್ರಾಂತಿ ಪಡೆಯುವ ಸ್ಥಿತಿಯಲ್ಲಿರಲಿಲ್ಲ. ಮನೆಯನ್ನು ಇಂದೋ, ನಾಳೆಯೋ ಖಾಲಿ ಮಾಡಬೇಕಾಗಿತ್ತು. ಅವನ ಸ್ವಂತ ಸಾಮಾನುಗಳೇನೂ ಇರದಿದ್ದರಿಂದ ಬಟ್ಟೆ, ಬರೆ ಬಿಟ್ಟು ಬೇರೇನೂ ಸಾಗಿಸುವ ತಾಪತ್ರಯವಿರಲಿಲ್ಲ.

ಮಡದಿಯನ್ನು ಕರೆದು ಅಲ್ಪಸ್ವಲ್ಪ ವಿಷಯ ತಿಳಿಸಿ ಮನೆ ಬಿಡಬೇಕಾದ ಪರಿಸ್ಥಿತಿ ತಿಳಿಸಿ ಅವಳ ಸಲಹೆ ಕೇಳಿದ.

"ಈಗ ಬೇರೆ ಕೆಲಸ ಸಿಗೋವರೆಗೂ ಸ್ವಲ್ಪ ತಾಪತ್ರಯ. ಕೆಲಸ ಸಿಕ್ಕಿದರೂ ಇಂಥಹ ಬಂಗ್ಲೆಯಲ್ಲಿರಲು ಸಾಧ್ಯವಿಲ್ಲ. ಆದ್ದರಿಂದ ಯಾವುದಾದರೂ ಒಂದು ಪುಟ್ಟ ಮನೆಯನ್ನು ಬಾಡಿಗೆಗೆ ಹಿಡಿಯಬೇಕು. ಈಗ ಸದ್ಯಕ್ಕೆ ಹಳ್ಳಿಗೆ ಹೋಗೋದಿಕ್ಕೆ ಸಾಧ್ಯವಿಲ್ಲ. ಅಪ್ಪ, ಅಮ್ಮ ಮೊದಲೇ ಕೋಪಗೊಂಡಿದ್ದಾರೆ. ಅಂಥದರಲ್ಲಿ ಈಗ ನಿರುದ್ಯೋಗಿಯಾಗಿ ಅಲ್ಲಿಗೆ ಹೋಗೋದಿಕ್ಕೆ ಇಷ್ಟಪಡೋದಿಲ್ಲ. ಸುಮ್ಮನೇ ಈ ತಾಪತ್ರಯದಲ್ಲಿ ನೀನೇಕೆ ಕಂಗೆಡಬೇಕು ಅಂತ ಶಿವಮೊಗ್ಗಕ್ಕಾದರೂ ಕಳುಹಿಸೋಣ ಅಂದರೆ...? ಏನಾದರೂ ಸಹಿಸಬಲ್ಲೆ" ಅವನ ಹೃದಯ ವೇದನೆ, ಉದ್ವೇಗ ಮುಂದೆ ಅವನನ್ನು ಮಾತನಾಡಗೊಳಿಸಲಿಲ್ಲ.

ಅನುಪಮಳ ಕೈ ಅವನ ಮುಂದಿನ ಮಾತನ್ನು ತಡೆಯಲು ಮುಂದಾಯಿತು. ಅವನ ಬಲಿಷ್ಟ ಬಾಹು ಯಾವ ಸಂಕೋಚವೂ ಇಲ್ಲದೆ ಮಡದಿಯನ್ನು ತಬ್ಬಿದವು.

ಗಂಡನ ಎದೆಯ ಮೇಲೆ ತಲೆ ಇಟ್ಟ ಅನುಪಮ ಸಮಾಧಾನದ ಉಸಿರು ಬಿಟ್ಟಳು.

* * *

ರಘುಪತಿಯವರ ಆಸೆಯ ಬೆಟ್ಟ ಉರುಳಿದಾಗ ಮಗಳ ಜೀವನದ ನೆಮ್ಮದಿಯ ಕಡೆ ಗಮನ ಕೊಟ್ಟರು. ಅವರ ಕಾರು ಹೊನ್ನೇನಹಳ್ಳಿಯ ದಾರಿ ಹಿಡಿಯಿತು.

ಕಾರು ಮನೆ ಮುಂದೆ ನಿಂತಾಗ ರಂಗಣ್ಣನವರು ಉದಾಸೀನದಿಂದಲೇ ಬಂದರು. ಅವರಿಗೆ ಮಗನ ಮೇಲೆ ಬಹಳ ಕೋಪವಿತ್ತು.

ರಘುಪತಿಯವರನ್ನು ಕಂಡ ಕೂಡಲೇ ಅವರಲ್ಲಿದ್ದ ವಿವೇಕ ಜಾಗೃತವಾಯಿತು. ಸವಿನಯದಿಂದ ಸ್ವಾಗತಿಸಿದರು.

ರಘುಪತಿಯವರು ತಮ್ಮ ದರ್ಪ ಬಿಟ್ಟು ಜಾಣತನದಿಂದ ಮಡದಿಯ ಮಾತು ಕೇಳಿ

ಸತೀಶ ಕೆಲಸ ಬಿಟ್ಟಿರುವ ಸಂಗತಿ ತಿಳಿಸಿದರು.

"ಅವನಿಗೇನು ಬಂತು. ರಾಜನ ಹಾಗೆ ಇದ್ದ" ಎಂದು ಪೇಚಾಡಿಕೊಳ್ಳಲು ಶುರುವಾಯಿತು ಅವರ ಮನ.

"ಬಿಸಿ ರಕ್ತ ಏನು ಮಾಡಿದರೂ ತಡೆಯುತ್ತೆ ಅನ್ನೋ ಹುಚ್ಚು. ದೊಡ್ಡವರು ನೀವು ಹೋಗಿ ಬುದ್ಧಿ ಹೇಳಿ. ನಾನು ಇಷ್ಟು ದೂರ ಬರೋ ಅವಶ್ಯಕತೆ ಇರಲಿಲ್ಲ. ಪಾಪ, ಹುಡುಗ ಒಳ್ಳೆಯವನು. ಕೆಟ್ಟುಹೋಗಬಾರದಲ್ಲ" ಎಂದು ತಮ್ಮ ಹೃದಯ ವೈಶಾಲ್ಯವನ್ನು ಕೊಚ್ಚಿಕೊಂಡರು.

"ಅಯ್ಯೋ, ಅವನಿಗೆ ನಿಮ್ಮಂತಹವರು ಎಲ್ಲಿ ಸಿಕ್ಕಬೇಕು? ನಾನು ಹೋಗಿ ಉಗಿದು ಬುದ್ಧಿ ಹೇಳ್ತೀನಿ. ನೀವು ಇಷ್ಟು ದೂರ ದಯಮಾಡಿಸಿ ನಮಗೆ ಸುದ್ದಿ ಮುಟ್ಟಿಸಿದ್ದಕ್ಕೆ ನಾವು ಎಷ್ಟು ಕೃತಜ್ಞರಾಗಿದ್ದರೂ ಸಾಲದು" ಎಂದು ತಮ್ಮ ಪಾಚಿ ಹಲ್ಲುಗಳನ್ನು ಗಿಂಜಿದರು.

"ಇನ್ನೊಂದು ಮಾತು ನೋಡಿ. ನಿಮ್ಮ ಸೊಸೆ ಏನು ಅಂಥ ಒಳ್ಳೆ ಹುಡುಗಿಯಲ್ಲ."

ಕಾಫಿ ಲೋಟ ಹಿಡಿದುಕೊಂಡು ಬಂದ ನಳಿನಿ ಅತ್ತಿಗೆಯ ನಿಂದೆಯನ್ನು ಕಂಡು ರೇಗಿತು. ಈ ನಡುವೆ ಅವಳು ಸ್ವಲ್ಪ ಧೈರ್ಯವನ್ನು ಒಗ್ಗೂಡಿಸಿಕೊಂಡಿದ್ದಳು.

"ಅಣ್ಣ ತಾನೇ ನಿಮ್ಮ ಫ್ಯಾಕ್ಟರಿಯಲ್ಲಿ ಕೆಲಸ ಮಾಡೋದು..." ನಳಿನಿ ಮಾತು ಪೂರ್ತಿ ಮಾಡುವ ಮೊದಲೇ ರಂಗಣ್ಣನವರು ಮಗಳನ್ನು ಗದರಿಸಿ ಒಳಗೆ ಕಳುಹಿಸಿದರು.

ಸರಸ್ವತಮ್ಮ ಒಳಗೆ ಬಂದ ಮಗಳಿಗೆ ಛೀಮಾರಿ ಹಾಕಿದರು. ದುಮುಗುಟ್ಟುತ್ತಲೇ ನಳಿನಿ ಹಿತ್ತಲ ಕಡೆಗೆ ಹೋದಳು.

ರಘುಪತಿಯವರು ಸಹನೆ ಕಳೆದುಕೊಳ್ಳದೇ "ನಮ್ಮ ಹುಡುಗಿ ಸತೀಶನನ್ನು ಮೆಚ್ಚಿಕೊಂಡಿದ್ದಾಳೆ. ನೀವು ದೊಡ್ಡ ಮನಸ್ಸು ಮಾಡಿ ಮನೆ ತುಂಬಿಸಿಕೊಳ್ಳಬೇಕು."

ಅವರ ಮಾತು ಕೇಳಿ ರಂಗಣ್ಣನವರಿಗೆ ಆಶ್ಚರ್ಯವಾಯಿತು. ಮದುವೆಯಾದ ತಮ್ಮ ಮಗನಿಗೆ ಪುನಃ ಮದುವೆ! ಅಯ್ಯೋ, ತಮ್ಮ ಮಗ ಮದುವೆಯಾಗದೇ ಉಳಿದಿದ್ದರೆ ಇಂತಹ ದೊಡ್ಡವರ ಸಂಬಂಧ ಸಿಕ್ಕುತ್ತಿತ್ತಲ್ಲ ಎಂದು ಹಲುಬಿದರು.

"ನೀವೆಲ್ಲೋ ತಮಾಷೆ ಮಾಡ್ತೀರಾ. ನಮ್ಮ ಸತೀಶನಿಗೆ ಮದುವೆಗೆ ನೀವೇ ತಾನೇ ಬಲವಂತ ಮಾಡಿದ್ದು" ಎಂದು ತಮ್ಮ ಕುತೂಹಲವನ್ನು ತೋಡಿಕೊಂಡರು ರಂಗಣ್ಣವರು.

"ನೀವೇನು ಅದರ ಬಗ್ಗೆ ಯೋಚಿಸಬೇಡಿ. ಸತೀಶ ಈಗ ನಮ್ಮ ಶೋಭನ ಮದುವೆಯಾದರೆ ಅಪಾರ ಆಸ್ತಿ ಸೇರುತ್ತೆ. ಯೋಚನೆ ಮಾಡಿ. ಹೇಗಾದರೂ ಸತೀಶನನ್ನು ಒಪ್ಪಿಸಿ" ಎಂದು ತಮ್ಮ ಕಡೆಯ ಬಾಣ ಪ್ರಯೋಗ ಮಾಡಿದರು.

"ಛೇ, ಬೇರೆಯವರ ಮನೆ ಹುಡುಗೀನ ತಂದು ನಾವು ಅನ್ಯಾಯ ಮಾಡೋದು ಬೇಡ."

ರಘುಪತಿಯವರು ಸಹನೆ ಮೀರಿದರೂ ಅದನ್ನು ತೋರ್ಪಡಿಸುವ ಹಾಗಿರಲಿಲ್ಲ. ಮೆಲ್ಲನೆ ಸರಸ್ವತಮ್ಮನನ್ನು ಕರೆದು ತಮ್ಮ ಚಾಣಾಕ್ಷತನವೆಲ್ಲ ಉಪಯೋಗಿಸಿ ಒಪ್ಪಿಸಿ ಜೊತೆಯಲ್ಲೇ ಬೆಂಗಳೂರಿಗೆ ಕರೆದೊಯ್ಯಲು ನಿರ್ಧರಿಸಿದರು.

"ನೀವು ಈಗಲೇ ನನ್ನ ಜೊತೆ ಹೊರಡಿ" ಎಂದು ರಂಗಣ್ಣನವರನ್ನು ಒತ್ತಾಯಿಸಿದರು.

ರಂಗಣ್ಣನವರು ಎಷ್ಟೇ ಹಿಂದೆಗೆದರೂ ರಘುಪತಿಯವರು ಬಿಡದೇ ಗಂಡ, ಹೆಂಡಿರನ್ನು ಒಟ್ಟಿಗೆ ಹೊರಡಿಸಿದರು.

ಸರಸ್ವತಮ್ಮನವರಿಗೆ ಪೂರ್ಣ ಒಪ್ಪಿಗೆ ಇರಲಿಲ್ಲ. ತಾನು ಮೂರು ಹೆಣ್ಣು ಮಕ್ಕಳನ್ನು ಹೆತ್ತು ಬೇರೊಂದು ಹೆಣ್ಣಿಗೆ ಅನ್ಯಾಯ ಮಾಡಲು ಅವರ ಹೃದಯ ಹಿಂದೆಗೆಯುತ್ತಿತ್ತು.

ಬೆಂಗಳೂರು ತಲುಪಿದ ಕೂಡಲೇ ಅವರನ್ನು ಟ್ಯಾಕ್ಸಿಯಲ್ಲಿ ಮನೆಗೆ ಕಳಿಸಿ ಗೆಲುವಿನಿಂದ ತಾವು ಮನೆಗೆ ಹೋದರು.

ರಂಗಣ್ಣನವರು, ಸರಸ್ವತಮ್ಮ ಬರುವ ವೇಳೆಗೆ ಮನೆಗೆ ಬೀಗ ಮುದ್ರೆ ಇತ್ತು. ಸತೀಶ ಬೇರೆ ಮನೆಗೆ ಹೋದ ಸಮಾಚಾರ ತಿಳಿಯಿತು. ಇಂಥ ಭವ್ಯ ಬಂಗಲೆಯನ್ನು ಬಿಟ್ಟು ಹೋದ ಮಗನಿಗೆ ಮನದಲ್ಲೇ ಛೀಮಾರಿ ಹಾಕಿದರು.

ಪುನಃ ಸತೀಶನ ಮನೆ ಹುಡುಕಿಕೊಡಲು ರಘುಪತಿಯವರೇ ಸಹಾಯ ಮಾಡಬೇಕಾಯಿತು.

ಸತೀಶ ಮನೆ ಪುಟ್ಟದಾಗಿದ್ದರೂ ಚೊಕ್ಕವಾಗಿತ್ತು. ಗಂಡ, ಹೆಂಡತಿ ಎರಡು ಮಕ್ಕಳು ಧಾರಾಳವಾಗಿ ವಾಸಮಾಡಬಹುದಾದಂತ ಮನೆ. ಮುಂದುಗಡೆ ಒಂದು ವರಾಂಡ, ಅದಕ್ಕೆ ಸೇರಿದಂತೆ ರೂಮು, ಹಾಲ್, ಹಾಲಿಗೆ ಸೇರಿದಂತೆ ಒಂದು ರೂಮು, ಅದರ ಹಿಂಭಾಗದಲ್ಲಿ ಪುಟ್ಟ ದೇವರ ಮನೆ, ಅಡಿಗೆ ಮನೆ, ಬಚ್ಚಲು ಮನೆ.

ಅತ್ತೆ, ಮಾವ ಮನೆಗೆ ಬಂದಾಗ ಸತೀಶ ಇಲ್ಲದಿದ್ದರಿಂದ ಅನುಪಮಳೇ ಎಂದಿನ ಆತ್ಮೀಯತೆಯಿಂದ ಸ್ವಾಗತಿಸಿದಳು.

ಇನ್ನೂ ಯಾವ ವಿಧವಾದ ಫರ್ನೀಚರ್ ಕೊಂಡಿಲ್ಲದಿದ್ದರಿಂದ ರಂಗಣ್ಣ ಸರಸ್ವತಮ್ಮ ನೆಲದ ಮೇಲೆ ಗೊಣಗುತ್ತಲೇ ಕುಳಿತರು.

ಸೊಂಟಕ್ಕೆ ಸೆರಗು ಸಿಕ್ಕಿಸಿದ ಅನುಪಮ ಎರಡು ನಿಮಿಷದಲ್ಲಿ ಕಾಫಿ ಮಾಡಿ ತಂದಳು.

"ಕಾಫಿ ಕುಡಿದು ಕೈ, ಕಾಲು ತೊಳೆದುಕೊಳ್ಳಿ. ಈಗ ಅಡಿಗೆ ಮಾಡಿಬಿಡ್ತೀನಿ" ಎಂದು ಅನುಪಮ ಅಡಿಗೆ ಮನೆಗೆ ಹೋದಳು.

ಸೊಸೆಯ ನಿಷ್ಕಲ್ಮಶ ಮುಖ ನೋಡಿದ ಕೂಡಲೇ ಅವರ ನಿರ್ಧಾರಗಳಿಗೆ ಏರುಪೇರಾದರೂ, ಶ್ರೀಮಂತಿಕೆಯ ಆಸೆಯೇ ಪ್ರಬಲಿಸಿ ಅವರನ್ನು ಮೊದಲಿನ ನಿರ್ಧಾರಕ್ಕೆ ತಳ್ಳಿತು.

ಅಷ್ಟರಲ್ಲಿ ಸತೀಶ ಒಳಗೆ ಬಂದ. ಬಿಸಿಲಿನಲ್ಲಿ ತಿರುಗಾಡಿ ಬಂದಿದ್ದರಿಂದ ಅವನ ಮುಖ ಕೆಂಪಗಾಗಿತ್ತು. ಬೆವರು ಧಾರಾಕಾರವಾಗಿ ಸುರಿಯುತ್ತಿತ್ತು.

ತಂದೆ, ತಾಯಿ ಈ ಸಂದರ್ಭದಲ್ಲಿ ಬಂದಿದ್ದು ಇಷ್ಟವಿಲ್ಲದಿದ್ದರೂ ತೋರ್ಪಡಿಸಿ ಕೊಳ್ಳದೆ ನಗು ನಗುತ್ತ ಮಾತಾಡಿದ. ಶ್ರೀಮಂತಿಕೆಯ ಲೋಲುಪ್ತಿ ಇಲ್ಲದಿದ್ದರೂ ಇಂದಿನ ಜೀವನದಲ್ಲಿ ಸುಖ, ಸಂತೃಪ್ತಿ ಕಾಣುತ್ತಿದ್ದ.

ಬಟ್ಟೆ ಬದಲಾಯಿಸಲು ಕೋಣೆಗೆ ಬಂದಾಗ ಅವನ ಎಲ್ಲ ಪ್ಯಾಂಟು ಷರ್ಟ್ ಹ್ಯಾಂಗರುಗಳೊಂದಿಗೆ ನೂಲಿನ ಹಗ್ಗಕ್ಕೆ ನೇತುಬಿದ್ದು ಶೋಭಿಸುತ್ತಿತ್ತು. ಬೆಳಿಗ್ಗೆ ಅಲ್ಲೊಂದು ಇಲ್ಲೊಂದು ಬಿದ್ದಿದ್ದ ಬಟ್ಟೆಗಳನ್ನು ಈ ಸ್ಥಿತಿಗೆ ತಂದ ಮಡದಿಯ ಜಾಣ್ಮೆಗೆ ತಲೆದೂಗಿದ.

ಬಚ್ಚಲು ಮನೆಗೆ ಬಂದಾಗ ನೀರನ್ನು ಹಿಡಿದು ನಿಂತ ನೀರೆಯನ್ನು ನೋಡಿ ದಣಿದ ಅವನ ಮನ ಮುದಗೊಂಡಿತು. ಮಡದಿಯ ಕೆನ್ನೆಯನ್ನು ಮೃದುವಾಗಿ ಹಿಂಡುತ್ತ ಪ್ರಶ್ನಿಸಿದ.

"ಯಾವಾಗ ಬಂದರು ಅಣ್ಣ, ಅಮ್ಮ ?"

"ಸ್ವಲ್ಪ ಹೊತ್ತಾಯಿತು ಅಷ್ಟೆ. ಇನ್ನು ಯಾಕೋ ಕೈ ಕಾಲು ತೊಳೆಯದೆ ಕೂತಿದ್ದಾರೆ."

ಸತೀಶ ಮರುಮಾತನಾಡದೇ ಕೈ ಕಾಲು ತೊಳೆಯುವುದರ ಕಡೆ ಗಮನ ಕೊಟ್ಟ.

ಸತೀಶ ಕೈ ಕಾಲು ತೊಳೆದು ಹೊರಗೆ ಬಂದರೂ ರಂಗಣ್ಣ, ಸರಸ್ವತಮ್ಮ ಅಲ್ಲಾಡದೆ ಕುಳಿತ ಕಡೆ ಕುಳಿತೇ ಇದ್ದರು.

ಅವರುಗಳೊಡನೆ ಹೆಚ್ಚು ಮಾತನಾಡಲು ಇಚ್ಛಿಸದ ಸತೀಶ ಕೋಣೆಗೆ ಹೋಗಿ ತಲೆ ಬಾಚಿಕೊಂಡು ಅಡಿಗೆ ಮನೆಗೆ ಹೋದ.

ಗಂಡ, ಹೆಂಡಿರ ಪಿಸಿಪಿಸಿ ಮಾತುಗಳು ಅಡಿಗೆ ಮನೆಯಲ್ಲಿದ್ದ ಸತೀಶ, ಅನುಪಮರ ಕಿವಿ ಮುಟ್ಟುತ್ತಿತ್ತು. ಅದೇನೆಂದು ಅರ್ಥವಾಗದಿದ್ದರೂ ಇವರು ಬಂದಿದ್ದರ ಹಿಂದೆ ಯಾವುದೋ ಕಾರಸ್ಥಾನವಿದೆ ಎಂದು ಅರಿತುಕೊಂಡರು.

ಅಡಿಗೆ ಮುಗಿಸಿ ಅನುಪಮ ತಟ್ಟೆ ಹಾಕಿದಾಗ ಗಂಡ, ಹೆಂಡರಿಬ್ಬರು ಕೈ ಕಾಲು ತೊಳೆದು ಬಂದು ಕುಳಿತರು.

ಸತೀಶ ಬಡಿಸಿದ ಕೂಡಲೇ ಹೆಚ್ಚು ಹಸಿದವನಂತೆ ಗಬಗಬ ತಿಂದಾಗ ಸರಸ್ವತಮ್ಮನಿಗೆ ಬೇಸರವಾಯಿತು.

"ಏನೋ ಊಟ ಮಾಡಾಟಾನೋ ಸತೀಶ! ಅನ್ನ ಕಾಣದವನಂತೆ ಊಟ ಮಾಡುತ್ತೀಯಾ?" ಎಂದು ಆಕ್ಷೇಪಿಸಿದರು.

"ನಿನಗೇನಮ್ಮ ಗೊತ್ತು? ನಾನು ಇಷ್ಟು ದಿನ ಇದ್ದಿದ್ದೇ ಉಪವಾಸ. ಈಗ ಹೊಟ್ಟೆ ತುಂಬ ತೃಪ್ತಿಯಿಂದ ತಿಂದರೇನು ಅಂತೀನಿ" ಎಂದು ಹುಳಿ ಪಾತ್ರೆ ಹಿಡಿದು ಬಂದ

ಮಡದಿಗೆ ಕಣ್ಣು ಹೊಡೆದು ತುಂಟ ನಗು ನಕ್ಕ.

* * *

ಅನುಪಮಳ ಮುಖದ ಮೇಲೆ ತೆಳು ನಗು ಆವರಿಸಿತು.

ಹಿಂದೆಂದೂ ಕಾಣದ ಸಂತೃಪ್ತಿ ಈಗ ಇದೆ ಸತೀಶನ ಸಂಸಾರದಲ್ಲಿ ಎನಿಸಿದರೂ ಅದನ್ನು ಒಪ್ಪಿಕೊಳ್ಳಲು ಅವರ ದುರಾಸೆಯ ಮನ ಒಪ್ಪಲಿಲ್ಲ.

ಅವರುಗಳೆಲ್ಲ ಊಟ ಮುಗಿದ ಮೇಲೆ ಅನುಪಮ ತಟ್ಟೆ ತೊಳೆದು ಗೋಮೆ ಇಡುವಷ್ಟರಲ್ಲಿ ಸತೀಶ ಹಾಜರಾಗಿದ್ದ.

"ಹೋಗಿ ನೀವು ಮಾತಾಡ್ಹೋಗಿ, ನಾನು ಊಟ ಮಾಡಿ ಬರ್ತೀನಿ" ಎಂದಳು ನೀರು ತುಂಬಿಡುತ್ತ.

ಮಡದಿಯನ್ನು ಎಳೆದು ಮಣೆಯ ಮೇಲೆ ಬಲವಂತವಾಗಿ ಕೂಡಿಸಿ ತಟ್ಟೆ ಹಾಕಿ ಬಡಿಸತೊಡಗಿದ.

"ನಾನು ಬಡಿಸ್ಕೋತೀನಿ, ನೀವು ಹೋಗಿ" ಎಂದಳು ಮೆದುವಾಗಿ ಅನುಪಮ.

ಮಡದಿಯ ತಟ್ಟೆಗೆ ಧಾರಾಳವಾಗಿ ಹುಳಿ ಸುರಿಯುತ್ತ "ನಾನೆಂಥ ಸುಖದ ಗಳಿಗೇನ ಕಳೆದುಕೊಂಡುಬಿಟ್ಟೆ" ಎಂದ.

ಅವರಿಬ್ಬರ ರಸಗಳಿಗೆಯನ್ನು ಭಂಗ ಮಾಡುವಂತೆ ಸರಸ್ವತಮ್ಮ ಮಗನನ್ನು ಕೂಗಿದರು.

ಹುಳಿ ಪಾತ್ರೆಯನ್ನು ಕೆಳಗಿಟ್ಟ ಸತೀಶ ಲುಂಗಿಗೆ ಕೈ ಒರೆಸುತ್ತ ಹೊರಗೆ ಹೋದ.

ಮಗನನ್ನು ಹತ್ತಿರ ಕೂಡಿಸಿಕೊಂಡು ಸರಸ್ವತಮ್ಮ ಕಣ್ಣೀರು ಸುರಿಸುತ್ತ "ಇದೇನು ಹಣೆಬರಹನೋ ನಿಂದು. ನನ್ನ ಮಗ ರಾಜನ ಹಾಗಿದ್ದಾನೆ ಅಂತ ಸಂತೋಷಪಡುತ್ತ ಇದ್ದೆ. ನಿನ್ನ ಪಾಡನ್ನು ನಾನು ನೋಡೋಕೆ ಆಗೋಲ್ಲಪ್ಪ."

ಸತೀಶನಿಗೆ ಬೇಸರವಾಯಿತು.

"ಅಮ್ಮ, ನಾನು ಈಗ ಖಂಡಿತ ಸುಖವಾಗಿದ್ದೇನೆ. ನಿಮ್ಮಗಳ ಜೀವನಕ್ಕೆ ಈಗ ಯಾವ ವಿಧವಾದ ತೊಂದರೇನು ಇಲ್ಲವಲ್ಲ. ನನ್ನನ್ನ ಹೀಗೇ ಇರೋದಿಕ್ಕೆ ಬಿಟ್ಟುಬಿಡಿ" ಅವನ ಮಾತಿನಲ್ಲಿ ದೃಢ ನಿರ್ಧಾರವಿತ್ತು.

"ಅಯ್ಯೋ ಎಂಥ ಬಂಗ್ಲೆ, ಸಾವಿರಾರು ಸಂಬಳ, ಆಳುಕಾಳು ಎಷ್ಟು ಜನರಿಗೆ ಈ ಸೌಲಭ್ಯ ಉಂಟು. ಸ್ವಲ್ಪ ಯೋಚಿಸು, ನಿನಗೇನು ಹುಚ್ಚು ಹಿಡಿದಿಲ್ಲ ತಾನೆ? ಈಗಲೂ ಬುದ್ಧಿ ತಂದುಕೊಂಡು ರಘುಪತಿಯವರ ಹತ್ತಿರ ಹೋಗು. ಅವರು ದೊಡ್ಡ ಮನಸ್ಸು ಮಾಡಿ ಕೆಲಸಕ್ಕೆ ತಗೋತಾರೆ."

ತಂದೆಯ ಮಾತುಗಳನ್ನು ಕೇಳಿದ ಕೂಡಲೆ ಸತೀಶನಿಗೆ ಅರ್ಥವಾಯಿತು ಇದು

ರಘುಪತಿಯವರ ಕಾರಸ್ಥಾನವೇ ಎಂದು.

"ಇದೊಂದು ವಿಷಯ ನನ್ನ ನೀವು ಬಲವಂತ ಮಾಡಬೇಡಿ. ನಾನೇನು ಹಳ್ಳಿಗೆ ಬರೋಲ್ಲ ನಿರುದ್ಯೋಗಿಯಾಗಿ. ಆ ಭಯ ನಿಮಗೆ ಬೇಡ. ಹೇಗೋ ನನ್ನ ಅನ್ನದ ದಾರೀನ ನಾನು ನೋಡಿಕೊಳ್ಳುತ್ತೀನಿ."

ಮಗನನ್ನ ಒಪ್ಪಿಸುವುದು ಅವರಿಗೆ ಕಷ್ಟವೆನಿಸಿತು. ಅವನನ್ನ ಪುಸಲಾಯಿಸಿ ಹೊರಗೆ ಕರೆದೊಯ್ದು ಎಲ್ಲ ತಿಳಿಸಿ ಬಲವಂತಪಡಿಸಿದರು.

ಸತೀಶನ ಕೋಪ ಎಲ್ಲೆ ಮೀರಿತು.

"ಛಿ! ನಿಮಗೇಕಮ್ಮ ಇಂಥ ದುರ್ಬುದ್ಧಿ ಬಂತು. ನಾಳೆ ನಿನ್ನ ಮಗಳಿಗೆ ಈ ಅವಸ್ಥೆ ಬಂದರೆ, ದಯವಿಟ್ಟು ನೀವು ಊರಿಗೆ ಹೊರಟುಬಿಡಿ. ನಮ್ಮ ನೆಮ್ಮದಿಗೆ ಕಲ್ಲು ಹಾಕೋ ಅಂತ ಕೆಲಸ ಮಾಡಬೇಡಿ" ಎಂದು ಕೈ ಮುಗಿದು ಹೇಳಿದ.

ಮಗನ ಮಾತು ಕೇಳಿ ರಂಗಣ್ಣನಿಗೆ ಕೆಡುಕೆನ್ನಿಸಿತು. ತಾವು ದುರಾಸೆಗೆ ಬಲಿ ಬಿದ್ದು ಇಲ್ಲಿವರೆಗೂ ಬಂದಿದ್ದೇ ತಪ್ಪಾಯಿತೆಂದುಕೊಂಡರು.

ಸತೀಶ ಒಬ್ಬನೇ ಬಂದಾಗ ಅನುಪಮಳಿಗೆ ಆಶ್ಚರ್ಯವಾಯಿತು.

"ಇದೇನು ಒಬ್ಬರೆ ಬಂದಿರಿ?" ಎಂದಳು.

"ಭಾರತೀನ ನೋಡೋದಿಕ್ಕೆ ಹೊರಟಿದ್ದರಂತೆ. ಹಾಗೆ ಇಲ್ಲಿಗೆ ಬಂದರಂತೆ. ಹಾಗೆ ಹೋದರಂತೆ" ಎಂದು ಹಾರಿಕೆಯ ಉತ್ತರ ಕೊಟ್ಟ ಸತೀಶ.

ಅನುಪಮ ಹೆಚ್ಚು ಪ್ರಶ್ನಿಸಲು ಇಷ್ಟಪಡಲಿಲ್ಲ.

ಸತೀಶ ಹತ್ತಾರು ಕಡೇ ಅಪ್ಲಿಕೇಷನ್ ಹಾಕಿ ರಾತ್ರಿ, ಹಗಲು ಅಲೆದ. ಕೆಲಸ ಸಿಗಲಿಲ್ಲವಲ್ಲ ಅನ್ನೋ ನಿರಾಸೆ ಬಿಟ್ಟರೆ, ತೃಪ್ತಿಯ ಜೀವನವನ್ನೇ ನಡೆಸುತ್ತಿದ್ದ. ಕೈಯಲ್ಲಿ ಇನ್ನೂ ಹಣವಿದ್ದುದ್ದರಿಂದ ಅಷ್ಟಾಗಿ ಯೋಚಿಸಬೇಕಾದ ಪ್ರಮೇಯವಿರಲಿಲ್ಲ.

ಮಲಗಿದ್ದು ಮೈ ಮುರಿದು ಎದ್ದ ಸತೀಶ ಕೈಯಲ್ಲಿದ್ದ ವಾಚಿನ ಕಡೇ ನೋಡಿ "ಅನ್ನು, ಹತ್ತು ನಿಮಿಷದಲ್ಲಿ ರೆಡಿಯಾಗು. ಎಲ್ಲಾದರೂ ಹೋಗೋಣ" ಎಂದು ಅಡಿಗೆಯ ಮನೆಯಲ್ಲಿದ್ದ ಮಡದಿಗೆ ಕೂಗಿ ಹೇಳಿದ.

ಕಾಫಿ ಬೆರೆಸುತ್ತಿದ್ದ ಅನುಪಮಳಿಗೆ ನಗು ಉಕ್ಕಿ ಬಂತು. ಇಷ್ಟು ಚಿಕ್ಕ ಮನೆಯಲ್ಲಿ ಎಷ್ಟು ಜೋರಾಗಿ ಕೂಗುತ್ತಾರೆ ಎಂದುಕೊಂಡಳು.

ಗಂಡನ ಆಣತಿಯಂತೆ ಅನುಪಮ ಹತ್ತು ನಿಮಿಷದಲ್ಲಿ ರೆಡಿಯಾದಳು. ಪ್ಯಾಂಟು ಧರಿಸಿ, ಸ್ಲಾಕ್ ಹಾಕಿಕೊಂಡ ಸತೀಶ ಸಿಳ್ಳೆ ಹಾಕುತ್ತ ತಲೆ ಬಾಚಿಕೊಂಡು ಮೌನವಾಗಿ ನಿಂತ ಮಡದಿಯ ಕೆನ್ನೆಗೊಂದು ಮುತ್ತಿಟ್ಟು ಹೊರಗೆ ನಡೆದ.

ಬೀಗ ತಗುಲಿಸಿ ಇಬ್ಬರು ರಸ್ತೆಗಿಳಿದರು. ಅಲ್ಲೇ ಹೋಗುತ್ತಿದ್ದ ಆಟೋ ಕರೆದು

ನಿಲ್ಲಿಸಿದ ಸತೀಶ, ಇಬ್ಬರು ಹತ್ತಿ ಕುಳಿತರು. ಇಂದು ಆಟೋದಲ್ಲಿ ಕುಳಿತಾಗ ಸಿಕ್ಕ ಆನಂದ ಹಿಂದೆ ಕಾರಿನಲ್ಲಿ ಶೋಭಳೊಡನೆ ಕುಳಿತಾಗ ಕೂಡ ಸಿಕ್ಕಿರಲಿಲ್ಲ.

ಲಾಲ್‌ಬಾಗ್ ತಲುಪಿದ ಕೂಡಲೇ ಇಬ್ಬರೂ ಆಟೋದಿಂದ ಇಳಿದರು.

ಅಲ್ಲಿ ನಿಲ್ಲಿಸಿದ್ದ ಕಾರು ನೋಡಿ ಸತೀಶ ಒಂದು ಗಳಿಗೆ ಮಂಕಾದರು.

ಒಡನೆಯೇ ತನ್ನ ಅಜ್ಞಾನಕ್ಕೆ ನಾಚಿ ಮಡದಿಯೊಂದಿಗೆ ಹುಲ್ಲಿನ ಹಾಸಿನ ಮೇಲೆ ಕುಳಿತ.

ಅಂದು ಭಾನುವಾರವಾದ್ದರಿಂದ ಮಕ್ಕಳ ಕಲಕಲ, ಪ್ರೇಮಿಗಳ ಗುಸುಗುಸ, ದಂಪತಿಗಳ ಪಿಸಪಿಸಗಳಿಂದ ಲಾಲ್‌ಬಾಗ್‌ನಲ್ಲಿ ಒಂದು ಮಧುರ ವಾತಾವರಣ ಉಂಟಾಗಿತ್ತು.

ಆಕಡೆಯಿಂದ ಬಂದ ಅನಿಲ್, ಶೋಭ ದಂಗಾಗಿ ನಿಂತರು. ಅವರ ಕಣ್ಣಿಗೆ ಸತೀಶ ಮೊದಲಿಗಿಂತಲೂ ಚೆಲುವಾಗಿ ದಷ್ಟಪುಷ್ಟವಾಗಿ ಕಾಣುತ್ತಿದ್ದ. ಅವನ ಮುಖದ ತುಂಬೆಲ್ಲ ಸಂತೃಪ್ತಿ, ನಗುವಿನಲೆಗಳು ತೇಲುತ್ತಿದ್ದವು. ಗಳಿಗೆಗೊಮ್ಮೆ ಮಡದಿಯನ್ನು ಛೇಡಿಸಿ ಅವಳ ಮುಖದ ನಗುವನ್ನು ಹೀರುತ್ತಿದ್ದ.

ಅವನ ಜೀವನವನ್ನು ನೋಡಿ ಒಂದು ಗಳಿಗೆ ಅನಿಲ್‌ನಲ್ಲಿ ಅಸೂಯೆ ಹೊಗೆಯಾಡದಿರಲಿಲ್ಲ.

ತನ್ನ ಶ್ರೀಮಂತಿಕೆ, ಚೆಲುವು, ಯೌವನವನ್ನು ಧಿಕ್ಕರಿಸಬೇಕಾದರೆ ಅನುಪಮಳಲ್ಲಿದ್ದ ಆಕರ್ಷಣೆ ಏನೆಂದು ಅವಳ ಕಡೆ ದೃಷ್ಟಿ ಹರಿಸಿದಳು. ಚೆಲುವಾದ ಆರೋಗ್ಯ ಮೈಕಟ್ಟಿನ ಹುಡುಗಿ, ಯಾವ ಫ್ಯಾಷನ್ ಹಿಡಿತಕ್ಕೂ ಸಿಕ್ಕದ ಸಡಿಲವಾದ ಜಡೆ, ದುಂಡುಕುಂಕುಮ, ಮೈಮಾಟ ತೋರುವ ಲಕ್ಷಣ ಕಾಣದ ಉಡುಪು. ಇಂದಿನ ಯುವಪೀಳಿಗೆ ತನ್ನನ್ನು ಅಣಕಿಸಬಹುದೆಂಬ ಆತಂಕಪಡದೇ ಮೈ ತುಂಬ ಹೊದ್ದ ಸೆರಗು. ತನ್ನ ದೇಹದ ಸೌಂದರ್ಯವನ್ನೆಲ್ಲ ತನ್ನ ಗಂಡನ ಸ್ವತ್ತು ಎಂಬ ಸ್ವಾರ್ಥ ಅವಳಲ್ಲಿ ಇಣುಕುತ್ತಿತ್ತು.

ಅನಿಲ್, ಶೋಭ ಎಷ್ಟೊತ್ತು ಹಾಗೆ ನಿಂತರೋ ಅವರಿಗೆ ತಿಳಿಯಲಿಲ್ಲ. ಆ ಅಪರೂಪ ಜೋಡಿಯ ಚೆಲುವು ಅವಳಿಗೊಂದು ಕಲ್ಪನಾತೀತ ಆನಂದವನ್ನು ಒದಗಿಸಿತ್ತು.

ಸತೀಶ್ ಎದ್ದು ಎಲ್ಲೋ ಹೋದಾಗ ಅನಿಲ್, ಶೋಭ ಮೆಲ್ಲನೇ ಬಂದರು. ಅನುಪಮಳಿಗೆ ಅವರ ಕಡೆ ಗಮನವೇ ಇರಲಿಲ್ಲ. ಒಂದೊಂದೇ ಹುಲ್ಲನ್ನು ಕಿತ್ತು ಅಲ್ಲಲ್ಲೇ ಆಡುತ್ತಿದ್ದ ಮಕ್ಕಳನ್ನು ನೋಡುತ್ತಿದ್ದಳು.

ಶೋಭ ದಢದಢನೇ ಹೋಗಿ ಕಾರನ್ನು ಹತ್ತಿದರು. ಅನಿಲ್ ಮನದಲ್ಲೇ ನಗುತ್ತ ಕಾರಿನ ಕಡೆಗೆ ಹೆಜ್ಜೆ ಹಾಕಿದ.

ಸತೀಶ್ ತಂದ ಕೋಕಾಕೋಲಾ ಕುಡಿದು ಹರಟೆ ಹೊಡೆದು ಮನೆಗೆ ಬಂದಾಗ ಅನಿಲನ ಕಾರು ಇವರ ದಾರಿಯನ್ನು ಕಾಯುತ್ತಿತ್ತು.

ಅನಿಲ್‌ನನ್ನು ಕಂಡು ಸತೀಶನಿಗೆ ಬೇಸರವಾದರೂ ತೋರ್ಪಡಿಸದೇ ಬೀಗ ತೆಗೆದು ಸ್ವಾಗತಿಸಿದ ಅನುಪಮ ಮುಗುಳುನಗುತ್ತ ಆದರದಿಂದ ಮಾತಾಡಿಸಿದಳು.

ಹೊಸದಾಗಿ ಕೊಂಡು ತಂದು ಹಾಕಿದ್ದ ಗಾಡ್ರೇಜ್ ಛೇರಿನ ಮೇಲೆ ಕುಳಿತ ಅನಿಲ್, ಅನುಪಮ ಕೊಟ್ಟ ಬೋರ್ನ್‌ವೀಟಾ ಕುಡಿದು,

"ಸತೀಶ್, ನೀವು ಫ್ಯಾಕ್ಟರಿಗಾಗಿ ಸಲ್ಲಿಸಿದ ಅಮೋಘ ಸೇವೆಗಾಗಿ ನಮ್ಮ ಹೆಡ್ ಆಫೀಸ್ ಬಾಂಬೆಗೆ ನಿಮ್ಮನ್ನು ಜನರಲ್ ಮ್ಯಾನೇಜರ್ ಆಗಿ ಅಪಾಯಿಂಟ್ ಮಾಡಿದ್ದೀನಿ. ನೀವು ನಾಳೆ ದಿನನೇ ಹೊರಟುಬಿಡಬೇಕು" ಎಂದು ಹೇಳಿ ಅಪಾಯಿಂಟ್‌ಮೆಂಟ್ ಆರ್ಡರನ್ನು ಸತೀಶನ ಕೈಗೆ ಕೊಡದೇ ಅನುಪಮಳ ಕೈಯಲ್ಲಿಟ್ಟ. ಹಾಗೇ ಒಂದು ನವೀನ ಮಾದರಿಯ ಲಗ್ನಪತ್ರಿಕೆಯನ್ನು ಸತೀಶನ ಕೈಯಲ್ಲಿಟ್ಟ.

ಸತೀಶ ಸಂತೋಷದಿಂದ ಲಗ್ನಪತ್ರಿಕೆ ತೆರೆದ. ಅಲ್ಲಿ ಮಾತ್ರ ಅವನಿಗೆ ನಿರಾಸೆಯೇ ಕಾದಿತ್ತು.

ಆದರೂ ಕರ್ತವ್ಯದ ಕರೆಗೆ ಓಗೊಟ್ಟ.

* * *